KV-450-623

અર્પણ

પુત્ર ઉમંગ
પુત્રવધૂ મિલૌની
અને
દીકરી પલકને

લેખકની કલમે...

છેલ્લા દોઢ દાયકામાં પ્રસિદ્ધ થયેલી મારી લગભગ સવાસો નવલિકાઓ તથા સાત લઘુનવલમાં વૈવિધ્ય જાળવવાનો મેં દિલથી પ્રયાસ કર્યો છે. સામાજિક વાર્તા હોય, લવસ્ટોરી હોય કે રહસ્યના તાણાવાણાવાળી થ્રીલર હોય. દેશ વિદેશના વાચકોએ મારી દરેક વાર્તાને ઉત્સાહથી વધાવી છે, જેને હું પૂરેપૂરી નમ્રતાના ભાવ સાથે મારા અઢળક વાચકોના પ્રતિસાદને માથે ચડાવું છું.

લેખનની કળાને કુદરતી બક્ષિસ કહેવામાં આવે છે. વાસ્તવમાં લેખકની કલ્પનાશક્તિને કુદરતી બક્ષિસ ગણવી જોઈએ. કોઈપણ સર્જકની કલ્પનાશક્તિ જેટલી પાવરફુલ હોય તેટલું તે ઉત્કૃષ્ટ સર્જન કરી શકે. હા... વાંચન, ભાષાનું જ્ઞાન તથા બારીક નિરીક્ષણ શક્તિ લેખકની કલમને ધારદાર જરૂર બનાવી શકે છે. ક્રિએટિવ રાઇટિંગમાં કલ્પનાશક્તિ પાયાની જરૂરિયાત છે. કોઈપણ ઇમારતમાં પાયાનું મહત્ત્વ સૌથી વધારે હોય છે!

કોઈપણ સર્જકને તેની સર્જન પ્રવૃત્તિ એક અજીબ પ્રકારના નશામાં રાખે છે. ચાહે તે સર્જક ચિત્રકાર હોય, સંગીતકાર હોય કે લેખક હોય. 'હૉબી' કોઈપણ માણસને એકલતાના કિનારે જતો અટકાવી શકે છે, જરૂરી નથી કે એ 'હૉબી' માત્ર લેખનની જ હોય. વાંચન, ચિત્રકામ, ફોટોગ્રાફી કે અન્ય કોઈપણ મનગમતી પ્રવૃત્તિ માણસને ક્યારેય 'એકલો' પડવા દેતી નથી.

સાહિત્યના એક જાહેર પ્રોગ્રામમાં મને પૂછવામાં આવ્યું હતું, "તમે લેખનક્ષેત્ર તરફ કઈ રીતે વળ્યા?" મેં સચોટ જવાબ આપતાં કહ્યું હતું, "વાંચનનો ગાંડો શોખ જ મને લેખનક્ષેત્ર તરફ ખેંચી લાવ્યો છે."

બીજા એક પ્રોગ્રામમાં મને પૂછવામાં આવ્યું હતું, "વાચકોના કેવા પ્રતિભાવ વખતે તમને આનંદ અને આશ્ચર્ય બંને થાય છે?" મારો જવાબ હતો, "મારી સાવ કાલ્પનિક વાર્તા વાંચીને કોઈ અજાણ્યા વાચકનો જ્યારે ફોન આવે છે કે તમે તો બિલકુલ મારી જ સ્ટોરી લખી છે, ત્યારે મને સાનંદાશ્ચર્ય થાય છે!"

આ તબક્કે તાજેતરનો એક પ્રસંગ કહેવાની લાલચને રોકી શકતો નથી. સાહિત્ય પરિષદની લાઇબ્રેરીમાં હું પુસ્તક બદલવા ગયો હતો. હું

પુસ્તક શોધી રહ્યો હતો ત્યારે એક સિનિયર સિટીઝને મારા હાથમાં એક પુસ્તક આપીને કહ્યું, "તમને વાર્તા વાંચવાનો શોખ હોય તો આ લઈ જાવ. તમામ વાર્તાઓ જોરદાર છે."

તેમણે પોતાનો પરિચય આપતાં આગળ જણાવ્યું હતું, "હું રિટાયર્ડ જજ છું છતાં કઈ વાર્તાને પ્રથમ રેન્ક આપવો તે જજ કરી શક્યો નથી. કારણકે દરેક વાર્તામાં એવું 'કાંઈક' છે જેને કારણે દરેકને પ્રથમ નંબર આપવો પડે તેમ છે."

મારા આશ્ચર્ય વચ્ચે તે પુસ્તક મારો જ પ્રથમ વાર્તાસંગ્રહ 'રમત આટાપાટાની' હતો. મેં તે વડીલને મારો પરિચય આપ્યો. તેમણે ગદ્ગદિત થઈને લાગણીસભર અવાજે મારો જમણો હાથ પકડીને મને જે અદ્ભુત લાગણીથી શુભેચ્છા પાઠવીને નવાજ્યો છે, તેનું વર્ણન (લેખક હોવા છતાં) હું શબ્દોમાં કરી શકતો નથી. જોકે મને એ વાતનો ચોક્કસ આનંદ થયો કે લેખક તરીકે ભલે મારું બહુ મોટું નામ નથી, પણ મારી કલમ તો ગુમનામ નથી જ!

કોઈપણ લેખક જ્યારે અન્યને ઓળખવાની કોશિશ કરતાં કરતાં 'સ્વ'ની ઓળખ કરવાની કોશિશ કરવા લાગે ત્યારે જ તેના સર્જનમાં કુદરતનો સાથ ઉમેરાય છે. આ કુદરતનો સાથ એટલે જ ઈશ્વરીય શક્તિ. જેની કૃપા વડે હું મારી શબ્દયાત્રા દ્વારા ગુજરાતી સાહિત્ય જગતના થોડાંક પગથિયાં ચડી શક્યો છું, જેનો મને અનહદ આનંદ છે જેમકે...

(1) ગુજરાતની અલગ અલગ સંસ્થાઓ દ્વારા મારી ત્રણ વાર્તાઓ અનુક્રમે 'કન્ફેશન', 'પતિવ્રતા' અને 'આક્રોશ'ને મળેલ ટ્રૉફી.

(2) મારા વાર્તાસંગ્રહ 'રમત આટાપાટાની'ને લય-પ્રલય સંસ્થાન (આણંદ) દ્વારા 2015ના વર્ષ માટે શ્રેષ્ઠ વાર્તાસંગ્રહ તરીકે ઘોષિત કર્યો.

(3) મારી વાર્તા 'શ્રદ્ધાંજલિ' (2014) અને 'અસ્તિત્વ' (2016) તથા 'આધાર' (2017)નું પરિચયના માધ્યમ દ્વારા હિન્દીમાં રૂપાંતર કરીને 'ભારતીય જીવન વીમા નિગમે' ઓલ ઇન્ડિયા લેવલે પ્રકાશન કર્યું.

આ લઘુનવલ સંગ્રહમાં મારી પાંચ લઘુનવલ છે જે 'મિડ-ડે' અને 'દિવ્ય ભાસ્કર'માં પ્રકાશિત થઈ ચૂકેલ છે. જેના વિશે હું બોલું તેના કરતાં મારી લઘુનવલ બોલે તે વધારે યોગ્ય કહેવાશે.

મારી શબ્દયાત્રાને પ્રોત્સાહન આપવા માટે મારા નાના ભાઈ ગૌરાંગ, જયંત અને ધવલનો દિલથી આભાર માનું છું. મારી લેખનયાત્રાને ડગલે ને

પગલે દિલથી પ્રોત્સાહન આપવા માટે સગાભાઈ જેવા જ મારા અંગત મિત્રો શ્રી મનસુખભાઈ શેલડિયા, શ્રી મહેશ મહેતા, શ્રી સતીષ શાહ, શ્રી ઘનશ્યામ પટેલ તથા શ્રી પ્રવીણભાઈ ઠાકર(વેરાવળ)નો પણ આભાર માનવાની તક અત્યારે ઝડપી લઉં છું. મારા અને મારા સાહિત્યનાં શુભચિંતક શ્રી કૃષ્ણકાંત ઉનડકટના આભાર વિના આ પ્રસ્તાવના અધૂરી કહેવાશે. છેલ્લે આર. આર. શેઠ એન્ડ કંપની પ્રા. લિ.ના શ્રી ચિંતનભાઈ શેઠ તથા શ્રી હર્ષદભાઈ પંડ્યા 'શબ્દપ્રીત'ના ખૂબ ખૂબ આભાર સાથે વિરમુ છું.

તા. : 21-10-2017 — પ્રફુલ્લ કાનાબાર

જી-22, સચિન ટાવર, શ્યામલ ચાર રસ્તા પાસે,
પ્રહલાદનગર રોડ, સેટેલાઇટ, અમદાવાદ-15
મો : 9925665605
E-mail : praful.kanabar@yahoo.com

લેખક પરિચય

શ્રી પ્રફુલ્લ કાનાબાર સન 2002થી ક્રિએટિવ રાઇટિંગ દ્વારા ગુજરાતી સાહિત્યમાં અમૂલ્ય યોગદાન આપી રહ્યા છે. અત્યાર સુધીમાં તેમની સવાસો નવલિકાઓ તથા સાત લઘુનવલ 'મુંબઈ સમાચાર', 'મિડ-ડે', 'ગુજરાત સમાચાર', 'દિવ્ય ભાસ્કર', 'સંદેશ', 'ગુજરાત સમાચાર (UK)', 'ગુજરાત ટાઇમ્સ (USA)', 'ચિત્રલેખા', 'અભિયાન', 'જનકલ્યાણ', 'અખંડ આનંદ', 'ફિલીંગ્સ', 'સ્ત્રી', 'વિરાજ', 'નવચેતન', 'પારિજાત', 'માર્ગી' તથા લાવણ્યમાં સ્થાન પામી ચૂકેલ છે. તેમના પ્રથમ નવલિકાસંગ્રહ 'રમત આટાપાટાની'ને, લયપ્રલય સંસ્થાન, આણંદ દ્વારા 2015ના શ્રેષ્ઠ નવલિકાસંગ્રહ તરીકે ઘોષિત કરવામાં આવ્યો છે.

તેમની ત્રણ નવલિકાઓ 'પતિવ્રતા', 'કન્ફેશન' અને 'આક્રોશ' ગુજરાતની વિવિધ સંસ્થાઓ દ્વારા યોજાયેલી વાર્તાસ્પર્ધાઓમાં ઇનામવિજેતા ઘોષિત થઈ ચૂકેલ છે.

અમદાવાદ આકાશવાણી પર તેમની નવલિકાને અવારનવાર સ્થાન મળે છે. માનવસંવેદનાઓથી પ્રચુર અને ચમત્કૃતિસભર અંતવાળી તેમની વાર્તાઓને લાખો વાચકોનો ભરપૂર પ્રેમ સંપાદન થયેલ છે.

અનુક્રમણિકા

કહાની મેં ટ્વિસ્ટ

પ્રકરણ-1

સમગ્ર હૉલમાં પીનડ્રોપ સાઇલન્સ પથરાઈ ગયું હતું. ગુજરાત રાજ્યની નવલકથાની મેગાકૉન્ટેસ્ટનું પરિણામ ગણતરીની ક્ષણોમાં જાહેર થવાનું હતું. સમયની માળામાંથી ક્ષણોના મણકા એક પછી એક સરતા જતા હતા. પ્રેક્ષકોથી ખીચોખીચ ભરેલા હૉલમાં તમામ લોકોની ઉત્સુકતા આકાશને આંબતી હતી. પ્રથમવાર જ આ સ્પર્ધા રાજ્યનાં સૌથી મોટા ઇન્ડસ્ટ્રિયાલિસ્ટ અનિલ વિરાણીએ સ્પોન્સર્ડ કરી હતી. અનિલ વિરાણીના દાદાનું ગુજરાતી સાહિત્યમાં ખૂબ મોટું પ્રદાન હતું, તેથી તેમની યાદમાં તેમણે ગુજરાતી સાહિત્યને વધારે વેગ મળે તે હેતુથી આ સ્પર્ધાનું આયોજન ખૂબ મોટે પાયે કર્યું હતું. અનિલ વિરાણીનું બોલીવુડ સાથેનું કનેકશન પણ એટલું જોરદાર હતું કે હિન્દી ફિલ્મ ઇન્ડસ્ટ્રીના પ્રખ્યાત એક્ટર-ડાયરેક્ટર રવિ કપૂરે પ્રથમ રેન્ક પ્રાપ્ત કરનાર નવલકથા પરથી હિન્દી ફિલ્મ બનાવવાની આગોતરા જાહેરાત કરી દીધી હતી. રવિ કપૂરની ગણના બોલીવુડના દિગ્ગજ કલાકારોમાં થતી હતી. નવા નવા પ્રયોગો કરવાનો તેમને ગાંડો શોખ હતો, તેથી આ પ્રકારની જાહેરાત પણ તેમનો નૂતન પ્રયોગ જ છે તેવું સૌ કોઈ માની રહ્યા હતા. કોઈપણ સભારંભમાં જ્યારે પ્રખ્યાત કલાકારની પ્રત્યક્ષ કે પરોક્ષ હાજરી હોય ત્યારે તે સમારંભની સફળતાને હંમેશાં ચાર ચાંદ લાગી જતા હોય છે. આજના સમારંભમાં પણ રવિ કપૂર તેમના અતિ વ્યસ્ત શિડ્યુલને કારણે હાજર નહોતા રહી શક્યા. પરંતુ તેમણે કરેલી જાહેરાતની વીડિયો ક્લીપ મોટા સ્ક્રિન પર દર્શાવવામાં આવી હતી. જેને પ્રેક્ષકોએ તાળીઓના ગડગડાટ સાથે વધાવી લીધી હતી.

મારી તો આ પ્રથમ નવલકથા જ હતી અને આવા સમારંભનો પણ પ્રથમ જ અનુભવ હતો તેથી મનમાં રોમાંચ સાથે હું પરિણામ જાહેર થાય તેની આતુરતાથી રાહ જોઈ રહ્યો હતો. મારા હૃદયના ધબકારા હું સાંભળી શકું તેટલી હદે તેજ થઈ ગયા હતા. ત્યાં જ અચાનક મારા નામ સાથે મારી નવલકથા 'તમન્ના'ના નામનું એનાઉન્સમેન્ટ કરવામાં આવ્યું. હું ઝડપથી ટ્રોફી તથા ઇનામની રકમનો ચેક લેવા માટે સ્ટેજ તરફ દોડ્યો. કૅમેરાના ફ્લેશ

તથા તાળીઓના ગડગડાટ વચ્ચે મારું જે રીતે બહુમાન થઈ રહ્યું હતું તેના કરતાં પણ વધારે રોમાંચ મને એ વાતનો હતો કે રવિ કપૂર જેવો મોટા ગજાનો કલાકાર મારી સ્ટોરી પરથી ફિલ્મ બનાવશે! મારા માટે તો ડબલ લૉટરી લાગવા જેવી વાત હતી.

અચાનક મને કોઈ ઢંઢોળતું હોય તેવું લાગ્યું. "ઊઠો... ઊઠો આઠ વાગ્યા છે. શું ઊંઘમાં ડબલ લૉટરી, ડબલ લૉટરી બોલ્યા કરો છો." હું સફાળો ઝબકીને બેઠો થઈ ગયો. એક સુંદર સ્વપ્ન આવીને જતું રહ્યું હતું. મારી પત્ની રશ્મિ મને જગાડી રહી હતી.

"કેમ ઊંઘમાં હસતા હતા? લૉટરી લાગ્યાનું સ્વપ્ન જોયું કે શું?" રશ્મિએ પૂછ્યું.

મેં રશ્મિનો હાથ પકડીને બાજુમાં બેસાડી અને સ્વપ્નમાં જોયેલા દૃશ્યનું વિગતવાર વર્ણન કર્યું.

"તમારી પણ ડાગળી ચસ્કી ગઈ લાગે છે. કોઈપણ ફિલ્મનો પ્રોડ્યુસર-ડાયરેક્ટર સ્ટોરી વાંચ્યા વગર તેના પરથી ફિલ્મ બનાવવાની જાહેરાત કરે ખરો?"

હું વિચારમાં પડી ગયો. રશ્મિની વાત તો સાચી હતી. મારી અને રશ્મિની વાત ધ્યાનપૂર્વક સાંભળી રહેલો અમારો બાર વર્ષનો દીકરો પાર્થ નિર્દોષતાથી બોલ્યો, "પપ્પા, તમારી સ્ટોરી પરથી ફિલ્મ બને તો મજા પડી જાય... કમ સે કમ રવિ કપૂર જેવા મોટા ફિલ્મ સ્ટારને જોવાનો મોકો તો મળે."

મેં હસીને પાર્થની વાતમાં ડોકું ધુણાવ્યું એટલે તે બોલી ઊઠ્યો, "પપ્પા, તમને તો જોરદાર સપનાં આવે છે ને કાંઈ?"

"હા... પાર્થ, માણસે સપનાં તો ઊંચાં જ જોવા જોઈએ."

"પપ્પા, સ્કૂલમાં અમારા ટીચર તો એવું સમજાવે છે કે માણસે સાકાર થઈ શકે તેવાં જ સપનાં જોવાં જોઈએ જેથી ક્યારેક નિષ્ફળતા મળે તો નિરાશ ન થવાય."

"બેટા, તારા ટીચર તને ખોટું સમજાવે છે. અમારા શિક્ષક તો અમને કાયમ એમ જ કહેતાં કે નિશાનચૂક માફ... નહીં માફ નીચું નિશાન."

"એટલે?"

"એટલે એમ કે માણસે જીવનમાં લક્ષ્ય તો હંમેશાં ઊંચું જ રાખવું જોઈએ."

"બસ બસ તમે બાપ-દીકરો હવે ચર્ચા બંધ કરો તો સારું. પાર્થ, તારે સ્કૂલે જવાનું મોડું નથી થતું?" રશ્મિએ પાર્થને સ્કૂલે જવાનું યાદ કરાવ્યું.

પાર્થ તેના નાનકડા ખભા પર મોટું દફ્તર લટકાવીને સ્કૂલે જવા નીકળી ગયો. હું તેના વજનદાર દફ્તરને નિહાળી રહ્યો.

"ભાર સાથેનું ભણતર..." આના વિશે પણ કાંઈક લખવું પડશે." મારાથી અનાયાસે જ બોલાઈ ગયું.

"હા... હા ચોક્કસ લખજો. સાથે સાથે એ પણ લખજો કે બાળકો દફ્તરનો ભાર ઉપાડીને વાંકા વળી જાય છે અને વાલીઓ તેમના ભણતરના ખર્ચનો ભાર ઉપાડીને વાંકા વળી જાય છે." રશ્મિએ હસતાં હસતાં કહ્યું.

હું એટલો નસીબદાર હતો કે રશ્મિએ મને હંમેશાં લખવા માટે પ્રોત્સાહિત કર્યો હતો. કૉ-ઑપરેટિવ બૅન્કની મારી નોકરીમાં અમે ઘરખર્ચનું ગાડું ગબડાવતાં હતાં. કૉલેજમાં હતો ત્યારથી મને લખવાનો ખૂબ જ શોખ હતો. પરંતુ એવું ખાસ કાંઈ નોંધપાત્ર લખી શકાયું નહોતું અને જે થોડું ઘણું લખાયું હતું તે મારી શરમાળ પ્રકૃતિને કારણે ક્યાંય છાપવા માટે મોકલી શકાયું નહોતું. રશ્મિએ આપેલી નૈતિક હિંમતને કારણે જ મેં ઉજાગરા કરીને 'તમન્ના' લખી હતી અને મેગાકૉન્ટેસ્ટમાં મોકલાવી હતી, જેનું પરિણામ આજે સાંજે ટાઉનહૉલમાં ઘોષિત થવાનું હતું.

સાંજે અમે ટાઉનહૉલ પર સમયસર પહોંચી ગયાં. સાહિત્યની લાઇનમાં હું એટલી હદે નવો નિશાળિયો હતો કે ત્યાં પહોંચ્યા પછી મને જાણવા મળ્યું કે વાસ્તવમાં ત્રણે ઇનામ વિજેતાઓને અગાઉથી બાકાયદા જાણ કરી દેવામાં આવી હોય છે. જેથી સમારંભમાં ઇનામ લેવા માટે તેઓ ચોક્કસ હાજર રહે. આમ સવારે મેં જોયેલું સ્વપ્ન તો બિલકુલ હમ્બગ જ હતું! સ્ટેજ પર ઇનામ લેનાર ત્રણેય લેખકો વર્ષોથી સાહિત્ય જગતમાં છવાયેલા હતા અને તેમનાં નામ પણ ખૂબ જ જાણીતાં હતાં.

મારા સદ્નસીબે એક સુખદ બનાવ એ બન્યો કે આ વર્ષે પ્રથમવાર અનિલ વિરાણીના સૂચનથી એક સરપ્રાઇઝ આશ્વાસન ઇનામ જાહેર કરવાનું નક્કી કરવામાં આવ્યું હતું. જેમાં મારા નામની અણધારી ઘોષણા કરવામાં આવી. મારા માટે તો આ પણ ખૂબ જ મોટી વાત હતી. કોઈપણ નવોસવો ક્રિકેટર જીવનની પ્રથમ મૅચમાં પહેલા બૉલે સિક્સર મારે અને તેને જે આનંદ થાય તેવો આનંદ મારા ચહેરા પર પથરાઈ ગયો. મેં સ્ટેજ પર પહોંચીને અનિલ વિરાણીના વરદ્ હસ્તે ટ્રૉફી સ્વીકારી. ત્યારે કૅમેરાના ફ્લૅશ અને તાળીઓના ગડગડાટથી આખો હૉલ છલકાઈ ગયો હતો!

વળતાં ઘરે આવતાં મેં કહ્યું, "રશ્મિ, આનાથી મને એક ફાયદો તો ચોક્કસ થયો કે કમ સે કમ સાહિત્ય જગતમાં મને લોકો ઓળખતા તો થયા."

"હા, તમારી વાત સાચી છે." રશ્મિએ મારી વાતમાં સૂર પુરાવ્યો. બીજા દિવસના અખબારમાં અનિલ વિરાણીના વરદ્‌ હસ્તે ટ્રોફી લેતો મારો ફોટો છપાયો હતો. ફોટાની નીચેના લખાણને હું ધ્યાનપૂર્વક વાંચી રહ્યો હતો, ત્યાં જ અમારા પડોશી પ્રસાદભાઈ આવી પહોંચ્યા. તેમણે મારી સાથે ઉત્સાહથી હાથ મિલાવીને કહ્યું, "ખૂબ ખૂબ અભિનંદન."

"થેન્ક્સ પ્રસાદભાઈ."

"રશ્મિબહેન, મારો વર્તારો સાચો પડ્યો ને?" પ્રસાદભાઈએ રશ્મિની સામે જોઈને હસતાં હસતાં કહ્યું.

હું ચમક્યો. પ્રસાદભાઈ ભટ્ટ માત્ર પડોશી જ નહોતા બલ્કે રશ્મિના પિયરપક્ષે દૂરના ભાઈ પણ થતા હતા. ડિવોર્સી હતા તેથી એકલા જ રહેતા હતા. ઉંમરમાં અમારાથી ખાસ્સા મોટા હતા તથા વ્યવસાયે શિક્ષક હતા. પ્રસાદભાઈને જ્યોતિષનો જોરદાર શોખ હતો. ઘણા લોકો તેમને કુંડળી બતાવવા આવતા અને તેઓ એક પણ પૈસાનો ચાર્જ લીધા વગર કુંડળી જોઈ આપતા તેનો મને ખ્યાલ હતો.

હું આવી બધી બાબતોમાં ખાસ માનતો નહોતો, તેથી પ્રસાદભાઈ સાથે તે બાબતે ક્યારેય ચર્ચામાં ઊતરતો નહીં.

"હું સમજ્યો નહીં, પ્રસાદભાઈ." મેં આશ્ચર્યથી તેમની સામે જોયું.

"હજુ મહિના પહેલાં જ રશ્મિબહેન પાસેથી મેં તમારી કુંડળી સામેથી માંગી હતી અને આગાહી કરી હતી કે તમારી કુંડળીમાં કાંઈક મોટું થવાના યોગ છે."

હું નારાજ થઈ ગયો. કાંઈ જ બોલ્યો નહીં. પ્રસાદભાઈના ગયા બાદ મેં નારાજગી દર્શાવતાં કહ્યું, "રશ્મિ, તેમણે કુંડળી માંગી એટલે આપણે આપવી થોડી જરૂરી હતી?"

"તમારી વાત સાચી છે, પરંતુ માત્ર જિજ્ઞાસાવૃત્તિને કારણે જ મેં તેમને તમારી કુંડળી આપી દીધી હતી." રશ્મિ રસોડામાં જતી રહી એટલે વાતને ત્યાં જ પૂર્ણવિરામ મુકાઈ ગયું.

થોડા જ દિવસોમાં 'તમન્ના' પુસ્તક સ્વરૂપે સુંદર કવરપેજ સાથે છપાઈને બજારમાં મુકાઈ ગઈ.

મારા અંગત મિત્રો મહેશ મહેતા, સતીષ શાહ, ઘનશ્યામ પટેલ તથા મનસુખ શેલડિયાને મેં સહકુટુંબ બોલાવીને હોટલમાં પાર્ટી આપી, ત્યારે 'તમન્ના' વાંચ્યા પછી તેમનો પણ એક જ સૂર હતો કે વાંચતી વખતે ફિલ્મ જોતા હોઈએ તેવું લાગે છે. ખરેખર સારી લખાઈ છે.

મને એટલો તો ચોક્કસ વિશ્વાસ હતો કે મારા આ ચાર અંગત મિત્રો મને ચણાના ઝાડ પર ચડાવવાની ક્યારેય કોશિશ ન કરે. બલ્કે સાચો અને સ્પષ્ટ અભિપ્રાય જ આપે કારણકે વર્ષોથી તેઓ મારા હૃદયના ચારે ખૂણામાં બિરાજમાન છે, માત્ર એટલું જ નહીં પરંતુ તેમના જેવા મિત્રોને કારણે જ હું મારી જાતને સમૃદ્ધ માનું છું.

માત્ર છ જ માસમાં મારા અંગત મિત્રોની શુભેચ્છા મને ફળી. મારા આશ્ચર્ય વચ્ચે મારું પુસ્તક 'તમન્ના' બેસ્ટસેલરની યાદીમાં આવી ગયું હતું. પુસ્તક છાપતી વખતે પ્રકાશકે મને કહ્યું હતું કે અત્યારના ઇન્ટરનેટના યુગમાં પુસ્તકોનાં વેચાણમાં ધરખમ ઘટાડો થયો છે, તેથી આ પુસ્તક બાબતે બહુ આશા ન રાખશો. તે સાંભળીને હું નિરાશ થઈ ગયો હતો. પરંતુ 'તમન્ના'ના વેચાણના આંકડા તથા ટૂંક સમયમાં તેની બીજી આવૃત્તિ પબ્લિશ થશે તેવા સમાચાર જાણ્યા પછી મને એટલી તો ખાતરી થઈ ગઈ હતી કે પબ્લિકનો પુસ્તક વાંચનનો શોખ સાવ મરી પરવાર્યો નથી.

જેમ લખવાનો એક નશો હોય છે તેમ સફળતાનો પણ એક નશો હોય છે. જોકે મેં મારા પગ બિલકુલ ધરતી પર જ રાખ્યા હતા, કારણકે હું સારી રીતે સમજતો હતો કે મારાં સપનાં ખૂબ જ ઊંચાં હતાં અને મંજિલ ખૂબ જ દૂર હતી! અચાનક એક દિવસ મારા જીવનમાં એવો બનાવ બન્યો કે સપનાં અને મંજિલ વચ્ચેનું અંતર એકદમ ઘટી ગયું! તે દિવસે સાંજે હું ઘરે આવ્યો ત્યારે રશ્મિ અને પાર્થ આતુરતાપૂર્વક મારી રાહ જોઈ રહ્યાં હોય તેવું લાગ્યું. બંનેના ચહેરા પર છવાયેલી આનંદની લકીરો કાંઈક સારા સમાચારની ચાડી ખાઈ રહી હતી.

"શું સમાચાર છે?" મેં બંનેની સામે વારાફરતી જોઈને પૂછ્યું.

"પપ્પા, કઈ હોટલમાં પાર્ટી આપો છો?" પાર્થે પૂછ્યું.

"તું કહે ત્યાં બેટા, પરંતુ કઈ ખુશીમાં પાર્ટી માંગે છે તેનો કાંઈક ફોડ તો પાડ."

"પાંચ મિનિટ પહેલાં જ લેન્ડલાઇન પર રવિ કપૂરના સૅક્રેટરીનો ફોન આવ્યો હતો. રવિ કપૂરને 'તમન્ના' પસંદ પડી છે અને તેના પરથી ફિલ્મ બનાવવા માંગે છે." રશ્મિએ વધામણીના સમાચાર આપ્યા.

"તેમણે બીજું કાંઈ કહ્યું?" મારા અવાજમાં ઉત્સુકતા ભળી હતી.

"હા... રવિ કપૂર તમારી સાથે વાત કરવા માંગે છે, પરંતુ તમારો સેલફોન 'નો રિપ્લાય' થાય છે તેવું તેમણે કહ્યું હતું."

મેં શર્ટના ઉપલા ખિસ્સામાંથી મોબાઇલ કાઢીને જોયું તો અજાણ્યા

નંબરનો મિસકોલ હતો. હું તરત સમજી ગયો કે ટ્રાફિકના અવાજમાં મને રિંગ સંભળાઈ જ નહોતી જેથી આટલો અગત્યનો ફોન રિસીવ કરી શક્યો નહોતો.

મેં તરત જ તે ફોન પર સામો ફોન લગાવ્યો. રિંગ વાગી રહી હતી.

"હેલ્લો... કૌન?" સામે છેડેથી અવાજ સંભળાયો.

"સર, મૈં અહમદાબાદ સે પુષ્પક પંડ્યા બોલ રહા હું. 'તમન્ના' કા રાઇટર."

"પ્લીઝ હોલ્ડ ધ લાઇન" હવે ફોનમાં રવિ કપૂરની જ જાણીતી ફિલ્મનું મ્યુઝિક સંભળાઈ રહ્યું હતું. સમય પસાર થતો જતો હતો. મને એક એક ક્ષણ એક એક યુગ જેવી લાગતી હતી. મારી ઉત્સુકતા આકાશને આંબતી હતી. બોલીવુડનો નંબર વન સ્ટાર મારા સર્જન બાબતે મારી સાથે વાત કરશે તે બાબત જ મને દિવાસ્વપ્ન જેવી લાગતી હતી.

બેત્રણ મિનિટ બાદ સામે છેડેથી મારા સેલફોનમાં રવિ કપૂરનો મર્દાના અવાજ ગુંજી ઊઠ્યો... "પુષ્પકજી, આપકી સ્ટોરી પરસે મૈં ફિલ્મ બનાના ચાહતા હું, અગર આપ એક બાર યહાં મુંબઈ આ જાયેં તો હમ એગ્રીમૅન્ટ કી ફોર્મલ પ્રોસિજર નિપટા લે. મૈં આપકો પેમેન્ટ કા ચેક ભી દે દુંગા."

રવિ કપૂરની ટુ ધ પોઇન્ટ વાત કરવાની સ્ટાઇલથી હું પ્રભાવિત થઈ ગયો. મારી લખેલી સ્ટોરી પરથી તે ખરેખર ફિલ્મ બનાવવા માંગે છે તે સાંભળીને મારો અવાજ રૂંધાઈ ગયો. આંખમાં હર્ષનાં આંસુ આવી ગયાં. મારી સામે તાકી રહેલાં પાર્થ અને રશ્મિ પણ ગળગળાં થઈ ગયાં. માત્ર સાત મહિના પહેલાં જોયેલું સ્વપ્ન આટલું જલ્દી સાચું પડશે તે મારી કલ્પના બહારની વાત હતી. મને મારા કાન પર ભરોસો બેસતો નહોતો.

પ્રકરણ-2

માત્ર બે જ દિવસ પછી રવિવારે સવારે હું રવિ કપૂરના બંગલે પહોંચી ગયો. રશ્મિ અને પાર્થને ફિલ્મનું શૂટિંગ શરૂ થશે ત્યારે મુંબઈ સાથે લઈ જવાની હૈયાધારણ આપી હતી. બંગલાના વિશાળ ડ્રોઇંગરૂમમાં લેટેસ્ટ ડિઝાઇનનું ફર્નિચર, મોંઘામાં મોંઘા ઇમ્પોર્ટેડ કાચના મોટાં ઝુમ્મર તથા દીવાલો પર વિશાળ કદનાં આકર્ષક પેન્ટિંગ્સ રવિ કપૂરની જાહોજલાલીનું પ્રદર્શન કરતા હતાં. થોડીવાર બાદ કલાત્મક સીડી પરથી રવિ કપૂર જે સ્ટાઇલમાં પગથિયાં ઊતરીને નીચે આવ્યો તે સ્ટાઇલથી જ હું પ્રભાવિત થઈ ગયો. આપણે લાખ પ્રયત્ન કરીએ તો પણ તેના જેવી ફિલ્મી સ્ટાઇલ આપણી ચાલમાં આવી જ ન શકે. બ્લેક જીન્સ અને સફેદ ટીશર્ટમાં સજ્જ રવિ કપૂરે તેના લાંબા ઝુલ્ફા

બંને હાથ વડે સરખા કર્યા. રવિ કપૂર ફિલ્મોમાં જેટલો હેન્ડસમ દેખાતો હતો તેટલો મને રૂબરૂમાં ન લાગ્યો. જોકે તેની અભિનયક્ષમતા બાબતે દેશના તેના કરોડો ચાહકોની જેમ મને પણ માન હતું.

નોકર ચાંદીની ટ્રેમાં ચા તથા નાસ્તાની ડિશ મૂકી ગયો.

રવિ કપૂરનો સૅક્રેટરી અગાઉથી તૈયાર કરી રાખેલ ઍગ્રીમૅન્ટની બે કોપી લઈને આવી પહોંચ્યો. રવિ કપૂરે તેની આગવી અદામાં લાઇટર વડે સિગારેટ સળગાવી. સૅક્રેટરીએ મને જે કાંઈ વાત કરી તેનો અર્થ એવો થતો હતો કે કોઈપણ નૉવેલ પરથી જ્યારે ફિલ્મ બનાવવામાં આવે ત્યારે વાર્તાના હાર્દને અન્યાય ન થાય તે રીતે અલગ અલગ દશ્યોનું અન્ય કોઈ ફિલ્મી વ્યક્તિ પાસે જ તેઓ હિન્દીમાં સ્ક્રીપ્ટ રાઇટિંગ કરાવશે અને તે વ્યક્તિને પહેલાં ટોકન એમાઉન્ટ તથા ફિલ્મ પૂરી થાય ત્યારે તેને પૂરી રકમનું પેમેન્ટ કરશે. સૅક્રેટરીના કહેવા પ્રમાણે મારે તો માત્ર મારી નવલકથાનાં કૉપીરાઇટ્સ જ તેમને આપવાનાં હતાં. જેનું પેમેન્ટ તેઓ મને એક સાથે જ કરી દેશે. તેમાં ટોકન એમાઉન્ટ જેવું કાંઈ હોતું નથી. મારી નવલકથા પરથી હિન્દીમાં ફિલ્મ બનશે તે વાત જ મારા માટે એટલી બધી રોમાંચક હતી કે મેં તરત જ ઍગ્રીમૅન્ટમાં મારા હસ્તાક્ષર કરી આપ્યા. ચાર પાનાંનો ઍગ્રીમૅન્ટ હું વાંચવા બેસું તો રખેને આવડા મોટા ગજાના કલાકારને અપમાન જેવું લાગી જાય તેમ વિચારીને જ મેં ઍગ્રીમૅન્ટ વાંચવાનું પણ ટાળ્યું.

મોંમાંથી સિગારેટના ધુમાડાની ગોળ ગોળ રિંગ કાઢતાં રવિ કપૂરના ચહેરા પર મોહક સ્મિત રમી રહ્યું હતું.

"સર, મેરી બીવી ઔર બેટે કો 'તમન્ના' કા શૂટિંગ દેખને કી બહોત તમન્ના હૈ." મેં વિનંતીના સૂરમાં રવિ કપૂરને કહ્યું.

"પુષ્પકજી, મેરી ભી ખ્વાહિશ હૈ કિ ઇસ ફિલ્મ કે મુહૂર્ત શૉટ કે સમય આપ તીનોં હાજર રહેં... મૈં આપકો ઇન્વિટેશન ભેજુંગા."

ચા-નાસ્તાને ન્યાય આપીને હું બંગલાની બહાર નીકળી ગયો.

રવિ કપૂરે પેમેન્ટનો ચેક આપવાનો કોઈ ઉલ્લેખ જ ન કર્યો. હું પણ તે બાબતે કાંઈ બોલી ન શક્યો. મુહૂર્ત શૉટ વખતે તો ફરીથી મુંબઈ આવવાનું જ છે, ત્યારે રવિ કપૂર મને પેમેન્ટ આપશે તેવું મેં મન મનાવી લીધું.

અમદાવાદ પરત આવીને મેં જ્યારે રવિ કપૂરના બંગલાનું તથા તેની એક એક અદાનું વિગતે વર્ણન કર્યું ત્યારે પાર્થ અને રશ્મિ કોઈ પરીકથા સાંભળતાં હોય તેમ વિસ્ફારીત નેત્રે મને ધ્યાનથી સાંભળી રહ્યાં હતાં!

મારા આશ્ચર્ય વચ્ચે માત્ર ત્રણ જ માસમાં મારી નવલકથાનું સંપૂર્ણ

ફિલ્માંકન થઈ શકે તે રીતનું હિન્દીમાં સ્ક્રીપ્ટ રાઇટિંગ કરી દેવામાં આવ્યું હતું. રવિ કપૂરના સૅક્રેટરીએ મને ફોન પર આપેલી માહિતી મુજબ સ્ટારકાસ્ટ પણ નક્કી થઈ ગઈ હતી. મુખ્ય નાયકનો રોલ ખુદ રવિ કપૂર જ કરવાના હતા. જ્યારે 'તમન્ના'ના ટાઇટલ રોલ માટે બોલીવુડની પ્રખ્યાત અભિનેત્રી યશસ્વીની પસંદગી કરવામાં આવી હતી. સૅક્રેટરીએ મને મુહૂર્ત શૉટમાં સમયસર પહોંચી જવા માટે ભારપૂર્વક આમંત્રણ પણ પાઠવી દીધુ હતું.

એપ્રિલ મહિનામાં બરોબર પાર્થની પરીક્ષાના સમયે જ આવેલ આમંત્રણને કારણે પાર્થ અને રશ્મિ નિરાશ થઈ ગયાં હતાં.

"કહું છું," રશ્મિએ સહેજ નિરાશ થઈને પૂછ્યું, "આ રવિ કપૂરને દસેક દિવસ બાદ મુહૂર્તનું શૂટિંગ રાખવાનું ન કહેવાય?"

"ના, રશ્મિ... 'તમન્ના' જેટલી વહેલી બને તેટલું આપણા લાભમાં જ છે."

"વાત સાચી... એમ કરો અત્યારે તમે એકલા જ જઈ આવો. ત્યારબાદ મુહૂર્તનો શો રાખશે તેમાં આપણે બધાં સાથે મુંબઈ જઈશું."

"રશ્મિ, તેને 'પ્રીમિયર શૉ' કહેવાય."

"હા.. એ પ્રીમિયર શૉમાં તો પાર્થને પણ ઘણા બધા ફિલ્મસ્ટાર્સ જોવા મળશે."

આખરે મેં એકલાએ જ મુંબઈની વાટ પકડી લીધી.

નિર્ધારિત સમયે હું મુંબઈના પ્રખ્યાત યશકમલ સ્ટુડિયોમાં પહોંચી ગયો. રવિ કપૂરે મને ઉમળકાભેર આવકાર્યો. હું ધન્ય ધન્ય થઈ ગયો. અચાનક સ્ટુડિયોમાં ચહલપહલ વધી ગઈ. ફિલ્મની મુખ્ય હીરોઇન યશસ્વી સેટ પર આવી પહોંચી હતી. હું અપલક નેત્રે તેની સુંદરતાને નિહાળી રહ્યો.

કાચની પૂતળી જેવી યશસ્વી ફિલ્મોમાં દેખાતી હતી તેના કરતાં અનેકગણી વધારે સુંદર લાગતી હતી. સંગેમરમર જેવી ત્વચા, રૂપાળો અને નમણો ચહેરો તથા પરફેક્ટ ફિગર ધરાવતી યશસ્વી ઇન્દ્રના દરબારની અપ્સરા જેવી દેખાતી હતી. હું મનોમન વિચારતો હતો કે બ્રહ્માજીએ યશસ્વીને ખરેખર નવરાશની પળોમાં જ ઘડી હોવી જોઈએ... ત્યાં જ રવિ કપૂરે નજીક આવીને યશસ્વી સાથે મારો પરિચય કરાવ્યો.

"યશસ્વી, મીટ મિસ્ટર પુષ્પક પંડ્યા, ધ ઓથર ઓફ અવર ફિલ્મ 'તમન્ના.'"

યશસ્વીએ તેની દાડમની કળી જેવા સુંદર દાંત દેખાય તે રીતે મારી સામે સ્માઇલ કરીને પૂછ્યું, "પુષ્પકજી, ક્યા આપકી કલ્પનાકી તમન્ના ભી મેરે જૈસી હી હૈ?"

મંદિરની આરતી સમયે રૂપાની ઘંટડી દ્વારા વાગતી ઝાલર જેવો યશસ્વીનો મધુર અવાજ સાંભળીને હું લગભગ ઘાયલ થઈ ગયો.

યશસ્વીના કામણગારા રૂપને વધારે માર્ક્સ આપવા કે તેના મધુર અવાજને વધારે માર્ક્સ આપવા તેની ગડમથલમાં હું પડી ગયો.

"કહાં ખો ગયે?" યશસ્વીએ તેના જમણા હાથની નાજુક આંગળીઓ વડે મારી આંખો સામે ચપટી વગાડતાં કહ્યું, "લેખક મહાશય, આપને મેરે પ્રશ્નકા ઉત્તર નહીં દિયા."

"મેડમ, આપ તો મેરી તમન્ના સે ભી જ્યાદા ખૂબસૂરત હૈં, મૈંને આજતક તાજમહાલ નહીં દેખા લેકિન આજ આપકો દેખકર લગતા હૈ કી અબ મુઝે આગ્રા જાનેકી બિલકુલ જરૂરત નહીં હૈં." મારા માહ્યલામાંનો લેખકનો આત્મા અનાયાસે જ બોલી ઊઠ્યો.

મને હીરોઇનની ખિદમતમાં પ્રસંશાનાં પુષ્પો વેરતો જોઈને રવિ કપૂરે યશસ્વીની નજીક સરકીને તેની નાજુક કમરમાં જમણો હાથ વીંટાળીને કૉમેન્ટ કરી... "મેડમ, જરા સંભલકે રહેના, આપકા એક ઔર દિવાના સેટ પર આ ગયા હૈ!"

સેટ પર યુનિટના તમામ સભ્યોમાં હાસ્યનું મોજું ફરી વળ્યું. હું શરમાઈ ગયો.

થોડીવાર બાદ યુનિટનો તમામ સ્ટાફ મુહૂર્ત શૉટની તૈયારીમાં લાગી ગયો. સેટ પર સામેની દીવાલ પર એક વૃદ્ધ સ્ત્રીનો ફોટો લટકાવવામાં આવ્યો હતો. ફોટાને હાર ચડાવવામાં આવ્યો હતો. ત્રણ ટ્રોલી પર અલગ અલગ એન્ગલથી કૅમેરા ગોઠવવામાં આવ્યા હતા. હું કુતૂહલવશ ફ્લેશ લાઇટ્સ... બૅકલાઇટ્સ... રિટેઇક્સ... એન્ગલ્સ અને પોઝથી ભરેલી કચકડાની દુનિયાને નિહાળી રહ્યો. થોડીવાર બાદ રવિ કપૂર મેકઅપ કરીને પાત્રને અનુરૂપ ડ્રેસ પહેરીને સેટ પર આવી પહોંચ્યો. તે ફોટા સામે ઊભો રહ્યો. ફોટો બરોબર તેની હાઇટ જેટલો જ લટકાવેલો હતો, તેથી તેણે તરત કોઈક માણસ પાસે ફોટો બે ઈંચ જેટલો અધ્ધર કરાવ્યો. ફિલ્મમાં માત્ર બે મિનિટનાં દશ્ય માટે રવિ કપૂર જેવા કલાકારો પરફેક્શનના કેટલા બધા આગ્રહી હોય છે, તે સૌ કોઈ ભાવુક થઈને જોઈ રહ્યા. થોડીવાર બાદ યશસ્વીએ જ મુહૂર્ત શૉટને ક્લેપ આપ્યો. ક્યાંકથી કોઈકે જોરથી બૂમ પાડી... "લાઇટ્સ ઑન... કૅમેરા ઑન" અને સેટ પર પિનડ્રોપ સાઇલન્સ પથરાઈ ગયું. કૅમેરા સ્ટાર્ટ થઈ ગયા હતા. દરવાજામાંથી રવિ કપૂર ધીમા પગલે હાથમાં એટેચી સાથે આવીને તેની મૃત માના ફોટા સમક્ષ ઊભો રહે છે.

"દેખ મા, આજ તેરા બેટા વિલાયતસે બહોત બડી ડિગ્રી લે કે વાપસ આ ગયા હૈ... કાશ, આજ તું મેરે સાથ હોતી તો કિતની ખુશ હોતી? આજ તેરા વોહ સપના પૂરા હો ગયા હૈ, જો તુને હરદમ અપની આંખો સે મેરે બારે મેં દેખા થા... આજ મૈં કિતના બદ્નસીબ હું કિ મેરે પાસ સબકુછ હૈ લેકિન મા નહીં હૈ." રવિ કપૂરે ગળગળા થઈને રડમસ ચહેરે આંખમાંથી ગ્લિસરીન વગરનાં સાચુકલાં આંસુ વહાવ્યાં. પાત્રમાં તે જબરજસ્ત ઓતપ્રોત થઈ ગયો હતો.

કટ કટ કટના અવાજ સાથે તાળીઓનો ગડગડાટ થયો.

પહેલી જ ટ્રાયલે શૉટ OK થઈ ગયો હતો.

રાત્રે થાક્યો પાક્યો જ્યારે હું અમદાવાદ પરત આવવા માટે ટ્રેનમાં બેઠો ત્યારે મને એકાએક યાદ આવ્યું કે બોલીવુડની ઝાકમઝાળની દુનિયામાં હું એટલી હદે ખોવાઈ ગયો હતો કે પેલો ચેક માંગવાનું બિલકુલ વિસરાઈ જ ગયું હતું!

લગલગાટ છ માસ સુધી પૂરજોશમાં 'તમન્ના'નું શૂટિંગ ચાલુ હતું. હું અવારનવાર ફોન કરીને રવિ કપૂરના સૅક્રેટરી પાસેથી ફિલ્મના શૂટિંગની ગતિવિધિ જાણી લેતો હતો. સૅક્રેટરીના કહેવા પ્રમાણે 'તમન્ના' નાતાલમાં રિલીઝ થાય તેવી શક્યતા હતી. દિવાળીના વૅકેશનમાં ફિલ્મનું યુનિટ શૂટિંગ માટે સ્વિત્ઝર્લૅન્ડ જવા રવાના થઈ ગયું હતું. હું પણ સહકુટુંબ શિમલાના પ્રવાસે ઊપડી ગયો. મનાલી અમારા પ્રવાસનો છેલ્લો પડાવ હતો. તે દિવસે સાંજે પાર્થ અને રશ્મિ હોટલમાં TV જોવામાં મશગૂલ હતાં ત્યારે હું ઇવનિંગ વૉકમાં નીકળી પડ્યો. ઠંડીનું પ્રમાણ વધતું જતું હતું. મેં મારા બંને હાથ ઓવરકોટનાં ખિસ્સાંમાં નાખી દીધા હતા. અમારી હોટલની નજીકમાં જ એક મોટા બિલ્ડિંગ પર મારી નજર પડી. 'હોટલ સિદ્ધાર્થ'નું બોર્ડ ઝગારા મારતું હતું. મેં જોયું કે બિલ્ડિંગનાં પગથિયાં ઊતરીને વીસેક વર્ષની એક છોકરી સામેથી આવી રહી હતી. હું કાંઈ વિચારું તે પહેલાં જ તેણે મને રસ્તામાં જ આંતર્યો.

"સર, તમે જ 'તમન્ના'ના લેખક પુષ્પક પંડ્યા છો ને?"

હું ચમક્યો, "તમને કેવી રીતે ખબર પડી?"

"ભૂલી ગયા સર? પુસ્તકના પાછળના કવરપેજ પર તમારો ફોટો તો છે." પેલી છોકરીએ મંદ મંદ હસતાં કહ્યું.

હવે મને લાગ્યું કે 'તમન્ના' ખરેખર બેસ્ટસેલરની યાદીમાં આવી ગઈ છે. ગુજરાતની બહાર આટલે દૂર એક અજાણ્યા વાચકને મળીને મને ખરેખર

રોમાંચ થયો.

"શું નામ છે તમારું?"

"સર, યોગાનુયોગ મારું નામ પણ 'તમન્ના' છે. મનાલીમાં કૉલેજના ગ્રુપ સાથે ટ્રેકિંગ માટે આવી છું, કાલે સવારે તો નીકળી જવાનું છે."

"તમન્ના, તમને એ જાણીને આનંદ થશે કે આ સ્ટોરી પરથી રવિ કપૂર ફિલ્મ બનાવી રહ્યા છે. અત્યારે સ્વિત્ઝર્લેન્ડમાં પૂરજોશમાં તેનું શૂટિંગ ચાલુ છે." મેં ગૌરવપૂર્વક માહિતી આપી.

"ફાઇન, કૉન્ગ્રેચ્યુલેશન્સ સર!"

"થેન્ક્સ. બાય ધ વે તમને સ્ટોરી કેવી લાગી?" મેં ગળા પરથી મફલર બંને કાન ઢંકાય તે રીતે ગોઠવતાં પૂછ્યું.

"સર, સ્ટોરી તો સારી લાગી. પરંતુ અંત મને જચ્યો નહીં."

"હું સમજ્યો નહીં." મેં મારા બંને હાથ ઓવરકોટનાં ખિસ્સાંમાં ફરીથી ગોઠવતાં પૂછ્યું.

"સર, વાર્તાના અંતમાં રાજેશ સાથે હનીમૂન પર ગયેલી તમન્ના હિલસ્ટેશનના કુદરતી નઝારાના ફોટોગ્રાફ તેના કૅમેરામાં કેદ કરતી વખતે અચાનક ખીણમાં ગબડી પડે છે. પરિણામે તમન્નાને કાયમ માટે ગુમાવીને રાજેશ વ્યથિત હૃદયે એકલો જ ઘરે પરત આવે છે અને વાચકોની સહાનુભૂતિ મેળવી જાય છે."

"ઓહ, તો તમને તમન્નાનું મરી જવું અને સ્ટોરીના હીરોનું એકલા પડી જવું ન ગમ્યું એમ જ ને? તમે કદાચ વાર્તાનો સુખાન્ત ઇચ્છતા હશો... પરંતુ See... તમન્ના, જે વાર્તાનો અંત કરુણ હોય તે વાચકોના હૃદયને જલ્દી સ્પર્શી જતો હોય છે. આજે પણ જૂની હિન્દી ફિલ્મો 'ગુંજ ઊઠી શહનાઈ' અને 'એક દુજે કે લિયે' લોકો ભૂલી નથી શક્યા. કારણકે તેના અંતમાં હીરો હીરોઇનનું મિલન બતાવવામાં આવ્યું નહોતું.

"સર, હું તેમ નથી કહેવા માંગતી. પરંતુ એમ કહેવા માગું છું કે અંતમાં એવું ન રાખી શકાય કે રાજેશે જ તમન્નાને ખીણમાં ધક્કો મારીને મોતને ઘાટ ઉતારી દીધી હોય અને ઘરે આવીને બધાને મનઘડંત વાર્તા કરીને મગરનાં આંસુ સારતો હોય."

હું ચમક્યો. લેખક તરીકે મારા નાયકને આટલી હદે ખરાબ ચીતરવાનો તો મને વિચાર પણ નહોતો આવ્યો.

તમન્નાનું આવું વિચિત્ર સજેશન સાંભળીને હું અપસેટ થઈ ગયો.

"શું વિચારમાં પડી ગયા સર?" તમન્નાએ આંખો પટપટાવતાં પૂછ્યું.

"તમન્ના, રાજેશ મારી વાર્તાનો નાયક છે. તે સીધોસાદો માણસ છે. મારા જેવા નવા લેખકની સ્ટોરીમાં વાચકો હંમેશાં વાર્તાના નાયકમાં લેખકને જ શોધતા હોય છે, તેનો મને ખ્યાલ છે. તેથી રાજેશને મેં બિલકુલ મારા જેવી જ પૉઝિટિવ પર્સનાલિટી ધરાવતી વ્યક્તિ તરીકે દર્શાવ્યો છે."

"સર, મને લાગે છે કે તમને મારું સજેશન પસંદ ન પડ્યું."

"પસંદ ન પડવાનું એક કારણ તો હું બતાવી ચૂક્યો છું. હવે બીજું કારણ બતાવું તો... તમે સ્ટોરી ધ્યાનપૂર્વક વાંચશો તો તમને ખ્યાલ આવશે કે રાજેશ તેની પત્નીને હનીમૂન પર તેના સાંનિધ્યને માણવા માટે બર્ફિલી મોસમમાં હિલસ્ટેશનના આહ્‌લાદક વાતાવરણ વચ્ચે લઈ ગયો હતો. તે શા માટે તેની પત્નીનું ખૂન કરે?"

"સર, રાજેશ અને તમન્નાના ઍરેન્જ મૅરેજ હતા. અચાનક રાજેશની કિશોરાવસ્થાની પ્રેમિકાનું વિદેશમાંથી ઇન્ડિયામાં આગમન થાય, જ્યારે રાજેશ તમન્ના સાથે મંગળફેરા ફરી ચૂક્યો હોય."

મને તમન્નાનું સજેશન ગમ્યું નહીં. મારા ચહેરા પર અણગમાના ભાવ ઊપસી આવ્યા.

તમન્નાએ મારા અણગમાને અવગણીને ભારપૂર્વક કહ્યું, "સર, હજુ પણ મોડું નથી થયું. તમે ફિલ્મમાં મારા સજેશન મુજબનો અંત બદલાવી શકો છો."

મને સખત ગુસ્સો આવ્યો. આ બે વેંતની અજાણી છોકરી કયા હક્કના આધારે અંત બદલવા માટે મને ભારપૂર્વક સૂચન કરી રહી હતી?

પ્રકરણ-3

"તમન્ના, ફિલ્મ બિલકુલ મારી સ્ટોરી મુજબની જ બનશે ગુડબાય."

મેં ઠંડીથી રક્ષણ મેળવવા માટે ધ્રૂજતાં ધ્રૂજતાં મારું મફલર શક્ય તેટલું ચહેરાને ફરતું વીંટાળી દીધું. હવે માત્ર મારી બે આંખો જ બહાર દેખાતી હતી. મારી આંખમાં નારાજગીની લહેર જોઈને તમન્ના પણ ચૂપચાપ ત્યાંથી રવાના થઈ ગઈ.

મારો મૂડ ખરાબ થઈ ગયો હતો. ઠંડીનો પારો માઇનસ ડિગ્રીમાં જઈ રહ્યો હતો. જ્યારે મારા મગજનો પારો તમન્નાના વિચિત્ર સૂચનને કારણે ખાસ્સો ઉપર પહોંચી ગયો હતો!

મેં આગળ વૉકિંગમાં જવાનું માંડી વાળ્યું અને અમારી હોટલ તરફ પરત જવા માટે ઝડપથી પગ ઉપાડ્યા. પાંચ જ મિનિટમાં હું અમારા રૂમ પર પહોંચી ગયો. બહાર બરફની વર્ષા ચાલુ થઈ ગઈ હતી. જોકે મારા

ખિન્ન થઈ ગયેલા મનને ઠંડક પહોંચાડવા માટે તે અસમર્થ હતી!

બીજે દિવસે બપોરે અમે સામાન સાથે જ્યારે બહાર નીકળ્યાં ત્યારે મારું ધ્યાન સામે જ આવેલી 'હોટલ સિદ્ધાર્થ' પર પડ્યું.

"રશ્મિ, તમે ટૅક્સીમાં સામાન ગોઠવો. હું પાંચ જ મિનિટમાં આવું છું."

રશ્મિ અને પાર્થ ડ્રાઇવરની મદદ લઈને ડિકીમાં સામાન ગોઠવતાં હતાં, ત્યાં હું લગભગ દોડીને 'હોટલ સિદ્ધાર્થ'નાં પગથિયાં ત્વરિત ગતિએ ચડી ગયો. કાચનો મુખ્ય દરવાજો ખોલીને હું અંદર પ્રવેશ્યો એટલે તરત જ સામે બેઠેલી રૂપાળી રિસેપ્શનિસ્ટે મને સ્માઇલ કરીને આવકાર્યો.

"યસ્સ સર."

"મેડમ, કલ યહાં જો ટ્રેકિંગ વાલે યંગસ્ટર્સ ગ્રુપ ઠહરા થા..."

મારું વાક્ય પૂરું થાય તે પહેલાં તો રિસેપ્શનિસ્ટે જવાબ આપી દીધો, "સર, વો તો આજ સુબહ મેં હી ચલે ગયે."

મને તરત યાદ આવ્યું કે તમન્નાએ પણ ગઈકાલે રાત્રે એવું જ કહ્યું હતું કે તેઓ સવારે અહીંથી નીકળી જશે.

"OK થૅન્ક્સ મેડમ." હું ઝડપથી હોટલની બહાર નીકળી ગયો અને ટૅક્સીમાં ગોઠવાઈ ગયો. રશ્મિ અને પાર્થે મારી સામે આશ્ચર્યથી જોયું. હું તેમની આંખમાં ડોકાતો પ્રશ્ન સમજી ગયો. હું કાંઈ બોલું તે પહેલાં જ ડ્રાઇવરે એટલી ઝડપે ગાડી સ્ટાર્ટ કરીને વળાંકવાળા રસ્તામાં વાળી કે અમારા જીવ અધ્ધર થઈ ગયા.

"અરે ભૈયા, સંભાલકે." અમે બધાં એક સાથે બોલી ઊઠ્યાં.

ડ્રાઇવર હસવા લાગ્યો. આ પહાડી વિસ્તારમાં વર્ષોથી રાત-દિવસ ગાડી ચલાવવાની તેને જોરદાર પ્રૅક્ટિસ હતી... જેનો કૉન્ફિડન્સ તેના હાસ્યમાં દેખાઈ રહ્યો હતો.

"કિતને સાલ સે ગાડી ચલાતે હો?" મેં ડ્રાઇવરને વાતમાં પલોટ્યો.

"સાહબજી, બીસ સાલસે સિમલા-મનાલી કે પહાડી ઇલાકે મેં ડ્રાઇવિંગ કર રહા હું. આજ તક કભી ઍક્સિડન્ટ નહીં હુઆ."

"ભાઈ, હમ તો યહાં પહલીબાર આયે હૈં, ઇસલિયે ઐસે રાસ્તે મેં ડર લગતા હૈં." રશ્મિએ સાવ સાચી વાત કરી.

હું અને પાર્થ ચૂપચાપ બેઠા હતા, જોકે ડર તો અમારા ચહેરા પર પણ છવાઈ ગયો હતો.

અમદાવાદ પરત આવીને અમે અમારી રાબેતા મુજબની જિંદગીની ઘટમાળમાં ગોઠવાઈ ગયાં. 'તમન્ના' રિલીઝ થવાની અમે કાગડોળે રાહ

જોઈ રહ્યાં હતાં.

એક દિવસ અમે ડ્રોઇંગરૂમમાં TV જોવામાં મશગૂલ હતાં, ત્યારે પાર્થે તેના દફતરમાંથી નવી ઓટોગ્રાફ બુક કાઢીને અમને બતાવી.

"જુઓ મમ્મી, આ બુક આજે જ મેં ખરીદી છે, જેથી તેમાં ફિલ્મસ્ટાર્સના ઓટોગ્રાફ લઈ શકાય."

"હા બેટા, પ્રીમિયર શોમાં તો ઘણા કલાકારોની હાજરી હશે. દરેકના ઓટોગ્રાફ લઈ જ લેજે. તને તો કોઈ ના પણ નહીં પાડે." રશ્મિએ ઉત્સાહ બતાવ્યો.

"મમ્મી, સૌથી પહેલો ઓટોગ્રાફ તો હું મારા ફેવરિટ હીરો રવિ કપૂરનો જ લઈશ." પાર્થના ચહેરા પર ઉત્સાહ દેખાતો હતો.

"પાર્થ, બીજો ઓટોગ્રાફ યશસ્વીનો લેજે." મેં વણમાગી સલાહ આપી.

"ના પપ્પા, મને યશસ્વી બિલકુલ ગમતી નથી. તેનો ઓટોગ્રાફ હું નહીં લઉં." પાર્થે મોઢું ફુલાવીને કહ્યું.

"પાર્થ, યશસ્વીનો તું ઓટોગ્રાફ નહીં લે તો તારા પપ્પા લેવા માટે દોડશે." રશ્મિએ ત્રાંસી આંખે મારી સામે જોઈને હસતાં હસતાં કહ્યું.

"ના... ના હું કાંઈ તેવું ન કરું. પાર્થની વાત બિલકુલ સાચી છે. યશસ્વી તો મને પણ બિલકુલ પસંદ નથી. વળી નટીઓના તે કાંઈ ઓટોગ્રાફ લેવાતા હશે?" મારા ચહેરા પર નિર્દોષતાના એવા જોરદાર ભાવ લાવીને મેં કહ્યું હતું કે અત્યારે જો રવિ કપૂર મારો આ અભિનય જુએ તો ચોક્કસ તેની ફિલ્મમાં મને નાનો એવો રોલ ઓફર કરી બેસે!

પાર્થ અને રશ્મિ મારા ચહેરાનું નિરીક્ષણ કરવા લાગ્યાં. આખરે તેમણે TV તરફ ધ્યાન આપ્યું એટલે મને હાશકારો થયો... જાણે કે શૂટિંગમાં 'કટ કટ'ની બૂમ પડી ગઈ હતી. હું મનમાં જ મલક્યો અને વિચારી રહ્યો... ખરેખર તો ઈશ્વરે દરેકને અલગ અલગ રોલ ભજવવા માટે જ ધરતી પર મોકલ્યા હોય છે. પોતાને મળેલા પાત્રને કેટલો ન્યાય આપવો તે તો જે તે વ્યક્તિની નિષ્ઠા પર જ આધારિત હોય છે!

બીજે દિવસે સાંજે હું ઘરે આવતો હતો ત્યારે રસ્તામાં અચાનક મને મનોહર મળી ગયો. વર્ષો પહેલાં નવમા સુધી અમે બાવળાની સ્કૂલમાં સાથે ભણ્યા હતા. ત્યાર બાદ તેનો કોઈ સંપર્ક રહ્યો નહોતો.

"પુષ્પક, તું તો બહુ મોટો લેખક થઈ ગયો છો ને કાંઈ?"

"ના... ભાઈ ના... એવું કાંઈ નથી. શું કરે છે તું આજકાલ?"

મનોહરે મારી વાતનો જવાબ આપવાને બદલે ચાની કીટલી સામે જોયું.

હું સમજી ગયો અને તેને રસ્તો ક્રૉસ કરીને ચા પીવા માટે લઈ ગયો. અમે બંને મૂઢા પર બેઠા.

"પુષ્પક, તું તો જાણે જ છે ને કે મારા બાપા ગજબના કડક સ્વભાવવાળા હતા. ભણવામાં હું પહેલેથી જ નબળો હતો, તેથી કેટલીય વાર માર ખાવો પડતો. આખરે નવમામાં નાપાસ થયો એટલે મુંબઈ ભાગી ગયો. ફિલ્મો જોવાનો પહેલેથી જ મને ગાંડો શોખ હતો, તેથી તે લાઇનમાં જ નસીબ અજમાવવાનું વિચાર્યું હતું. કેટલાય સ્ટુડિયોમાં ચક્કર કાપ્યા પરંતુ મારી ઉંમર એવી હતી કે બાળ કલાકારમાં ન ચાલુ અને હીરોમાં પણ મને કોઈ ન રાખે."

મનોહર શ્વાસ ખાવા રોકાયો એટલે મને યાદ આવ્યું કે તે સમયે મનોહર હતો તો દેખાવડો અને નમણો. કાયમ લાંબા ઝુલ્ફામાં હાથ ફેરવીને બધાનું ધ્યાન તેના તરફ દોરવાય તેવી કોશિશમાં રહેતો.

"ફિલ્મોમાં કામ મળવાનું ક્યાં રેઢું પડ્યું હોય છે. જીવનનાં આઠદસ વર્ષ સ્ટુડિયોમાં નોકર જેવું કામ કરવામાં જ કાઢી નાખ્યાં. ત્યારબાદનો દસકો મુંબઈનાં નાટકોમાં નાના મોટા રોલ કરવામાં કાઢી નાખ્યો, પરંતુ સાલ્લું નસીબ આડેનું પાંદડુ ખસ્યું જ નહીં."

"મનોહર, આજકાલ અમદાવાદમાં તું શું કરે છે?"

"પુષ્પક, હું સુરતમાં રહું છું. અહીં તો નાટકના એક શો માટે આવ્યો છું."

"એટલે તું સ્ટેજ શો એરેન્જ કરે છે?"

"ના... ભાઈ ના. નાટકમાં મારો તો માત્ર પંદર મિનિટનો રોલ છે."

હું વિચારમાં પડી ગયો. નાટકમાં આવા નાના નાના રોલ કરનાર કલાકાર કાયમ આર્થિક ખેંચમાં જ રહેતા હોય છે તેનો મને ખ્યાલ હતો. મને વિચાર આવ્યો કે કદાચ મનોહર મારી પાસે પૈસા માંગશે પરંતુ તેણે તો વિચિત્ર માંગણી કરી.

"પુષ્પક, મેં સાંભળ્યું છે કે રવિ કપૂરને તું રૂબરૂ મળી આવ્યો છે. જો શક્ય હોય તો મારા નાટકના અનુભવને કારણે તેની કોઈ ફિલ્મમાં રોલ અપાવી દે. તું ભલામણ કરીશ તો મારો મેળ પડી જશે અને મારું નસીબ ખૂલી જશે."

"ભલે મનોહર, કદાચ પ્રીમિયર શોમાં જવાનું થશે તો હું તક જોઈને તેમને તારી ભલામણ કરી જોઈશ." મેં મનોહરને આશ્વાસન આપ્યું. મારી ભલામણનું રવિ કપૂર પાસે કાંઈ ન ઊપજે તે વાત હું સારી રીતે સમજતો હતો, પરંતુ બાળપણના ગોઠિયાને હું નિરાશ કરવા પણ નહોતો માંગતો. ચાવાળાને પૈસા આપીને મેં ઘર તરફ પ્રયાણ કર્યું.

ઘરે પહોંચ્યો તો મારા આશ્ચર્ય વચ્ચે રમણકાકાનું આગમન થયું હતું. સાઠ આસપાસના રમણકાકા દિલ્હીમાં પાર્લામેન્ટ હાઉસમાં પત્રકાર તરીકે કાર્યરત હતા. બેચાર વર્ષે અમદાવાદ આવે ત્યારે અમારા ખબરઅંતર પૂછવા ઘરે આવતા હતા. લેખનક્ષેત્રે મારી શરૂઆત સારી થઈ છે તે જાણીને તેઓ રાજી થઈને બોલ્યા, "જેની શરૂઆત સારી તેનો અંત પણ સારો."

"હા... કાકા બસ 'તમન્ના' રિલીઝ થાય તેની રાહ જોઉં છું."

"પુષ્પક, આ ફિલ્મવાળાઓનો કોઈ ભરોસો નહીં હો. મેં મારી કરિયરની શરૂઆત મુંબઈથી જ કરી હતી. તે જમાનાના મોટા મોટા સ્ટાર્સના ઇન્ટરવ્યૂ લીધા હતા અને તેમના દંભી વ્યક્તિત્વનો પણ ખૂબ પરિચય થયો હતો."

"શું વાત કરો છો કાકા?"

"હા, તદ્દન સાચી જ વાત કહું છું. આ તારી જ વાત કરને, આજ સુધી રવિ કપૂરે તને ફદિયું ય ક્યાં આપ્યું છે?"

"કાકા, હજુ તો અમારે પ્રીમિયર શોમાં જવાનું જ છે ને? ત્યારે પેમેન્ટનો ચેક હું હિંમત કરીને માંગી જ લેવાનો છું."

"તેમાં વળી 'હિંમત'ની વાત ક્યાં આવી? ફિલ્મસ્ટાર્સથી કોઈ દિવસ બહુ ઇમ્પ્રેસ થવાય જ નહીં. તેઓ પણ આપણા જેવા માણસ જ હોય છે. તેમના માથે કાંઈ શીંગડાં થોડાં હોય છે?"

કાકાની વાત સાંભળીને પાર્થ હસી પડ્યો.

"કાકા, શીંગડાં તો નથી હોતાં પરંતુ તેમનું વ્યક્તિત્વ, તેમની લોકપ્રિયતા એ બધી બાબતોને કારણે..."

મને વચ્ચે જ બોલતો અટકાવીને કાકા બોલી ઊઠ્યા, "નાહકના તમારા જેવા લોકો જ બધાને માથે ચડાવે છે, તેના કરતાં તો દિલ્હીના માણસો સારા."

રમણકાકાનો તજુર્બો મારા કરતાં ઘણો વધારે હતો. ઉંમરમાં પણ તેઓ મોટા હતા તેથી તેમની પાસે અનુભવનું ભાથું પણ સ્વાભાવિક રીતે ખાસ્સું વધારે હતું. તેમની વાત નકારી શકાય તેમ પણ નહોતી. પરંતુ મેં મજાક કરવાના ઇરાદાથી દલીલ કરી, "કાકા, ઘણાં વર્ષો પહેલાં 'દિલ્હી કા ઠગ' ફિલ્મ આવી હતી. મુંબઈ કે અમદાવાદના નામ સાથે આવી કોઈ ફિલ્મ હજુ સુધી બની નથી!"

રમણકાકા મારી મજાક સાંભળીને ખડખડાટ હસી પડ્યા. એટલું જ નહીં પરંતુ ખેલદિલીપૂર્વક કહ્યું પણ ખરું, "અમારે ત્યાં લોકો એવી પણ કૉમેન્ટ કરતાં હોય છે કે દિલ્હીના માણસો સાથે હાથ મિલાવ્યા બાદ અમદાવાદના માણસો પણ આંગળીઓ ગણી લેતા હોય છે. ક્યાંક એકેય ઓછી તો નથી

થઈ ગઈ ને?" અમે બધાં ખડખડાટ હસી પડ્યાં.

હસીમજાકના માહોલ વચ્ચે અમે જમવા બેઠાં ત્યારે પણ વડીલ હોવાના નાતે રમણકાકાએ મને ચેતવ્યો તો ખરો જ. "ભાઈ, આ ફિલ્લમવાળાઓનો કોઈ જ ભરોસો નહીં હોં."

ડિસેમ્બરની શરૂઆતમાં જ મેં રવિ કપૂરના સૅક્રેટરીને ફોન લગાવ્યો. તેણે મને લેટેસ્ટ માહિતી આપી કે સમગ્ર યુનિટ સ્વિત્ઝર્લૅન્ડથી શૂટિંગ પૂરું કરીને મુંબઈ પરત આવી ગયું છે. ફિલ્મનાં એડિટિંગ અને ડબિંગનું કાર્ય પુરજોશમાં ચાલુ છે.

ટૂંકમાં ફિલ્મ પૂર્ણતાને આરે હતી. પ્રીમિયર શોની રાહ અમે કાગડોળે જોવા લાગ્યા.

પંદર દિવસ બાદ મેં પેલા સૅક્રેટરીને ફરીથી ફોન લગાવ્યો. મારા આશ્ચર્ય વચ્ચે તે નારાજ થઈ ગયો અને બોલ્યો, "આપ, બાર બાર ફોન કરકે હમેં પરેશાન મત કરો... ફિલ્મ સૅન્સર મેં અટકી હૈં... પતા નહીં પ્લાન કે મુતાબિક નાતાલ મેં રિલીઝ હો પાયેગી યા નહીં. રવિસા'બ ભી બહોત ટૅન્શન મેં હૈ." સૅક્રેટરીનો જવાબ સાંભળીને અમારા ઘરમાં સોપો પડી ગયો. કેટલીય ફિલ્મો બન્યા બાદ સૅન્સર બૉર્ડની કડક નીતિને કારણે અટવાઈ પડતી હોય છે તેનો મને ખ્યાલ હતો.

હું નારાજ થઈને બોલ્યો, "આજકાલની ફિલ્મોમાં ગમે તેવા જુગુપ્સાપ્રેરક દૃશ્યોનું શૂટિંગ કરીને પ્રોડ્યુસર ડાયરેક્ટર ખોટું રિસ્ક લેતાં હોય છે. સૅન્સર બૉર્ડવાળા ક્યાંથી પાસ કરે?"

"પણ તમારી સ્ટોરીમાં તો ક્યાં એવું કાંઈ છે?" રશ્મિએ આખી નવલકથા વાંચી હતી તેથી તેણે નિખાલસ અભિપ્રાય આપ્યો.

"તારી વાત સાચી છે રશ્મિ, પરંતુ ફિલ્મમાં પ્રણયગીતો તો હોય ને?"

રશ્મિ મારી વાતનો ગર્ભિત ઇશારો સમજી ગઈ. પાર્થની હાજરીને કારણે અમારી વાત ત્યાં જ અટકી ગઈ.

દસેક દિવસ બાદ અચાનક એક અખબારમાં 'તમન્ના'ની પહેલીવહેલી જાહેરાત જોવા મળી. જેમાં ફિલ્મ પચ્ચીસમી ડિસેમ્બરે જ રિલીઝ થઈ રહ્યાની જાહેરાત હતી. અમે ખુશ થઈ ગયાં, કારણકે ફિલ્મ સૅન્સરમાં પાસ થઈ ગઈ હતી તેનો બોલતો પુરાવો આ જાહેરાત હતી.

મેં રવિ કપૂરના સૅક્રેટરીને અભિનંદન આપવા માટે ફોન લગાવ્યો. સામે છેડેથી કોઈએ ફોન ઉપાડ્યો નહીં. સતત ત્રણ દિવસ સુધી અલગ અલગ સમયે મેં ફોન લગાવવાનું ચાલુ રાખ્યું અને દરેક વખતે ફોન 'નો રિપ્લાય'

જ થયો. ફિલ્મનો પ્રીમિયર શો સામાન્ય રીતે રિલીઝ થવાને આગલે દિવસે જ હોય. ચોવીસમીએ સાંજ સુધી અમને પ્રીમિયર શો માટે રવિ કપૂર તરફથી આમંત્રણ આવ્યું નહોતું તે હકીકત હતી. રમણકાકાના શબ્દોના પડઘા મારા કાનમાં અથડાવા લાગ્યા, "આ ફિલ્લમવાળાઓનો કોઈ ભરોસો નહીં હોં."

પ્રકરણ-4

રમણકાકાએ કરેલી આગાહી સાવ સાચી પડી હતી. 'તમન્ના' પચ્ચીસમી ડિસેમ્બરે આખા દેશના ઢગલાબંધ મલ્ટિપ્લેક્સ સિનેમાઘરોમાં રજૂ થઈ ગઈ હતી. તે જ દિવસના અખબારમાં સમાચાર હતા કે આગલે દિવસે સાંજે હોટલ તાજમાં 'તમન્ના'નો પ્રીમિયર શો અત્યંત ભવ્ય રીતે યોજાયો હતો. પ્રીમિયર શોમાં આખું બોલીવુડ ઊમટી પડ્યું હતું તેવા પણ તેમાં અહેવાલો હતા. રવિ કપૂરે મને આમંત્રણ નહોતું પાઠવ્યું. તે મારા માટે અકલ્પનીય આંચકો હતો. રશ્મિ અને પાર્થને મુંબઈ પ્રીમિયર શોમાં લઈ જવાનો મારો પ્લાન જમીનદોસ્ત થઈ ગયો હતો. અમારી નિરાશાના રણ વચ્ચે માત્ર એક જ વૃક્ષ અડીખમ હતું. હા તે વૃક્ષ એટલે 'તમન્ના'નું આજે રિલીઝ થવું. જેને કારણે મારા પર અભિનંદનના ફોનનો મારો ચાલુ થઈ ગયો હતો.

મેં અમદાવાદના સૌથી મોંઘા અને બેસ્ટ મલ્ટિપ્લેક્સ થિયેટરની વીસ ટિકિટો મંગાવીને પ્રથમ શોમાં જ મિત્રોને ફેમિલી સાથે બતાવવાનું આયોજન કરી નાખ્યું. અમે થિયેટર પર વેળાસર પહોંચી ગયાં. પ્રીમિયર શોમાં અમને આમંત્રણ નહોતું મળ્યું. તેનો રંજ મેં જેમ નાનું બાળક કપડાં પરથી કોરી માટી ખંખેરી નાખે તેમ ખંખેરી નાખ્યો હતો. કારણકે આખરે તો આજે મિત્રો સાથે વર્તમાનની આ ક્ષણ પણ માણવાની હતી ને?

શોના સમય કરતાં અમે વીસેક મિનિટ વહેલા પહોંચી ગયાં હતાં. અચાનક મને પાછળથી પીઠ પર કોઈએ હળવો ધબ્બો માર્યો. મેં ચમકીને પાછળ જોયું તો મનોહર ઊભો હતો. તે તેના કોઈ દોસ્તની સાથે ફિલ્મ જોવા માટે આવ્યો હતો. તેના નાટકિયા દોસ્ત સાથે તેણે મારો પરિચય કરાવ્યો અને ધીમેથી મને પૂછી પણ લીધું. "યાર, રવિ કપૂરને મારી ભલામણ કરી કે નહીં?"

"ના, મનોહર. ત્યારબાદ રવિ કપૂરને મળવાનું જ નથી થયું, મળીશ ત્યારે ભલામણ કરીશ." મેં તેને માત્ર દિલાસો આપવા માટે જ કહ્યું અને વાત બદલવાના ઇરાદાથી પૂછ્યું, "મનોહર, આજે પણ તારા નાટકનો અમદાવાદમાં શો છે?"

"હા... આજે રાત્રે ટાગોરહોલમાં છે. તને ફ્રી પાસ મોકલાવું?"

"ના... યાર, આજે નહીં, ફરી ક્યારેક." મેં વાતને ટાળવાની કોશિશ કરતાં કહ્યું.

આખરે મારી આતુરતાનો અંત આવ્યો. સિનેમાહૉલની અંદર અમને એન્ટ્રી આપવામાં આવી. ફિલ્મ શરૂ થઈ એટલે હું દુનિયા ભૂલીને તેમાં ખોવાઈ ગયો. છેલ્લા દસકાની બોલીવુડની સૌથી હિટ જોડી રવિ કપૂર અને યશસ્વી ફિલ્મમાં અભિનયના ઓજસ પાથરી રહ્યા હતા. તે વાત જ મારા માટે રોમાંચક હતી. મારી વાર્તા મુજબ જ ફિલ્મ આગળ વધી રહી હતી તેનો મને આનંદ હતો. મારી સાથે આવેલા તમામ મિત્રોએ પણ 'તમન્ના' વાંચી હતી, તેથી તેઓ પણ મારા માટે ગૌરવની લાગણી અનુભવી રહ્યા હતા. ઇન્ટરવલમાં જ મિત્રોએ મને દિલથી અભિનંદન પાઠવ્યા. હું તેમની લાગણીનો અભિષેક ભાવુક બનીને ઝીલતો રહ્યો!

ઇન્ટરવલ પછી ફિલ્મ તેના અંત તરફ આગળ વધી રહી હતી. ફિલ્મ પૂરી થવાને દશેક મિનિટની જ વાર હતી ત્યારે સ્ટોરીમાં અણધાર્યો વળાંક આવ્યો.

દેશભરના યુવાનોનો રોલ મૉડલ રવિ કપૂર આ ફિલ્મમાં 'એન્ટી હીરો'નો રોલ ભજવી રહ્યો હતો. ફિલ્મમાં સસ્પેન્સ ખૂલી ગયો હતો... જેમાં સ્વિત્ઝર્લેન્ડના બર્ફિલા વાતાવરણમાં રવિ કપૂરે ઠંડા કલેજે યશસ્વી એટલે કે તમન્નાને મોતને ઘાટ ઉતારી દીધી હતી. ફિલ્મના અંતમાં બોલીવુડની સેક્સબૉમ્બ તરીકે ઓળખાતી B ગ્રેડની હીરોઇનની રવિ કપૂરની ભૂતકાળની પ્રેમિકા તરીકે એન્ટ્રી દર્શાવી હતી. મારું મગજ ચકરાવે ચડી ગયું. આવો અંત તો પેલી મનાલીમાં મળેલી છોકરીએ જ મને સૂચવ્યો હતો! આવું કઈ રીતે બન્યું? ફિલ્મ પૂરી થયા બાદ અમે સિનેમાહૉલની બહાર નીકળ્યાં ત્યારે મારા ચહેરા પર ફરી વળેલી ગ્લાનિની રેખાઓ જોઈને ફિલ્મના બદલાયેલા એન્ડ વિશે મને કોઈએ કાંઈ જ ન પૂછ્યું. કારણકે આ મારા એવા સાચા મિત્રો હતા જે વગર કહ્યે મારી વેદનાને વાંચી શકતા હતા.

રશ્મિ પણ મારા બદલાયેલા મૂડનું કારણ સમજી ગઈ હતી. જોકે તેને મનાલીમાં ઇવનિંગ વૉક વખતે મને મળેલી પેલી છોકરી વિશે તો બિલકુલ અણસાર જ નહોતો.

'તમન્ના' જોઈને અમે ઘરે પહોંચ્યાં ત્યારે કુરિયરવાળો છોકરો અમારા ઘરની બહાર તાળું જોઈને પરત જ જઈ રહ્યો હતો. જે અમને જોઈને અટકી ગયો. મારી સહી લઈને તેણે મને એક કવર સુપરત કર્યું. ઘરમાં આવ્યા બાદ મેં કવર ખોલ્યું તો તેમાંથી પેમેન્ટનો ચેક નીકળ્યો, જેની સાથે કોઈ જ

ફૉરવર્ડિંગ લેટર નહોતો.

"ચેકની રકમ તો એગ્રીમેન્ટ પ્રમાણે જ છે ને?"

"હા રશ્મિ, આપણા જેવા મિડલ ક્લાસના માણસ માટે તો આ રકમ ઘણી કહેવાય."

છેલ્લા બે દિવસથી મારા જીવનમાં સુખ અને દુ:ખ તડકા-છાંયડાની જેમ આવતાં-જતાં રહેતાં હતાં... જેમ કે 'તમન્ના'ના પ્રીમિયર શોમાં અમને રવિ કપૂરે આમંત્રણ ન મોકલાવ્યું તેનો રંજ ભૂલીને હું મિત્રવર્તુળ સહિત ફિલ્મ જોવા પહોંચી ગયો હતો. ફિલ્મનો બદલાયેલો અંત જોઈને ફરીથી મારું મન ગ્લાનિથી ભરાઈ આવ્યું હતું. ત્યાં જ અત્યારે મારા મનને આશ્વસ્ત કરવા માટે મારા હાથમાં પેમેન્ટનો ચેક આવી પહોંચ્યો હતો!

મને વિચારમગ્ન અવસ્થામાં બેઠેલો જોઈને રશ્મિ બોલી, "તમારી વાત સાચી છે. આપણા માટે તો એ જ મોટી વાત કહેવાય કે તમારી પહેલ વહેલી વાર્તા પરથી હિન્દીમાં ફિલ્મ બની."

"હા રશ્મિ, પરંતુ રમણકાકા સાચું જ કહેતા હતા કે આ ફિલ્મવાળાનો કોઈ ભરોસો નહીં."

"તમે કેમ એવું નૅગેટિવ બોલો છો? તેમણે તમને કુરિયરથી ચેક તો મોકલી જ આપ્યો ને?" રશ્મિએ પૉઝિટિવ દલીલ કરી.

"હા... રશ્મિ ચેક કુરિયરથી મોકલી આપ્યો. તેને બદલે આપણને પ્રીમિયર શોમાં બોલાવીને રૂબરૂમાં આપ્યો હોત તો મને વધારે આનંદ થાત. વળી મુહૂર્ત શૉટ વખતે જ્યારે હું પહેલીવાર યશકમલ સ્ટુડિયોમાં ગયો હતો ત્યારે રવિ કપૂરે જે ઉમળકાથી મારું સ્વાગત કર્યું હતું. તેને યાદ કરું છું તો ત્યારબાદ બનેલા બધા બનાવો મારા દિમાગમાં મોટો પ્રશ્નાર્થ કરીને ઊભા રહી જાય છે."

તે આખી રાત મેં અજંપામાં જ વિતાવી. મનાલીમાં મળેલી પેલી છોકરીએ સજેસ્ટ કરેલા અંત પ્રમાણે જ રવિ કપૂરે ફિલ્મની સ્ટોરીનો અંત બદલાવ્યો હતો. તે હકીકત જ મારી ઊંઘની વેરણ બની ગઈ હતી. ફિલ્મ તો બની ગઈ હતી તેથી હવે જે થયું તેનો સ્વીકાર કર્યા સિવાય મારી પાસે અન્ય કોઈ વિકલ્પ પણ નહોતો. જોકે ફિલ્મ બનાવવાની રવિ કપૂરની આવડત તથા તેના અભિનયને તો ખરેખર સલામ કરવી જ પડે તેમ હતી. બોલીવુડમાં રવિ કપૂર એકમાત્ર એવો એક્ટર-ડિરેક્ટર હતો જેની દરેક ફિલ્મ જમાના કરતાં દસકો આગળ જ હોય તેવું લાગે. રવિ કપૂરની કોઈપણ જૂની ફિલ્મ જોતી વખતે પણ પ્રેક્ષકોને એવું જ લાગે કે ફિલ્મ જાણે આજે જ બનાવવામાં આવી

છે. આવો આલા દરજ્જાનો કલાકાર જે સ્ટોરીને સ્પર્શ આપીને ફિલ્મ બનાવે તે સારી ન બને તો જ નવાઈ કહેવાય. રાત્રે હું પથારીમાં પડખાં ફેરવતો ફેરવતો ફિલ્મનાં દરેક દૃશ્યને વાગોળતો રહ્યો. હરીફરીને મારું મન ફિલ્મના અંત પાસે આવીને જ અટકી જતું હતું. આખરે મેં મનોમન નિર્ણય કરી લીધો કે એકવાર તો રવિ કપૂરને રૂબરૂ મળવું જ છે અને આ બદલાયેલા અંત બાબતે જાણવું જ છે. વહેલી સવારે ઘડિયાળમાં પાંચના ડંકા સંભળાયા પછી મને ઊંઘ આવી.

સવારે ચા પીતી વખતે હું અખબાર વાંચીને ખુશ થઈ ગયો, કારણકે તેમાં 'તમન્ના'નો રીવ્યુ ખૂબ જ સારો લખવામાં આવ્યો હતો. ફિલ્મનાં ગીત-સંગીતના પણ ખૂબ વખાણ કરવામાં આવ્યાં હતાં. રવિ કપૂરની દરેક ફિલ્મની જેમ 'તમન્ના' પણ બૉક્સ ઑફિસનો રેકોર્ડ તોડશે તેવી તેમાં સ્પષ્ટ આગાહી કરવામાં આવી હતી. ત્યાં જ આગાહી કરવામાં માસ્ટરી ધરાવનાર પ્રસાદભાઈ આવી પહોંચ્યા.

"આવો પ્રસાદભાઈ" મેં રશ્મિને ઇશારાથી પ્રસાદભાઈ માટે ચા લાવવાનું કહ્યું.

"પુષ્પકકુમાર, આજે તો મારા જ્યોતિષના જ્ઞાનને બિરદાવો. તમારી કુંડળીમાં કાંઈક મોટું થશે તેવા યોગો વિશે મેં આગાહી કરી હતી તે તદ્દન સાચી પડી છે. મારી આગાહી બાદ તમારી નૉવેલ બેસ્ટસેલરની યાદીમાં આવી ગઈ, માત્ર એટલું જ નહીં, પરંતુ તેના પરથી ફિલ્મ પણ બની ગઈ અને ગઈકાલે રિલીઝ પણ થઈ ગઈ."

"પ્રસાદભાઈ, ફિલ્મ તો બની જ રહી હતી તેથી રિલીઝ થવાની જ હતી ને?"

"પુષ્પકકુમાર, ફિલ્મો બને છે તો ઘણી પરંતુ બધી ફિલ્મોના નસીબમાં રિલીઝ થવાનું લખ્યું નથી હોતું. કેટલીયે ફિલ્મો ડબ્બામાં પડી રહે છે."

"તો શું 'તમન્ના' પણ ડબ્બામાં જ પડી રહેવા માટે બની હતી?" મેં મજાક કરી.

"હા, જો મેં એવી આગાહી કરી હોત તો ચોક્કસ એવું જ થયું હોત." પ્રસાદભાઈએ સામી મજાક કરી અને બંને હસી પડ્યા.

મેં રશ્મિ સામે જોયું. રશ્મિ સમજી ગઈ કે ગઈકાલે પ્રસાદભાઈને અમારી સાથે 'તમન્ના' જોવા લઈ ગયા હોત તો સારું હતું તેમ હું કહેવા માંગતો હતો. પરંતુ અમે મિત્રો સાથે ગયા હતા તેથી પ્રસાદભાઈને સાથે લઈ જવાનો દુરાગ્રહ નહોતો રાખ્યો તે પ્રસાદભાઈ સમજી ગયા હોવા જોઈએ.

તેથી તેમણે જ સામેથી વાત પલોટી, "રશ્મિબહેન, મને ખબર છે કે તમે ગઈકાલે ફર્સ્ટ ડેના ફર્સ્ટ શોમાં જ ફિલ્મ જોવા પહોંચી ગયાં હતાં. મારે તો સ્કૂલમાં રજા પડાય તેમ જ નહોતું, તેથી તમે કહ્યું હોત તો પણ હું તમારી સાથે આવી ન શક્યો હોત!"

"પ્રસાદભાઈ, રવિવારે જોઈ આવજો." હું ધીમેથી બોલ્યો.

મારા આશ્ચર્ય વચ્ચે પ્રસાદભાઈએ શર્ટના ઉપલા ખિસ્સામાંથી 'તમન્ના'ની ટિકિટનું અડધિયું કાઢ્યું.

"પુષ્પકકુમાર, ગઈકાલે છેલ્લા શોમાં જ જોઈ આવ્યો છું આ તેનો પુરાવો." પ્રસાદભાઈએ પેલી ટિકિટ ટિપાઈ પર મૂકી.

"કેવી લાગી ફિલ્મ?"

"પુષ્પકકુમાર, તમે લખેલી સ્ટોરી પરથી ફિલ્મ બને તે તો સારી જ હોય ને? પણ સાચું કહું ફિલ્મનો એન્ડ જોરદાર છે. અંતમાં તમે જે આંચકો આપ્યો છે તે પ્રેક્ષકોની કલ્પના બહારનો છે."

જે એન્ડ મેં લખ્યો જ નહોતો તેનાં વખાણ સાંભળીને મારે આનંદ વ્યક્ત કરવો કે નહીં તેની અવઢવમાં હું પડી ગયો.

પ્રસાદભાઈના ગયા બાદ 'તમન્ના'નો રિવ્યુ અખબારમાં મેં ધ્યાનપૂર્વક વાંચ્યો. જેમાં પણ રવિ કપૂરના અભિનયની ભારોભાર પ્રશંસા કરવામાં આવી હતી. ફિલ્મના સસ્પેન્સ બાબતે બાંધી મુઠ્ઠી રાખીને જ વખાણ લખ્યાં હતાં, જેથી ફિલ્મ જોતી વખતે ઑડિયન્સની રસક્ષતિ ન થાય.

"તમે નાહકના દુઃખી થાવ છો, જોયું ને ફિલ્મનો બદલાયેલો અંત બધાને 'હટકે' લાગ્યો છે, તેથી ફિલ્મ ચાલી જશે." રશ્મિએ મને આશ્વસ્ત કરવાની કોશિશ કરવાનું ચાલુ રાખ્યું.

"રશ્મિ, મને લાગે છે કે આપણે રવિ કપૂરને એકવાર મળવા જવું જોઈએ." મેં ધડાકો કર્યો.

રશ્મિને એમ કે હું મજાક કરું છું. પરંતુ મુંબઈ જઈને રવિ કપૂરને મળવું જ છે, તેવો નિર્ધાર તો મેં ગઈકાલે વહેલી સવારે સૂતા પહેલાં જ કરી લીધો હતો.

મારી વાત સાંભળીને પાર્થ સોફા પર કૂદવા લાગ્યો. બાળકોને પણ ફિલ્મસ્ટાર્સનું કેટલું બધું ઘેલું હોય છે તે હું નિહાળી રહ્યો.

"મુંબઈ ક્યારે જવું છે?" રશ્મિએ હવે મારી વાત ગંભીરતાથી લઈને પૂછી જ નાખ્યું.

"રશ્મિ, આજે રાત્રે ગુજરાત મેલમાં બેસી જઈએ તો કાલે સવારે

સીધા મુંબઈ."

"પણ આપણને ચેક તો મળી ગયો છે. હવે રવિ કપૂરને મળવા માટે કાંઈક બહાનું તો જોઈએ ને?" રશ્મિએ મુદ્દાની વાત કરી.

"રશ્મિ, તમને બંનેને પ્રીમિયર શોમાં લઈ જવાનું વચન હું સંજોગવશાત્ પાળી શક્યો નથી. તેનું પ્રાયશ્ચિત કરવા જ તમને હવે રવિ કપૂરના બંગલે લઈ જવા છે. વળી રૂબરૂ મળવાથી..." હું બોલતાં બોલતાં અટકી ગયો. જોકે રશ્મિ તરત સમજી ગઈ કે રૂબરૂ મળવાથી 'તમન્ના'ના બદલાયેલા અંતનું કારણ પણ જાણી શકાશે.

દુનિયાભરની તમામ પત્નીઓને તેમના પતિના મનમાં રમી રહેલી વાત પકડી પાડવાની કુદરતે એક અજીબ પ્રકારની સિકસ્થ સેન્સ આપેલી હોય છે. રશ્મિ પણ તેમાંથી બાકાત નહોતી.

મેં મહામુસીબતે ટ્રાવેલ એજન્ટ મારફતે મુંબઈની કન્ફર્મ ટિકિટ મેળવી. રાત્રે ગુજરાત મેલ જ્યારે અમદાવાદનું પ્લૅટફૉર્મ છોડી રહ્યો હતો ત્યારે બારી પાસે બેઠેલો પાર્થ ખુશખુશાલ હતો. તેણે પેલી નવી ઑટોગ્રાફ બુક પણ ભેગી લીધી હતી. જેથી તેનો મનપસંદ હીરો રવિ કપૂરનો તેમાં ઑટોગ્રાફ લઈ શકે. રશ્મિ પણ પાર્થની ખુશીમાં સામેલ હતી. તેણે મારી સામે જોયું. મેં મારા મનમાં ચાલતી ગડમથલને છુપાવવા માટે તરત જ ચહેરા પર સ્મિતનું મ્હોરું પહેરી લીધું.

રાત્રે ટ્રેનમાં મને બિલકુલ ઊંઘ ન આવી. મારું મન ઉચાટમાં જ હતું. રમણકાકાએ ઉચ્ચારેલી અનુભવાણી "ફિલ્લમવાળાઓનો કોઈ ભરોસો નહીં." તે હું ખોટી પાડવા જઈ રહ્યો હતો કે પછી ઝેરનાં પારખાં કરવા જઈ રહ્યો હતો, તે મને બિલકુલ સમજાતું નહોતું.

સવારે મુંબઈ સેન્ટ્રલ ઊતરીને ટૅક્સી કરીને અમે કાલબાદેવી સ્થિત હોટલ 'આદર્શ'માં પહોંચી ગયાં. ફ્રેશ થઈને ચા-નાસ્તો પતાવીને સામાન રૂમ પર જ રાખીને અમે રવિ કપૂરના બંગલે પહોંચવા માટે ટૅક્સી પકડી.

રસ્તામાં ડ્રાઇવરે ત્રણ વાર ફેરવી ફેરવીને મને પૂછી લીધું કે અમારે ખરેખર રવિ કપૂરના બંગલાની અંદર જવાનું હતું કે બંગલો માત્ર બહારથી જોઈને જ પરત થવાનું હતું? મેં દરેક વખતે એક જ જવાબ આપ્યો હતો કે રવિ કપૂર કો મિલના હૈ, બાદ મેં વાપસ આના હૈં. ડ્રાઇવર કુતૂહલવશ થઈને વારંવાર મારી સામે દૃષ્ટિપાત કરી લેતો હતો, કારણકે અમારા જેવા સામાન્ય માણસો રવિ કપૂરના મહેમાન ન હોઈ શકે તેવું તેનું દઢપણે માનવું હતું. લગભગ અગિયારેક વાગે અમે રવિ કપૂરના બંગલે પહોંચ્યાં. આઠ-દસ

યુવકો અને યુવતીઓ રવિ કપૂરના બંગલાની બહાર ઊભાં રહીને સ્ટાઇલમાં ફોટા પડાવતા હતા. વૉચમેન અમને પણ ટૂરિસ્ટ જ સમજી બેઠો તેથી ત્યાં ઊભા રહીને ફોટા પડાવવા હોય તો તેને કોઈ વાંધો નથી તેવી તેણે અમને લીલી ઝંડી આપી.

અમે તેની બિલકુલ નજીક જઈને બંગલાની અંદર જવાની પરવાનગી માંગી. અમારા વચ્ચે રકઝક થઈ. હવે વૉચમેને ગુસ્સામાં આવીને જોરથી દંડો પછાડ્યો. તેણે રીતસર અમને અંદર જતાં રોક્યાં. મેં પાછળ વળીને જોયું તો દૂરથી તાલ જોઈ રહેલો પેલો ટૅક્સીવાળો મૂછમાં હસતો હતો!

પ્રકરણ-5

રવિ કપૂરના બંગલાની બહાર અમને વૉચમેને રોક્યા ત્યારે મને યાદ આવ્યું કે પહેલીવાર જ્યારે હું અહીં એકલો આવ્યો હતો ત્યારે તો રવિ કપૂરના સૅક્રેટરીને અગાઉથી મારા આગમનની મેં જાણ કરી હતી. પરિણામે તેણે બંગલાની બહાર ફરજ બજાવનાર ગુરખાને અગાઉથી સૂચના આપી દીધી હતી. જેને કારણે મને બંગલાની અંદર કોઈપણ જાતની તકલીફ વગર પ્રવેશ મળી ગયો હતો. જ્યારે આ વખતે તો આગોતરા જાણ કર્યા વગર જ હું ફૅમિલી સાથે આવી પહોંચ્યો હતો. આજે ડ્યૂટી પર તે દિવસવાળો વૉચમેન પણ હાજર નહોતો. જેને હું દસેક મહિના પહેલાનો, મારા અહીં આગમનનો પ્રસંગ યાદ કરાવી શકું.

મેં વૉચમેનને હિન્દીમાં 'તમન્ના'ના રાઇટર તરીકે ઓળખાણ આપીને અંદર જવાની પરવાનગી બાબતે ખૂબ જ આજીજી કરી. માત્ર એટલું જ નહીં પરંતુ અહીં અગાઉ હું એકવાર આવી ચૂક્યો છું તે વાત પણ ભારપૂર્વક જણાવી. પરંતુ વૉચમેન તો એક જ વાત પકડીને બેસી ગયો હતો કે "સાબ, મેરી નોકરી ચલી જાયેગી."

હું પણ ગાડી-બંગલાવાળો એવો મોટો માણસ તો હતો કે નહીં કે વૉચમેનને સાંત્વન આપી શકું કે "ભાઈ, તેરી નૌકરી ચલી જાયેગી તો મૈં રખ લુંગા."

આખરે ખૂબ રકઝક પછી વૉચમેને ઇન્ટરકોમ પર બંગલાની અંદર કોઈકની સાથે વાત કરીને મને ઉડાઉ જવાબ આપ્યો, "રવિસાબ સો રહે હૈં."

મારી દશા ખરાબ થઈ ગઈ. મારી પાસે રવિ કપૂર સુધી પહોંચવાનો માર્ગ જ બંધ થઈ ગયો હતો. ઉપર આકાશ અને નીચે જૂહુ બીચની ધરતી હતી. ગરમીને કારણે અમને પરસેવો વળી ગયો હતો ત્યાં જ એક ચમત્કાર

34 કહાની મેં ટ્વિસ્ટ

થયો. હા... ચમત્કાર જ કહી શકાય તેવું બન્યું કે રવિ કપૂરનો પેલો સૅક્રેટરી બહારથી કારમાં બંગલાની અંદર જવા માટે આવી પહોંચ્યો. બે વૉચમેને તેની કાર પ્રવેશી શકે તે માટે મોટો દરવાજો ખોલ્યો. તેણે કારના કાચમાંથી મને જોયો એટલે તરત જ કાચ નીચે કરીને બોલ્યો, "અરે પુષ્પકજી, આપ?"

હવે પેલા વૉચમેનને મારા પર વિશ્વાસ બેઠો, તેથી તેણે ઇશારાથી અમને અંદર જવાની પરવાનગી આપી દીધી. અમે ઝડપથી તક ઝડપીને પેલા સૅક્રેટરીની કારમાં બેસી ગયા. પેલા સૅક્રેટરીના દિલમાં રામ વસ્યા હોવા જોઈએ, તેથી એક પણ શબ્દ બોલ્યા વગર તેણે ગાડી અંદર લઈ લીધી.

"આપ તીનોં અંદર જાઈયે, મૈં ગાડી પાર્ક કરકે આતા હું."

ડ્રૉઇંગરૂમમાં જવાનો રસ્તો મને યાદ હતો, તેથી હું ત્વરિત ગતિએ રશ્મિ અને પાર્થનો હાથ પકડીને છ પગથિયાં ચડીને અંદર પહોંચી ગયો.

અમે વિશાળ ડ્રૉઇંગરૂમમાં ધીમા પગલે ચાલીને સોફા પર ગોઠવાઈ ગયાં. નોકર ચાંદીના ગ્લાસમાં બદામનું શરબત મૂકી ગયો. મેં ઇશારાથી રશ્મિને કહ્યું કે હમણાં જ રવિ કપૂર પેલી કલાત્મક સીડીનાં પગથિયાં તેની આગવી સ્ટાઇલમાં ઊતરીને અહીં આવી પહોંચશે.

વીસેક મિનિટ થઈ ગઈ. અમારી ધીરજનો અંત આવી રહ્યો હતો, પરંતુ ન તો પેલો સૅક્રેટરી આવ્યો કે ન રવિ કપૂર. અમે એકબીજાની સામે જોવા લાગ્યાં. ત્યાં જ દાદરા પર કાંઈક સળવળાટ થયો.

રવિ કપૂર દાદરાના કઠેડાના ટેકે ટેકે ધીમે ધીમે પગથિયાં ઊતરી રહ્યો હતો. આજે તેની પેલી ફિલ્મી સ્ટાઇલ ગાયબ હતી. રવિ કપૂરના પગ લથડાતા હતા. હું સમજી ગયો કે રાત્રે પીધેલા મોંઘાભાવના શરાબની અસરે હજુ સુધી રવિ કપૂરને તેના નશામાંથી સંપૂર્ણપણે મુક્ત કર્યો નથી. નાઇટડ્રેસમાં સજ્જ રવિ કપૂરને નશામાં ડોલતો જોઈને અમે સ્તબ્ધ થઈ ગયાં.

"આઇએ પુષ્પકજી" રવિ કપૂરે ઠંડો આવકાર આપ્યો.

પાર્થ તેના ફેવરીટ હીરોને જોઈને એટલી હદે ડઘાઈ ગયો હતો કે તેણે હાથમાં રાખેલી ઑટોગ્રાફ બુક તેની મમ્મીની પર્સમાં સરકાવી દીધી.

"સર, પેમેન્ટ કા ચેક કલ મુઝે ઘર પે મિલ ગયા હૈ... થેન્ક્સ." મેં વિવેક દર્શાવ્યો.

"કૈસી લગી આપકો યે ફિલ્મ?" રવિ કપૂરની પૂછવાની સ્ટાઇલ પરથી મને એટલો તો ખ્યાલ આવી જ ગયો કે આ માણસ દસ ટકા જ નશામાં હતો.

"સર, વો મુહૂર્તવાલા શૉટ, જીસમેં આપને મુઝે ઇન્વાઇટ કિયા થા..." મેં વાતનો તખ્તો ગોઠવવા માંડ્યો.

"હા... હા... યાદ આયા... વો સીન? આજ મેરે પાસ સબકુછ હૈ લેકિન મા નહીં હૈ વાલા સીન?"

"હાં... સર, વહી સીન કી બાત કર રહા હું."

"વો સીન તો ફિલ્મ મેં બિલકુલ વૈસે હી રખા ગયા થા."

"યસ્સ સર, લેકિન વો સીન મુઝે બહેતરીન લગા." મેં રવિ કપૂરની પ્રશંસાના પુલ બાંધતાં કહ્યું.

"દેખિયે લેખક મહાશય, આપને ઉસ દિન તો માત્ર શૂટિંગ દેખા થા લેકિન ફિલ્મ મેં કૅમેરા કી કરામત રંગ લાતી હૈ જૈસે વો સીનમેં પહેલે માં કી તસ્વીર કા ક્લોઝઅપ, બાદમેં મેરે ચહેરે કા ક્લોઝઅપ ઔર ઉસી સીનમેં સબસે ઇફેક્ટિવ હૈ બૅકગ્રાઉન્ડ મ્યુઝિક."

ગમે તેવો રિઝર્વ નેચરનો માણસ હોય તો પણ જ્યારે તેના વ્યવસાયની વાત કાઢવામાં આવે ત્યારે તે હંમેશાં ખીલતો હોય છે. રવિ કપૂર પણ વાતમાં ખીલતો જતો હતો.

"પુષ્પકજી, આપ યે બતાઇએ કિ ઇસ ફિલ્મ મેં આપકો મેરા અભિનય કૈસા લગા?"

"સર, અભિનય કે તો આપ બાદશાહ હૈ... લેકિન મેરી સમઝમેં યે બાત નહીં આઇ કિ આપને ઐસા એન્ટિ હીરો રોલ કરને કા કૈસે સોચ લિયા?" મેં તક ઝડપીને ગાડીને ટ્રૅક પર લાવવાની કોશિશ કરી.

"અરે ભાઈ, આપ ઠહરે સીધે સાદે ગુજરાતી રાઇટર, ફિલ્મ ચલાને કે લિયે કહાની મેં ટ્વિસ્ટ તો લાના પડતા હૈ ના?"

"સર, મૈં આપકી બાત સે બિલકુલ સહેમત હું. લેકિન ઇતના અચ્છા સુઝાવ આપકો કિસને દિયા?"

આખરે નશામાં ડોલતો રવિ કપૂર બોલી જ ગયો, "અરે ભાઈ, વો અપની હીરોઇન યશસ્વી કા આઇડિયા થા."

"ક્યા બાત કર રહે હો સરજી?" મેં આશ્ચર્ય વ્યક્ત કર્યું.

"બિલકુલ સહી બાત હૈ, વૈસે ભી ખૂબસૂરત લડકિયોં કો મૈં કભી નારાઝ નહીં કરતા." રવિ કપૂરે લુચ્ચું હાસ્ય વેર્યું.

મને મારા પ્રશ્નનો જવાબ મળી ગયો હતો. પાર્થ અને રશ્મિ તો બંગલાની બહાર નીકળવા માટે આતુર જ હતાં. તેથી અમે ખૂબ જ ઝડપથી રવિ કપૂરની રજા લઈને બંગલાની બહાર નીકળી ગયાં. પાર્થ તો એટલી હદે નર્વસ થઈ ગયો હતો કે કદાચ તેના બાળમાનસમાં દરેક ફિલ્મસ્ટાર્સની છબી ખરડાઇ ગઈ હોય તેવું લાગતું હતું.

36 કહાની મેં ટ્વિસ્ટ

જીવનમાં કલ્પનાનાં રંગો જ્યારે વાસ્તવિક સ્વરૂપમાં સામે આવે છે ત્યારે કેટલીકવાર ડરામણા બની જતા હોય છે, તે લેખક તરીકે હું સારી રીતે સમજતો હતો; તેથી પાર્થને તેના માથા પર હાથ ફેરવીને મેં આશ્વાસન આપવાની કોશિશ કરી.

અમે બંગલાની બહાર આવ્યાં ત્યારે કોઈ કાંઈ જ બોલવાના મૂડમાં નહોતાં. અમારા આશ્ચર્ય વચ્ચે પેલા વૉચમેને મને ઝૂકીને સલામ કરી. ડ્રાઇવરે પણ સલામ કરીને ટૅક્સીનો પાછળનો દરવાજો ખોલી આપ્યો.

મેં રશ્મિ સાથે મસલત કરીને ટૅક્સી નજીકમાં જ આવેલ યશસ્વીના બંગલે ટૅક્સી લેવા માટે ડ્રાઇવરને જણાવ્યું. ડ્રાઇવર કાચમાંથી મારા તરફ અહોભાવની દૃષ્ટિથી જોઈ રહ્યો હતો.

મને રમણકાકાની વાત યાદ આવી ગઈ કે ફિલ્મ સ્ટાર્સથી બહુ ઇમ્પ્રેસ થવાય જ નહીં. પરંતુ અત્યારે યુવાન ટૅક્સી ડ્રાઇવરના વર્તન પરથી એટલું તો સ્પષ્ટ ફલિત થતું હતું કે દેશની સામાન્ય જનતાના દિલોદિમાગ પર સારા ફિલ્મી કલાકારો ખરેખર રાજ કરતા હોય છે, માત્ર એટલું જ નહીં પરંતુ આ કલાકારોને આમ જનતા તેમની જિંદગીનો એક હિસ્સો માનીને તેમને માન આપતી હોય છે, જે વાત સ્વીકાર્યા સિવાય છૂટકો જ નથી.

યશસ્વીના બંગલાની બહાર પણ રાબેતા મુજબ અમને વૉચમેને રોક્યા. ત્યાં પણ રવિ કપૂરના બંગલાની બહાર થયો હતો તેવો જ અમારો સીન થયો. બલ્કે અમારી હાલત ત્યાં કરતાં પણ વધારે ખરાબ થઈ, કારણકે રવિ કપૂરના બંગલે તો મને તેના સૅક્રેટરીએ ઉગારી લીધો હતો. જ્યારે અહીં તો દૂર દૂર સુધી એવી કોઈ શક્યતા દેખાતી નહોતી.

આખરે રશ્મિ મારી મદદે આવી. ગમે તેવા કડક વૉચમેન કે પોલીસવાળા પણ સ્ત્રી-સન્માનની ભાવનાથી તેમની વિનંતી માન્ય રાખતાં હોય છે. જોકે અમારા કિસ્સામાં વૉચમેને માત્ર એટલી જ કૃપા કરી કે તેણે ઇન્ટરકોમ કરીને અંદર યશસ્વીને અમારા આગમનની જાણ કરી.

"ક્યા નામ બતાયા આપને આપકા?" વૉચમેને રિસીવર હાથમાં પકડીને જ ચાલુ ફોને પૂછ્યું.

"જી પુષ્પક પંડ્યા ફ્રોમ અમદાવાદ રાઇટર ઑફ 'તમન્ના'." હું એટલું જોરથી બોલ્યો કે સદ્‌નસીબે રિસીવર દ્વારા મારો જ અવાજ યશસ્વીને સંભળાઈ ગયો હોવો જોઈએ. તેથી તેણે વૉચમેનને રિસીવર મને આપવાનું સૂચન કર્યું.

"હલ્લો, મેડમ મૈં પુષ્પક પંડ્યા વિથ ફૅમિલી આપકો મિલને આયા હું ઔર આપસે મિલનેકી ઇઝાઝત ચાહતા હું."

"દેખિયે પુષ્પકજી, ઇસ વક્ત તો મૈં આપકો નહીં મિલ શકતી... આઇ એમ વેરી બીઝી."

મુહૂર્ત શૉટ વખતે મને સંભળાયેલો પેલો રૂપાની ઘંટડી જેવો મધુર અવાજ અત્યારે મને તેવો ન લાગ્યો, કારણકે મારી ફૅવરિટ હીરોઇન મને મળવા જ નહોતી માંગતી... અને તે પણ એવા સમયે જ્યારે હું સહકુટુંબ તેના બંગલાની બહાર ઊભો હતો!

મારી ઇજ્જતનો ફાલુદો થઈ રહ્યો હતો. જોકે મારા માટે સૌથી વધારે મહત્ત્વ પેલા બદલાયેલા અંતના રહસ્ય સુધી પહોંચવાનું હતું. તેથી મેં ખૂબ જ વિનમ્રતા સાથે કહ્યું :

"મેડમ, પ્લીઝ ફોન ડિસકનેક્ટ મત કરના... અભી અભી મૈં રવિજીસે મિલકર આયા હું. ઉન્હોને બતાયા કી 'તમન્ના' કી કહાની મેં ઇતના અચ્છા ટ્વિસ્ટ લાને કા આઇડિયા આપકા થા... ઇસ સિલસિલે મેં આપસે બાત કરનેકી ઇચ્છા થી."

રવિ કપૂરનું નામ પડ્યું એટલે યશસ્વી થોડી કુણી પડી.

"હાં... હાં... રવિજી બિલકુલ સહી બોલ રહે હૈં. હમલોગ જબ સ્વિત્ઝર્લેન્ડ મેં શૂટ કર રહે થે, તબ મેરી બડી બહન મેરે સપને મેં આઇ થી ઔર ઉન્હોંને મુઝે ઐસા બદલાવ લાને કા આઇડિયા દિયા થા."

"આપ કી બડી બહન?" મેં આશ્ચર્ય વ્યક્ત કર્યું.

"અબ ક્યા બતાઉં આપકો... બહોત સાલ પહેલે મેરી દીદી કે સાથ મનાલી મેં ઐસા હી કુછ હાદસા હુઆ થા. આજ વો ઇસ દુનિયા મેં નહીં હૈં." યશસ્વીએ ફોન કટ કરી નાખ્યો.

મારા શરીરમાંથી ભયનું એક લખલખું પસાર થઈ ગયું. હવે યશસ્વીને મળવાનો કોઈ અર્થ પણ નહોતો. ભૂતપ્રેતમાં હું માનતો નથી. હું વિચારમાં પડી ગયો કે મનાલીમાં મને મળેલી પેલી તમન્નાવાળો આખો સીન મને સ્વપ્નમાં જ દેખાયો હશે?

મેં રશ્મિને પૂછ્યું, "રશ્મિ, મનાલીમાં છેલ્લે દિવસે સાંજે જ્યારે તું અને પાર્થ TV પર ફિલ્મ જોતાં હતાં અને હું ઇવનિંગ વૉકમાં નીકળી પડ્યો હતો..."

મને વચ્ચે જ બોલતો અટકાવીને પાર્થ વાતમાં કૂદી પડ્યો, "પપ્પા, તે દિવસે તો તમે કેટલા થાકેલા હતા... તમે નસકોરાં બોલાવતા હતા. વળી બહાર પણ બરફના કરા પડતા હતા ઠંડી પણ કેટલી બધી હતી!"

મને ખાતરી થઈ ગઈ કે ઇવનિંગ વૉકમાં મારું જવું અને તમન્નાને મળવું તે સો ટકા મારું સ્વપ્ન દશ્ય જ હતું. જેને એટલી હદે હું સાચું માની

બેઠો હતો કે બીજે દિવસે બપોરે મનાલી છોડતી વખતે જ્યારે રશ્મિ અને પાર્થ ડ્રાઇવરની મદદ લઈને સામાન ટૅક્સીમાં ગોઠવી રહ્યાં હતાં, ત્યારે હું સામે આવેલી 'હોટલ સિદ્ધાર્થ'માં દોડીને પહોંચી ગયો હતો. જો તમન્ના મને મળે તો મારે તેને એટલું જ કહેવું હતું કે છોકરી, તું ભલે ગમે તે સૂચન કરે પરંતુ ફિલ્મ તો મેં લખેલા અંત મુજબની જ બનશે.

જોગાનુજોગ કોઈક યંગસ્ટર્સનું ગ્રુપ ખરેખર ટ્રેકિંગમાં આવ્યું હોવું જોઈએ. જે ત્યાંથી સવારે જ નીકળી ગયાની સાવ સાચી માહિતી પેલી રિસેપ્શનિસ્ટે મને આપી હતી!

મને આખી વાતનો તાગ મળી ગયો હતો. મારા સ્વપ્નમાં આવનાર 'તમન્ના' મારું જ સર્જેલું પાત્ર હતું, જેને યશસ્વીની બહેન સાથે સ્નાનસૂતકનો પણ સંબંધ નહોતો. હા... એ વાત ચોક્કસ હતી કે યશસ્વીની બહેન સાથે વર્ષો પહેલાં જે ઘટના મનાલીમાં બની હતી તે પ્રમાણે તો અંત રાખવાનું મારી 'તમન્ના' મને સ્વપ્નમાં આવીને ભારપૂર્વક કહીને અદશ્ય થઈ ગઈ હતી. મારા સંવેદનશીલ સ્વભાવને કારણે હું સ્વપ્નને સાચું માની બેઠો હતો. હું વિચારોના વમળમાં અટવાઈ પડ્યો હતો. કલમ હાથમાં પકડી ત્યારે જ ભૂતપ્રેત કે અંધશ્રદ્ધા ફેલાય તેવું ક્યારેય લખીશ નહીં, તેવી મેં લીધેલી ભીષ્મપ્રતિજ્ઞા યાદ આવી ગઈ.

મને દુ:ખ એ વાતનું છે કે નાહકનો હું મારી 'તમન્ના'ને ફિલ્મની પેલી ખૂબસૂરત હીરોઇન યશસ્વીમાં શોધી રહ્યો હતો. વાસ્તવમાં મારું જ સર્જેલું પાત્ર મને સ્વપ્નમાં આવીને કહાનીમાં 'ટ્વિસ્ટ' લાવવાનું સૂચન કરીને જતું રહ્યું હતું, જેને હું ઓળખી પણ શક્યો નહોતો. એક લેખક તેના પાત્રને ન ઓળખી શકે તેનાથી મોટી કરુણતા બીજી કઈ હોઈ શકે?

■

કુળ દીપક

પ્રકરણ-1

વાલકેશ્વરના વૈભવી ફ્લૅટના પાર્કિંગમાંથી એક મોંઘી કાર સડસડાટ નીકળીને ઘણાં બધાં ટ્રાફિક સિગ્નલ વટાવીને એક અનાથ આશ્રમના ઝાંપા પાસે આવીને ઊભી રહે છે. લગભગ ત્રીસ-બત્રીસ વર્ષની ઉંમરનું સોહામણું કપલ તેમાંથી ઊતરે છે. સામાન્ય રીતે દત્તક બાળક લેવા આવનારાં યુગલો પ્રૌઢ જ હોય છે, પરંતુ આ યુગલ અપવાદ કહી શકાય તેવું હતું!

આશ્રમનાં મુખ્ય સંચાલિકા વીરમતીબહેન તેમને ઓળખી જાય છે અને હસતાં હસતાં પૂછે છે, "મેહુલભાઈ, આ વખતે બાળક દત્તક લેવાનો પાકો નિર્ણય કરીને આવ્યો છો ને?"

"હા મેડમ. આ વખતે નિર્ણય પાકો છે અને વર્ષા પણ મારી સાથે સંપૂર્ણ સંમત છે." મેહુલે મક્કમતાથી જવાબ આપ્યો. વીરમતીબહેને વર્ષા સામે સસ્મિતથી જોયું.

વર્ષા થોડી છોભીલી પડી ગઈ પણ તરત હસતાં હસતાં બોલી, "હા, મેડમ, અમે ત્રણ માસ પહેલાં આવ્યાં ત્યારે બાળક તો દત્તક લેવાનું જ હતું પરંતુ મેહુલને પાંચ વર્ષનો ચિરાગ તરત પસંદ પડી ગયો. મને એમ કે જો એક-બે વર્ષનું નાનું બાળક લઈએ તો અમને જલ્દીથી મમ્મી-પપ્પા તરીકે સ્વીકારી લે... બાકી ચિરાગ ન ગમવાનું મારી પાસે કોઈ કારણ જ નહોતું!"

"તો આ વખતે તમો ચિરાગને લેવા આવ્યા છો એમ ને?" વીરમતીબહેને પ્રશ્નાર્થ કર્યો.

"અફકોર્સ યસ" મેહુલ અને વર્ષા બંને સાથે બોલી ઊઠ્યાં. વીરમતીબહેને પટાવાળાને ચિરાગને કૅબિનમાં લઈ આવવા જણાવ્યું.

પટાવાળો બહાર પ્રાંગણમાં ચિરાગને લેવા માટે ગયો, ત્યારે પાંચ વર્ષનો ચિરાગ તેના કરતાં થોડા મોટા બાળકો સાથે ક્રિકેટ રમી રહ્યો હતો.

"ચિરાગ, ચાલ તને મેડમ બોલાવે છે." પટાવાળાએ ચિરાગ પાસે જઈને કહ્યું.

ચિરાગ તરત દોડીને બીજી બાજુ જતો રહ્યો.

ચિરાગથી થોડો મોટો એક છોકરો તરત ચિરાગને સમજાવવા લાગ્યો,

"જલદી જા તને પેલા અંકલ અને આન્ટી ફરીથી મળવા આવ્યાં છે. હું તો તેમને ગાડીમાંથી ઊતર્યાં ત્યારે જ ઓળખી ગયો હતો."

પટાવાળાએ વાતમાં સૂર પુરાવ્યો, "હા... હા ચિરાગ, આ વખતે તો તને લઈ જ જશે તેવું લાગે છે."

ચિરાગ બિલકુલ ચુપ હતો, પરંતુ તેની નિર્દોષ આંખો ઘણું બધું કહી જતી હતી. જાણે કે તે ફરિયાદ કરતો હતો કે, "આ શું માંડ્યું છે? ગઈ વખતે મને લેવા આવ્યા ત્યારે મને એમ હતું કે મને સરસ નવાં મમ્મી-પપ્પા મળ્યાં... પણ ખબર નહીં કેમ મને અહીં જ મૂકીને જતાં રહ્યાં. હું તે દિવસે કેટલો બધો રડ્યો હતો? આજે હવે માંડ માંડ અહીં આશ્રમમાં સેટ થયો છું, ત્યારે વળી ફરીથી મને ડિસ્ટર્બ કરવા આવી ગયાં?"

અનાથ આશ્રમમાં રહેતાં બાળકો તેમની ઉંમરના પ્રમાણમાં વધારે મેચ્યોર્ડ થઈ જતાં હોય છે. તેમની સિકસ્થ સૅન્સ તેમનું સ્વમાન હોય છે. આ સ્વમાનને ઠેસ પહોંચે ત્યારે તેમને બહુ જ માનસિક આઘાત પહોંચતો હોય છે. જે ઘણીવાર મોટા માણસોને ખ્યાલ પણ નથી આવતો!

પટાવાળો ખાસ ભણેલો નહોતો પરંતુ આશ્રમમાં બાળકો સાથે રહી રહીને ચાઇલ્ડ સાઇકૉલૉજીનો જાણકાર થઈ ગયો હતો. તે ચિરાગની મનોદશા બરોબર સમજી ગયો અને તેણે લાડથી કહ્યું, "બેટા, આ વખતે તો આ અંકલ-આન્ટી ચોક્કસ તને લઈ જશે." મેદાનમાં સાઇડમાં નવી નકોર મોટર બતાવીને તે આગળ બોલ્યો, "હવે તો ચિરાગ બાબા આ મોટરમાં ફરશે અને જલસા કરશે..."

નિર્દોષ ચિરાગ દોડીને પટાવાળાને વળગી પડ્યો. બંને જણા તરત ઑફિસ તરફ જવા રવાના થયા. બધા બાળકો રમત પડતી મૂકીને બંનેને જતા જોઈ રહ્યા. અનાથ આશ્રમમાં આવું ક્યારેક ક્યારેક જ બનતું કે બહારથી નિઃસંતાન દંપતી આવે અને બધા બાળકોને જુએ અને પછી ગમે તે એક બાળકને પસંદ કરીને પોતાની સાથે લઈ જાય. જે બાળકો આઠ-દશ વર્ષના હતા તેઓ તો ઘણાં સમજણા થઈ ગયા હતા અને તેઓ તે પણ જાણતા હતા કે તેઓ હવે મોટામાં ગણાય છે, માટે તેમને હવે મમ્મી-પપ્પા મળવાનો ચાન્સ નહિવત્ છે. તેમના માટે તો આ અનાથ આશ્રમ એ જ તેમનું કાયમી ઠેકાણું હતું!

પટાવાળા સાથે ચિરાગ ઑફિસમાં પ્રવેશ્યો એટલે તરત વર્ષાએ પર્સમાંથી કેડબરી કાઢીને તેને બતાવી. ચિરાગે હાથ લાંબો ન કર્યો, જાણે કે પહેલાં આવ્યાં ત્યારે કેમ ન લઈ ગયા તેની ફરિયાદ કરતો હતો!

ત્રણ માસ પહેલાં જ્યારે ચિરાગને વર્ષાએ પહેલીવાર જોયો હતો ત્યારે

જ તે વર્ષા સામે આશાભરી દૃષ્ટિએ તાકી રહ્યો હતો! અનાથ આશ્રમમાં બાળકોને ગમે તેટલી સારી રીતે રાખવામાં આવતાં હોય પણ ઘર અથવા મા-બાપની હૂંફ જો બાળકને જિંદગીમાં ન મળે તો જીવનના અંત સુધી તેમને કાંઈક ખૂટી રહ્યાનો અહેસાસ થયા કરતો હોય છે!

મેહુલ અને વર્ષાનાં લગ્ન થયે પાંચ વર્ષ પૂરાં થયાં હતાં. મેહુલ ઇન્ડો-જર્મન કંપનીમાં ઉચ્ચ હોદ્દો ધરાવતો હતો. પરિણામે ઘણો સારો પગાર હતો. કંપની તરફથી વાલકેશ્વર જેવા પોશ વિસ્તારમાં ફ્લૅટ મળ્યો હતો. મેહુલને તેના હોદ્દાને કારણે મુંબઈ બહાર પણ જવું પડતું તેથી વર્ષા વિશાળ ફ્લૅટમાં તદ્દન એકલી પડી જતી. વળી બંનેના પરિવારો મુંબઈની બહાર રહેતા હોવાથી વર્ષાને એકલતા ખૂબ સાલતી અને તેની બાળકની ઝંખના વધુ ને વધુ તીવ્ર બનતી જતી હતી! ડૉક્ટરના અભિપ્રાય પ્રમાણે વર્ષાને બાળક થવાની શક્યતા નહિવત્ હતી, તેથી છેલ્લા એક વર્ષથી વર્ષા ડિપ્રેશનનો ભોગ બની ચૂકી હતી! છેવટે સાઇકિયાટ્રિસ્ટની સારવાર લેવી પડી હતી અને તેણે જ બંનેને બાળક દત્તક લેવાની સલાહ આપી હતી.

અનાથ આશ્રમની ત્રણ માસ પહેલાંની છેલ્લી મુલાકાત નિષ્ફળ નીવડ્યા, પછી મેહુલે વર્ષાને ચિરાગને દત્તક લેવાનું સમજાવવાનું ચાલુ રાખ્યું હતું. આખરે વર્ષા માની ગઈ હતી, પરંતુ તેણે સંમત થતાં પહેલાં કહ્યું હતું :

"મેહુલ, તારે મને એક વચન આપવું પડશે."

"શેનું વચન?"

"કદાચ ભવિષ્યમાં જો મારી કુખે બાળક અવતરે તો ચિરાગને કોઈ જ ભાગ નહીં આપવાનો. તમામ ભાગ આપણા બાળકને જ મળવો જોઈએ."

મેહુલે તરત હા પાડી હતી, કારણ કે એ બધી ભવિષ્યની વાત હતી. અત્યારે એક વખત ચિરાગને દત્તક લેવાઈ જાય એટલે પત્યું. વળી મેહુલને વિશ્વાસ હતો કે વર્ષા કદાચ કૌશલ્યા નહીં બની શકે પરંતુ કૈકેયી તો હરગિજ નહીં જ બને. કમ સે કમ દત્તક લીધેલા ચિરાગને વનવાસમાં તો નહીં જ મોકલી દે!

અનાથાશ્રમમાં સ્ટેમ્પ પેપર ઉપર જરૂરી સહી-સિક્કા કરીને ચિરાગને લઈને બંને ઘેર આવી પહોંચ્યાં. ચિરાગના આગમનના માત્ર છ દિવસમાં જ મેહુલને આસિસ્ટન્ટ ચીફ એક્ઝિક્યુટિવનું પ્રમોશન મળ્યું હતું, તેથી બંને ચિરાગને ઘણો શુકનિયાળ માનવા લાગ્યાં હતાં. માત્ર એક વર્ષમાં તો બંને ચિરાગમય બની ગયાં હતાં. વર્ષાની તો દરેક વાત ચિરાગથી શરૂ થતી અને ચિરાગથી જ પૂરી થતી. ટૂંકમાં તેની દરેક વાતમાં ચિરાગનો ઉલ્લેખ તો હોય હોય ને હોય જ! હવે વર્ષાનું ડિપ્રેશન સંપૂર્ણપણે દૂર થઈ ગયું હતું. ચિરાગને

નજીકની અંગ્રેજી મિડિયમની સ્કૂલમાં બેસાડી દીધો હતો.

આજે વર્ષા મેહુલની કાગડોળે રાહ જોઈ રહી હતી. મેહુલને ફોન ઉપર સારા સમાચાર તે આપવા નહોતી માંગતી પરંતુ રૂબરૂમાં જ સરપ્રાઇઝ આપવા માંગતી હતી. હા... આજે ડૉ. જયના પરીખે વર્ષાને કન્ફર્મ કહી દીધું હતું કે તે પ્રેગનન્ટ છે. તેના ઉદરમાં એક બાળક આકાર લઈ રહ્યું છે! ડોરબેલ વાગી એટલે વર્ષાએ દોડીને દરવાજો ખોલ્યો અને સામે મેહુલને જોઈને તેણે તરત જ વધામણીના સમાચાર આપ્યા.

"રિયલી?" મેહુલે આશ્ચર્ય અને આનંદ બંને વ્યક્ત કરતાં કરતાં વર્ષાને ઊંચકી અને સોફા ઉપર બેસાડી. ત્યાં ફોનની રિંગ વાગી એટલે વર્ષાએ તે ઉપાડ્યો. ખૂબ જ ઉત્સાહથી વર્ષા ફોન ઉપર તેની મમ્મીને સારા સમાચાર આપી રહી હતી. બાજુમાં બેઠેલો મેહુલ ટાઇ કાઢતાં કાઢતાં એકદમ ગંભીર થઈ ગયો.

ફોન ઉપર વાત પૂરી કરીને મેહુલના બદલાયેલા હાવભાવ જોઈને વર્ષાએ પૂછ્યું, "કેમ ગંભીર થઈ ગયો?"

મેહુલે ધીમેથી પૂછ્યું : "હવે ચિરાગને અન્યાય તો નહિ થાય ને?"

"અરે, હજુ બાળક તો આવવા દે." એટલું બોલતાં બોલતાં વર્ષા કિચનમાં પાણી લેવા માટે દોડી ગઈ. મેહુલને ચિરાગની ચિંતા થવા લાગી. ગમે તેમ તોય ચિરાગ પોતાનું જ લોહી હતું ને? ભલે તે વર્ષાનો પુત્ર નહોતો પરંતુ જૂલી સાથે લગ્ન પહેલાં ગાળેલી સુખદ ક્ષણોની નિશાની હતી! આ વાત મેહુલ સિવાય માત્ર અનાથ આશ્રમવાળાં વીરમતીબહેન જ જાણતાં હતાં!

➤ પ્રકરણ-2 ◆◆

હા... ચિરાગ મેહુલ અને જૂલીનો પુત્ર હતો અને આ વાત માત્ર વીરમતીબહેન જ જાણતાં હતાં! ચિરાગને તેમના આશ્રમમાંથી પોતાના ઘરે લાવવાનું મેહુલનું પગલું પોતે ભૂતકાળમાં લગ્ન પહેલાં કરેલી ભૂલના પ્રાયશ્ચિત્તના ભાગરૂપે જ હતું! લગભગ ત્રણ-ચાર માસ પહેલાં મેહુલ ઑફિસમાં તેની કૅબિનમાં કાર્યરત હતો ત્યારે વીરમતીબહેને પરવાનગી માંગીને તેની કૅબિનમાં પ્રવેશ કર્યો હતો. લગભગ પંચાવન આસપાસની ઉંમરના વીરમતીબહેનની સામે મેહુલ જોઈ રહ્યો, "માફ કરજો તમારી ઓળખાણ ન પડી." હું કસ્તુરચંદ શેઠના ટ્રસ્ટ દ્વારા સંચાલિત ઘાટકોપર ખાતેના અનાથ આશ્રમની મુખ્ય સંચાલિકા છું. મેહુલને થયું કે કાંઈક ફંડફાળા માટે આ બહેન આવ્યાં હશે.

"એક ગ્લાસ પાણી મળશે?" વીરમતીબહેને પૂછ્યું.

"હા... હા... શ્યોર." એટલું બોલીને મેહુલે બેલ મારીને પટાવાળાને

બોલાવ્યો અને પાણી મંગાવ્યું. પાણી પી લીધા પછી ટ્રેમાં ગ્લાસ મૂકીને પટાવાળો પાછળ ઊભો નથી ને તેની ખાતરી કરી લીધા પછી વીરમતીબહેને વાતની શરૂઆત કરી.

લગભગ પાંચેક વર્ષ પહેલાં એક પ્રૌઢ બહેન પૂનાથી મારી પાસે આવ્યાં હતાં અને તેમની બહેનની દીકરી જે કુંવારી માતા બની હતી તેનું તાજું જન્મેલું બાળક મને સોંપી ગયા હતા. ગઈકાલે તે બહેનના કોઈ દૂરના સગા મને સીલ કરેલું કવર આપી ગયા હતા અને જતાં જતાં માહિતી આપતાં ગયા કે પેલા પ્રૌઢ બહેનનું પૂનામાં અવસાન થયું છે અને તેમની અંતિમ ઇચ્છા પ્રમાણે આ કવર તમને પહોંચાડું છું.

“પણ આ બધી વાત તમે મને શા માટે કરો છો?” મેહુલની અકળામણ વધતી જતી હતી.

એટલા માટે કે તે બંધ કવરમાંથી જૂલીનો પત્ર નીકળ્યો છે, જે કુંવારી મા બનીને બાળકને જન્મ આપીને તરત ગુજરી ગઈ હતી અને તેણે બાળકના બાપનું નામ મેહુલ દેશપાંડે – ઇન્ડો-જર્મન કંપની એવો ઉલ્લેખ કર્યો છે. આટલું બોલીને વીરમતીબહેને કવરમાંનો જૂલીનો પત્ર, જૂલીનાં માસીની વીરમતીબહેન ઉપરની નાની ચિઠ્ઠી તથા અંગ્રેજીમાં ‘M’ લખેલી એક ચાંદીની વીંટી ટેબલ ઉપર મૂકી. વીંટી જોઈને જ મેહુલને A.C. કૅબિનમાં પણ પરસેવો વળી ગયો. તેના હૃદયના ધબકારા વધી ગયા અને આંખ સામે જાણે કે અંધારું છવાઈ ગયું!

લગભગ છ વર્ષ પહેલાંનો તે દિવસ મેહુલને યાદ આવી ગયો. ઇન્ડો-જર્મન કંપની જોઇન કરવાના ત્રણ દિવસ અગાઉ મેહુલ તેના એક મિત્રના લગ્નમાં પૂના ગયો હતો. ત્રણ દિવસ પછી મુંબઈથી તેને કંપની તરફથી જ ઍડ્મિનિસ્ટ્રેશનની સ્પેશિયલ ટ્રેનિંગ લેવા માટે એક વર્ષ માટે જર્મની માટે નીકળવાનું હતું. પૂના લગ્નમાં કન્યા પક્ષના કોઈક દૂરના સગા તરફથી જૂલી પણ આવી હતી. એક જ દિવસમાં મેહુલ અને જૂલીનો પરિચય સારો એવો થઈ ગયો હતો, કારણ કે બંનેને કોઈ ગ્રુપ નહોતું. બંને એકલાં જ હતાં!

“આવતી કાલે સવારે જ તમારે મુંબઈ માટે નીકળવાનું છે?” જૂલીએ મેહુલને પૂછ્યું.

“ના. કાલે મારે લોનાવાલા-ખંડાલા જવાનો વિચાર છે. કાલે રાત્રે પૂના અહીં પરત આવી જઈશ પછી પરમદિવસે પૂનાથી મુંબઈ જઈશ અને તેના બીજા દિવસે તો મારે જર્મની માટે નીકળવાનું છે.” મેહુલે જવાબ આપ્યો.

“મારે પણ સવારે સાતની ટ્રેનમાં અકુરડી માટે રવાના થવાનું છે. પૂનાથી લોનાવાલા જતાં રસ્તામાં જ અકુરડી આવે છે.”

44 કહાની મેં ટ્વિસ્ટ

"તો તો આપણે સાથે એક ટ્રેનમાં જઈ શકીએ કેમ?"

"હા... હા... ચોક્કસ." જૂલીએ જવાબ આપ્યો.

બીજે દિવસે બંને સવારે ટ્રેનમાં બેઠાં હતાં. ત્યારે રસ્તામાં જૂલીએ કહ્યું, "તમે નહીં માનો પણ મારા ગામથી લોનાવાલા માત્ર એક કલાકનો જ રસ્તો છે, પણ હજુ સુધી મેં જોયું નથી."

મેહુલને બહુ નવાઈ લાગી. વાતવાતમાં મેહુલને જાણવા મળ્યું કે જૂલીનાં માતા-પિતા નાનપણમાં જ અકસ્માતમાં અવસાન પામ્યાં હતાં. જૂલી તેની વિધવા માસી સાથે રહેતી હતી અને તેમની આર્થિક પરિસ્થિતિ ખૂબ જ નબળી હતી.

"તમને યોગ્ય લાગતું હોય તો મારે કંપનીની જરૂર છે જ અને વળતાં તમને અકુરડી ઉતારીને હું તે જ ટ્રેનમાં પૂના પહોંચી જઈશ." મેહુલે જૂલીની સંમતિ માંગી.

જૂલીએ સંમતિ આપી એટલે બંને જણાં લોનાવાલા પહોંચી ગયાં. રસ્તામાં બંનેનો પરિચય ઘણો આગળ વધી ગયો હતો અને બંને લગભગ સરખી ઉંમરનાં હતાં તેથી એકબીજાને તુંકારે બોલાવતાં થઈ ગયાં હતાં. ખંડાલા પહોંચ્યાંને તરત ધોધમાર વરસાદ ચાલુ થઈ ગયો અને બંનેને સાઇટસીઇંગ પડતું મૂકીને નાછૂટકે એક હોટલમાં આશરે લેવો પડ્યો. ધોધમાર વરસાદ... હિલ સ્ટેશનનું આહ્‌લાદક વાતાવરણ અને એકાંત વચ્ચે બંને યુવાન હૈયાં ક્યારે એકબીજાં તરફ આકર્ષાઈ ગયાં અને ક્યારે લક્ષ્મણરેખા ઓળંગી ગયાં તેનો બેમાંથી એકેયને ખ્યાલ ન રહ્યો! વળતાં અકુરડી સ્ટેશને જૂલીથી છૂટા પડતાં મેહુલે પોતે પહેરેલી 'M' લખેલી વીંટી તેને પહેરાવી અને જર્મનીથી આવીને તરત મળવાનું વચન પણ આપ્યું. સમય વીતી ગયો. જર્મનીથી મેહુલે લગભગ એકાદ માસ પછી જૂલીને પત્ર લખ્યો પણ તેનો કાંઈ જવાબ ન આવ્યો. બે માસ પછી ફરીથી મેહુલે એક પત્ર લખ્યો પણ તેનો કાંઈ જવાબ ન મળ્યો. એક વર્ષ પછી જર્મનીથી આવીને મેહુલે પહેલું કામ અકુરડી આવીને જૂલીની તપાસ કરી તો જૂલી અને તેની માસી છેલ્લા એક વર્ષથી પૂના જતાં રહ્યાં છે તેવું પડોશમાંથી જાણવા મળ્યું, પરંતુ પૂનાનું ચોક્કસ ઍડ્રેસ મેહુલ ન મેળવી શક્યો. પછી તો મેહુલનાં વર્ષા સાથે ઍરેન્જડ મૅરેજ થઈ ગયાં. કાળક્રમે જે ભૂતકાળ ભુલાઈ ગયો હતો તે આજે વીરમતીબહેને સજીવન કર્યો હતો!

"હું મારા બાળકને મળી શકું?"

અરે, હું તો ઇચ્છું છું કે તેને તમારા ઘરે જ લઈ જાવ. એક દીકરાને બાપ મળી જાય તો તેનાથી વધારે રૂડું શું?

"જુઓ મેડમ, મારા લગ્ન તો પાંચ વર્ષ પહેલાં થઈ ગયા છે. પણ

એક રસ્તો છે... અમારે બાળક નથી અને ગઈકાલે જ એક સાઇકિયાટ્રિસ્ટે બાળક દત્તક લેવાની સલાહ મારી પત્નીને આપી છે.

"તો... તો... તમે ચિરાગને કાયદેસર રીતે તમારું નામ પણ આપી શકો." વીરમતીબહેને ઉત્સાહથી કહ્યું, "પણ આ વાત આપણા બે વચ્ચે જ રહેશેને?" મેહુલે પ્રશ્નાર્થ કર્યો.

"અરે મેહુલભાઈ, પોણી જિંદગી આ સંસ્થામાં જ કાઢી છે. જો મારું મોઢું ખૂલે ને તો મુંબઈના મોટા મોટા શેઠિયાઓની ઊંઘ હરામ થઈ જાય. જોકે જૂલીના પત્ર ઉપરથી મને તમો બંને નિર્દોષ જ લાગ્યા છો." આટલું બોલીને વીરમતીબહેને રજા લીધી હતી!

સોફા ઉપર બેઠો બેઠો મેહુલ હજુ ચિરાગની જ ચિંતા કરી રહ્યો હતો. તેણે ત્યાં બેઠા બેઠા જ નજર દોડાવી. વર્ષા રસોડામાં ચા બનાવવામાં મગ્ન હતી.

મેહુલ મનોમન વિચારી રહ્યો... જો જૂલી મળી ગઈ હોત તો વર્ષા તેના જીવનમાં આવી જ ન હોત! આજે પહેલી જ વાર તેનાથી મનોમન જૂલી અને વર્ષાની સરખામણી થઈ ગઈ. હા... જૂલી તેની પ્રથમ પ્રેમી હતી તો વર્ષા તેની પત્ની હતી. પ્રથમ પ્રેમ જેની સાથે થયો હોય તેવી વ્યક્તિ પત્ની બને તેવા નસીબદાર તો બે ટકા માણસો પણ નહીં હોય! વર્ષાને પ્રથમવાર જોઈ ત્યારે તેને લવ એટ ફર્સ્ટ સાઇટ જેવું ફીલ નહોતું થયું પરંતુ વર્ષા તેને ગમી તો ગઈ જ હતી. વર્ષાના વ્યક્તિત્વમાં એક આકર્ષણ તો ચોક્કસ હતું જ. વળી તેનો વિવેક, વાતચીત કરવાની સ્ટાઇલ, ભણેલી, દેખાવડી... એક પુરુષ પોતાની પત્નીમાં ઝંખતો હોય છે તે બધું જ તેનામાં હતું. મેહુલને વર્ષા સાથેની પહેલી મુલાકાત અક્ષરશઃ યાદ હતી. "તમારા જીવનમાં કોઈ સ્ત્રી ક્યારેય આવી છે ખરી?" વર્ષાએ શરમાતા શરમાતા પૂછ્યું હતું.

"ના...રે...ના... અત્યાર સુધી ભણવામાંથી નવરો પડું તો ને?" મેહુલે વર્ષાની વાત ઉડાવતા કહ્યું હતું. "M.B.A. પૂરું કર્યા પછી તરત તો નોકરી મળી ગઈ અને એ પણ કંપનીના ટોપ મૅનેજમૅન્ટમાં, પરિણામે કોઈ સ્ત્રીની સામું જોવાનો પણ મને સમય મળ્યો નથી."

વર્ષાએ રમતિયાળ સ્મિત સાથે કહ્યું હતું : "હું તો મજાકમાં પૂછતી હતી. જો કોઈ સ્ત્રી તમારા જીવનમાં ખરેખર આવી હોય તો પણ અત્યારે તમે મને કહી દો તે મને વધારે ગમે... બાકી ભવિષ્યમાં લગ્ન પછી એવી કોઈ વાત બહાર આવે તો હું સહન ન કરી શકું."

"તમારી વાત સાચી છે. વર્ષા, એવું તો કોઈપણ સ્ત્રી સહન ન કરી શકે." મેહુલ તરત જ વર્ષાની વાત સાથે સહમત થયો હતો.

વાતચીત દરમિયાન મેહુલ વર્ષાથી ધીમે ધીમે એટલો બધો આકર્ષાઈ ચૂક્યો હતો કે હવે કોઈપણ ચોખવટ કરીને તે વર્ષાને ગુમાવવા માંગતો નહોતો.

મેહુલ જાણતો હતો કે ઍરેન્જડ મૅરેજમાં બંને પક્ષે બ્લાઇન્ડ જ રમાતું હોય છે. બધું નસીબ ઉપર જ છોડી દેવાનું હોય છે, કારણ કે એક કે બે મુલાકાતમાં લગ્નનાં ચોકઠાં વડીલો ગોઠવતાં હોય છે. તેમાં એકબીજાંને સમજવાનો તો સમય ક્યાંથી મળવાનો હતો?

અલબત્ત મેહુલનાં આ પાંચ વર્ષ વર્ષા સાથે ઘણાં સારાં ગયાં હતાં. વર્ષાનો સ્વભાવ સ્વાભિમાની હતો. ખોટું સહન કરવાની તેને ટેવ નહોતી તે મેહુલે ઘણાં નાના મોટા પ્રસંગોમાં અનુભવ્યું હતું. સંતાન સુખ અત્યાર સુધી નહોતું તે નસીબની વાત હતી. તેમાં કોઈને દોષ દઈ શકાય તેમ નહોતો! ત્યાં જ રસોડામાંથી ટ્રેમાં બે કપ ચા અને બિસ્કિટ સાથે વર્ષા રૂમમાં પ્રવેશી. એટલે મેહુલ તરત ફ્લેશબેકમાંથી બહાર આવીને પોતાના ચહેરા ઉપર ચિરાગની ચિંતાની જે રેખાઓ હતી તે છુપાવવામાં લાગી ગયો.

બંને જણાંએ ચા-બિસ્કિટ લેવાનું ચાલુ કર્યું ત્યાં જ ડોરબેલ વાગી.

પ્રકરણ-3

ડોરબેલ સાંભળીને વર્ષાએ તરત દરવાજો ખોલ્યો. સામે ચિરાગ સ્કૂલડ્રેસમાં સજ્જ ખભા પાછળ દફ્તર લટકાવીને ઊભો હતો!

"આવી ગયો ચિરાગ?" આટલું બોલતાં તેને તેડીને વર્ષાએ વહાલથી સોફા ઉપર બેસાડ્યો. પાણી પિવડાવ્યું અને બૂટ-મોજાં કાઢવા માંડી. ચિરાગ તેની કાલીઘેલી ભાષામાં વર્ષાને સ્કૂલનો કોઈક પ્રસંગ સંભળાવવામાં લાગી ગયો. મેહુલને ચિરાગની વાત કરવાની સ્ટાઇલ અને નિર્દોષ આંખો જૂલીની યાદ અપાવી ગઈ! ચિરાગ જાણે કે આબેહૂબ જૂલીની જ પ્રતિકૃતિ લાગતો હતો! તે સાંજે બધાં મહાલક્ષ્મી દર્શન કરવા ગયાં. દર્શન કર્યાં પછી બહાર પાળી ઉપર બેઠાં હતાં ત્યારે વર્ષાએ ઉત્સાહથી મેહુલને પૂછ્યું, "શું માંગ્યું મેહુલ?"

"કાંઈ જ માંગ્યું નથી... જે થશે તે સારું જ થશે."

"મેહુલ, જો દીકરો આવશે ને તો આપણે તેનું નામ દીપક રાખીશું. આપણા કુળનો દીપક... કુળદીપક."

"OK" મેહુલે ટૂંકમાં પતાવ્યું.

મેહુલ નિરીક્ષણ કરતો રહ્યો કે જેમ જેમ વર્ષાની ડિલિવરીનો સમય નજીક આવતો જતો હતો તેમ તેમ ચિરાગ પ્રત્યેનું તેનું વર્તન શુષ્ક થતું જતું હતું. વળી ચિરાગ પોતાનો દીકરો છે તે કહેવાની હિંમત મેહુલમાં નહોતી,

તેથી તેના હૃદય ઉપર આ વાત છુપાવ્યાનો ઘણો મોટો ભાર હતો! તેમાંય વળી વર્ષાનું ચિરાગ પ્રત્યેનું વર્તન ઓરમાયું થઈ રહ્યું હતું, તેથી પેલો ભાર હવે હિમાલય જેવડો થઈ ગયો હતો!

આજે રવિવાર હોવાથી સાંજે મેહુલ ચિરાગને ગેટ વે ઑફ ઇન્ડિયા ફરવા માટે લઈ ગયો હતો. વર્ષા તબિયતનું બહાનું કાઢીને સાથે આવી નહોતી. બંને બાપ-દીકરો પાળી ઉપર પગ લટકાવીને બેઠાં બેઠાં દરિયાનાં ઊછળતાં મોજાં જોઈ રહ્યા'તા, ત્યાં એકાએક ચિરાગે પૂછ્યું, "હેં પપ્પા, મારે નાનકડો ભાઈ આવવાનો છે?"

"હા... બેટા."

"એટલે મમ્મી મને હવે પહેલાં જેવું વહાલ નથી કરતી?"

"ના... બેટા... એ તો તેની તબિયત સારી રહેતી નથી એટલે તને એવું લાગે છે." મેહુલે ઊંડો નિસાસો નાંખ્યો. થોડે દૂર એક મદારી બંદરને નચાવી રહ્યો હતો. ચિરાગ તેનો ખેલ જોવામાં મશગૂલ થઈ ગયો હતો.

મેહુલ સમુદ્રનાં ઊછળતાં મોજાં જોઈને મનમાં વિચારતો રહ્યો કે માણસનું જીવન પણ સમુદ્રની ભરતી-ઓટ જેવું જ છે. જેમ ભરતી-ઓટને પચાવીને સાગર હંમેશાં ઘૂઘવાટ કરતો હોય છે, તેમ માણસે પણ જીવનમાં આવી પડેલાં સુખ-દુ:ખની ભરતી-ઓટને પચાવી જવાની હોય છે! ખરેખર માણસે સમુદ્ર પાસેથી જ આ પ્રેરણા લેવાની હોય છે!

દિવસો વીતતા ગયા. ડૉક્ટરે વર્ષાને આપેલી ડિલિવરીની તારીખ નજીક આવી રહી હતી. બંને વચ્ચેનો સંબંધ દુનિયાની દૃષ્ટિએ અકબંધ હતો, પરંતુ વર્ષાના ચિરાગ પ્રત્યેના સતત ઉપેક્ષાભર્યા વર્તનને કારણે બંને વચ્ચે એક બરફની દીવાલ ઊભી થઈ ગઈ હતી! જાણે કે દીવાલની આજુબાજુનાં ઠંડાં વાતાવરણમાં મેહુલ અને વર્ષા થીજી ગયાં હતાં! તેમનાં જીવનમાં ઉષ્માનો અભાવ સ્પષ્ટપણે વર્તાઈ રહ્યો હતો!

આજે મેહુલ ઑફિસેથી થાકીને મોડો ઘરે આવ્યો ત્યારે તેણે જોયું કે ચિરાગ વર્ષાને કાંઈક પૂછી રહ્યો હતો, પણ વર્ષા તેને જવાબ આપવાને બદલે મોઢું ચઢાવીને બેઠી હતી.

ચિરાગ પપ્પા... પપ્પા કરતો મેહુલ પાસે દોડી આવ્યો. મેહુલે ચિરાગને તેડીને વહાલ કર્યું અને વર્ષાની બાજુમાં સોફા ઉપર બેસતાં પૂછ્યું, "શું થયું છે મેડમ? આજે કાંઈ મૂડ બરોબર નથી કે શું?"

વર્ષાએ જવાબમાં ઢીલા પડીને કહ્યું, "ડિલિવરી ટાઇમે મમ્મી નહીં આવી શકે. તેને ટાઇફોઈડ થયો છે. થોડીવાર પહેલાં જ પપ્પાનો ફોન હતો." મેહુલ મનમાં ને મનમાં રાજી થયો કારણ કે વર્ષાની મમ્મીનો સ્વભાવ ઈર્ષાળુ અને

કાનભંભેરણી કરવાનો હતો તે વાતથી તે વાકેફ હતો. વળી આવા વાતાવરણમાં મંથરા ન આવે તે જ સારી વાત હતી!

"તું ચિંતા કેમ કરે છે? પડોશનાં રમાબહેન તો છે જ ને? છેલ્લાં ત્રણ વર્ષથી મને રાખડી બાંધે છે. મને ધર્મનો ભાઈ બનાવ્યો છે તો આટલી મદદ તો તેઓ પણ આપણને કરશે જ ને?"

"હા... એ તો તારી વાત સાચી જ છે." વર્ષાએ વાતને પૂર્ણવિરામ મૂક્યું. રમાબહેનનો સપોર્ટ તો આ પ્રસંગે પૂરેપૂરો મળી જ જશે તેની બંને જણાંને ખાતરી હતી.

તે જ રાત્રે વર્ષાને દુઃખાવો ઊપડ્યો અને નજીકમાં આવેલા નર્સિંગ હોમમાં દાખલ કરવી પડી. વહેલી સવારે ઑપરેશન થિયેટરની બહાર મેહુલ ચિરાગને ખોળામાં લઈને બેઠો હતો. ત્યાં એકાએક નર્સે બહાર આવીને અભિનંદન આપતાં કહ્યું, "બાબો આવ્યો છે."

હા... દીપકનો જન્મ થઈ ગયો હતો... વર્ષાનો કુળદીપક!

ચિરાગને કોઈ જ ભાગ નહીં આપવાનો અને બધું તેની કુખે જન્મનાર બાળકને જ મળવું જોઈએ એવું વર્ષાએ લીધેલ વચન મેહુલને યાદ આવી ગયું.

તે ચિરાગની સામે સજળ નેત્રે જોઈ રહ્યો અને ભવિષ્યમાં આવનાર વાવાઝોડાની કલ્પના કરીને ધ્રૂજી ઊઠ્યો!

* * *

દીપકના જન્મને લગભગ ત્રણ માસ થઈ ગયા હતા. વર્ષાએ હવે ચિરાગને સાવ બોલાવવાનું જ બંધ કરી દીધું હતું. મેહુલ પણ હવે દર રવિવારે અથવા સમય મળે ત્યારે ચિરાગને લઈને ફરવા માટે ઊપડી જતો હતો. મેહુલ દીપકને પણ રમાડતો પરંતુ તે હજુ ઘણો નાનો હતો. વળી ચિરાગ પ્રત્યે વર્ષાના ઓરમાયા વર્તનને કારણે સ્વાભાવિક રીતે મેહુલે ચિરાગનું વધુ ને વધુ ધ્યાન રાખવાનું જાણે કે મનોમન નક્કી જ કર્યું હતું!

અપર મા બધી વર્ષા જેવી જ હોય તેવો માનસિક પૂર્વગ્રહ હવે મેહુલને થઈ ગયો હતો!

બંને વચ્ચે ચાલતું શીતયુદ્ધ હવે ચરમસીમાએ પહોંચી ચૂક્યું હતું! બંને વચ્ચેની પેલી બરફની દીવાલ હવે ઘણી વધારે ઊંચી થઈ ગઈ હતી! એક શનિવારે સાંજે મેહુલ ઑફિસેથી ઘરે આવ્યો. તેની નજર ચિરાગને શોધતી હતી.

વર્ષા સમજી ગઈ કે મેહુલની નજર ચિરાગને જ શોધે છે પરંતુ તે મૌન જ રહી.

આખરે મેહુલે જ પૂછ્યું, "ચિરાગ ક્યાં ગયો?"

"સ્કૂલેથી જ હજુ નથી આવ્યો." ચહેરા ઉપર એકદમ અણગમાનો

ભાવ લાવીને વર્ષાએ જવાબ આપ્યો.

"શનિવારે તો સવારની સ્કૂલ હોય છે ને બપોરે બાર વાગે જ ઘરે આવી જાય છે. અત્યારે તો સાત વાગ્યા છે. તેં સ્કૂલે ફોન કરીને પૂછ્યું કે નહીં?"

"એમાં શું પૂછવાનું... આવશે આવવું હશે ત્યારે." વર્ષાએ ઠંડકથી કહ્યું.

મેહુલનો ગુસ્સો હવે સાતમા આસમાને પહોંચી ગયો હતો. તે જોરથી તાડૂક્યો, 'ગમે તેમ તોય અપર મા એ અપર મા' એમ બોલતાં બોલતાં મોબાઇલ કાઢવા માટે તેણે શર્ટના ઉપલા ખિસ્સામાં હાથ નાંખ્યો, પણ એકાએક તેને યાદ આવ્યું કે મોબાઇલ તે નીચે કારમાં જ ભૂલી આવ્યો હતો!

મેહુલે ટેલિફોનનું રિસીવર ઉપાડ્યું. ત્યાં તો વર્ષાએ ઝડપથી રિસીવર તેના હાથમાંથી ખેંચીને જોરથી ક્રેડલ ઉપર પછાડ્યું અને બોલી, "ચિરાગ... ચિરાગ... ચિરાગ... તું ચિરાગની આટલી બધી શા માટે ચિંતા કરે છે? મને અપર માનું મહેણું મારે છે પરંતુ તું ચિરાગનું જ ધ્યાન રાખવામાં ને રાખવામાં આપણા દીપકને કેટલો બધો અન્યાય કરે છે?"

"મેં વળી દીપકને ક્યારે અન્યાય કર્યો? તું ચિરાગ પ્રત્યે ઓરમાયું વર્તન રાખે છે તેથી મારે સ્વાભાવિક રીતે જ ચિરાગનું વધારે ધ્યાન રાખવું પડે છે."

"એક વાત કાન ખોલીને સાંભળી લે મેહુલ... મારે હવે આ છોકરો આપણા ઘરમાં જોઈતો જ નથી." વર્ષાએ ચીસ પાડીને કહ્યું.

"તું તો કૈકેયીને પણ સારી કહેવડાવે તેવી છો. કૈકેયીનો બચાવ તો રામાયણમાં એવી રીતે પણ થયો છે કે કૈકેયીના મનમાં ઝેર રેડનારી મંથરા વધારે ખરાબ હતી. તું તો વગર મંથરાએ સાવ આવી કઈ રીતે થઈ ગઈ?" મેહુલે ગુસ્સાથી પૂછ્યું.

બંને વચ્ચે મૌન છવાઈ ગયું.

મેહુલે ફરીથી રિસીવર ઉપાડ્યું અને એકદમ ત્વરાથી વર્ષાએ ક્રેડલ ઉપર હાથ મૂકી દીધો. મેહુલે ઢીલા પડીને કહ્યું, "વર્ષા, તું સમજતી કેમ નથી? મુંબઈમાં અત્યારે અપહરણના પણ કેટલા બધા કિસ્સા બને છે. નાનકડો ચિરાગ અત્યારે ક્યાં હશે તેની મને ખરેખર ચિંતા થાય છે. કદાચ આપણે પોલીસ સ્ટેશને જવું પડશે."

"મેં તને એકવાર કહી દીધું ને મેહુલ કે આ છોકરો મારે આપણા ઘરમાં જોઈતો જ નથી, કારણ કે આપણી બે વચ્ચે દીવાલ બનનાર આ છોકરો જ છે."

"ચિરાગ આપણા ઘરમાં આપણી સાથે જ રહેશે." મેહુલે મક્કમતાથી કહ્યું.

"તને તેના ઉપર આટલો બધો પ્રેમ કેમ ઉભરાઈ જાય છે તે વાત મને સમજાતી નથી."

મેહુલે ક્રોધથી કહ્યું, "તને અત્યારે કાંઈ જ સમજાશે નહિ કારણ કે તું ઈર્ષ્યાની આગમાં શેકાઈ રહી છો. તારા જેવી ગમાર સ્ત્રી પાસે બીજી આશા પણ શું રાખી શકાય?"

"મેહુલ, તું MBA છો તો હું પણ M.A. વિથ સાઇકૉલૉજી ફર્સ્ટક્લાસ ફર્સ્ટ છું તે વાત તું ભૂલી ગયો લાગે છે. કદાચ તારા MBAના સિલેબસમાં મારા ક્વૉલિફિકેશનને ગમાર કહેવામાં આવતું હશે!" વર્ષાએ કટાક્ષ કર્યો.

મેહુલે ફરીથી રિસીવર ઉપાડ્યું, પણ આ વખતે વર્ષાએ ટેલિફોનનો વાયર જ ખેંચી નાંખ્યો. મેહુલે વર્ષાને જોરદાર તમાચો મારી દીધો.

વર્ષાએ રડતાં રડતાં બોલવાનું ચાલુ કર્યું, "એક અનાથ આશ્રમમાંથી લાવેલા પારકા છોકરાને કારણે તું મને મારે છે? કોને ખબર... કેવું હલકું લોહી તેની રગોમાં દોડતું હશે?"

હવે મેહુલ મગજ ઉપર કાબૂ ગુમાવી બેઠો હતો. તેણે જોરથી ત્રાડ પાડી, "ખબરદાર જો ચિરાગ વિશે એક પણ શબ્દ બોલી છે તો... તે મારો જ દીકરો છે હું જ તેનો બાપ છું!"

પ્રકરણ-4

"હા... હા... ચિરાગ મારો જ દીકરો છે, હું જ તેનો બાપ છું." એટલું બોલીને મેહુલ બંને હાથ પોતાની છાતી ઉપર રાખીને સોફા ઉપર ફસડાઈ પડ્યો. તેની આંખમાંથી આંસુ વહી રહ્યાં હતાં!

સોફાની પાછળ ઊભા ઊભા વર્ષાએ મેહુલના માથા ઉપર હાથ ફેરવતાં ફેરવતાં પૂછ્યું, "હૃદયનો ભાર હળવો થઈ ગયો?" મેહુલ વર્ષાના અવાજમાં ભળેલી લાગણી અનુભવીને આશ્ચર્યચકિત થઈ ગયો. તેણે સજળનેત્રે સોફા ઉપર બેઠાં બેઠાં જ વર્ષાની સામે જોયું.

વર્ષા સોફા પાછળથી મેહુલની બરાબર સામે આવીને બેઠી ગઈ. "મેહુલ, આપણે જ્યારે સૌથી પહેલીવાર બાળક દત્તક લેવા ગયાં ત્યારે જ મને ખબર હતી કે ચિરાગ તારું જ સંતાન છે તેથી જ મેં અનાથ આશ્રમમાં પહોંચ્યાં પછી ચિરાગને બદલે કોઈ નાનું બાળક લઈએ તેવું બહાનું કાઢ્યું હતું. ત્યારબાદ ત્રણ માસની તારી સમજાવટ ચાલુ રહી હતી. આખરે તારી વાતમાં સંમત થતાં પહેલાં તારા મોઢે સાચી વાત કહેવડાવવા મેં પેલું ચિરાગને કોઈ જ ભાગ નહીં આપવાનું વચન માંગવાનું નાટક કર્યું હતું."

મેહુલ વર્ષાની સામે વિસ્ફારિત નેત્રે તાકી રહ્યો!

"ચિરાગને દત્તક લીધા પછી પણ મેં જાણી જોઈને તું જુએ તેમ ચિરાગને

અન્યાય કરવાનો ચાલુ કર્યો હતો. મને એમ કે સાઇકૉલોજીના નિયમ પ્રમાણે આ રીતે પણ હું તારી પાસેથી સાચી વાત બોલાવડાવી દઈશ, પરંતુ તેમાં પણ મને નિષ્ફળતા મળતી જતી હતી."

"તું જાણતી હતી તો પછી મારા મોઢે જ કેમ આ વાત બોલાવવા માંગતી હતી?" મેહુલે પૂછ્યું.

"મેહુલ, દુનિયાની કોઈ પત્ની પોતાના પતિને સતત ટૅન્શનમાં જોઈ ન શકે. વળી મેં અનુભવ્યું કે આ વાતનો તારા દિલમાં ઘણો મોટો ભાર છે, પરંતુ મને કહેવાની તારી હિમ્મત નથી." વર્ષાએ જવાબમાં કહ્યું.

"અત્યારે ચિરાગ ક્યાં છે?" મેહુલે સ્વાભાવિકતાથી પૂછ્યું.

"મેહુલ, ચિરાગને હું જાણી જોઈને થોડીવાર પહેલાં જ બાજુવાળા રમાબહેનને ત્યાં મૂકી આવી છું. જેથી તારી પાસે કાંઈક નાટક કરીને તારા હૃદયનો ભાર હળવો કરાવી શકું. આજે મને તેમાં સફળતા મળી છે."

મેહુલ આજે એક પછી એક આશ્ચર્યના આંચકા અનુભવી રહ્યો હતો. "વર્ષા, હવે મારો છેલ્લો સવાલ... તને આ બધી વાતની ખબર કેવી રીતે પડી?"

"મેહુલ, સાઇકિયાટ્રિસ્ટે મને બાળક દત્તક લેવાની સલાહ આપી તેના બે દિવસ બાદ તારી તિજોરીનું ખાનું સાફ કરવામાં એક તોડેલું કવર મારા હાથમાં અજાણતાં જ આવી ગયું. જેમાંથી જૂલીનો પત્ર તેના માસીની પેલા અનાથ આશ્રમવાળા વીરમતીબહેન ઉપરની ચિઠ્ઠી તથા પેલી 'M' લખેલી વીંટી નીકળી. મને એટલો તો તાળો મળી ગયો કે જૂલી અત્યારે આ દુનિયામાં નથી. તેનું ડિલિવરીમાં જ અવસાન થઈ ગયું છે. વળી તેણે તેના પત્રમાં તને ક્યાંય ભાંડ્યો નથી, પરંતુ સમય અને સંજોગોને કારણ બંનેથી ભૂલ થઈ ગઈ હતી તેવું તેના પત્ર ઉપરથી સ્પષ્ટ ફલિત થતું હતું."

"વર્ષા, તું નહિ માને પણ જર્મનીથી આવીને મેં પહેલું કામ અકુરડી ગામે જઈને જૂલીને શોધવાનું કર્યું હતું, પરંતુ મને તેમાં નિષ્ફળતા મળી હતી." મેહુલે હળવાશથી કહ્યું.

"મેહુલ, સુખી દાંપત્ય જીવન જીવવું હોય તો લગ્ન પહેલાંના ભૂતકાળને દફનાવી દેવો પડતો હોય છે. હું જાણું છું. તેં પણ તારો ભૂતકાળ દફનાવી જ દીધો હતો, પરંતુ સંજોગોને કારણે ચિરાગનું આગમન થયું અને તારો ભૂતકાળ બેઠો થયો." વર્ષા બોલી.

"વર્ષા, તારા જેવી સમજદાર પત્ની મળવા માટે હું ઈશ્વરનો જેટલો આભાર માનું તેટલો ઓછો છે."

મેહુલને બોલતો અટકાવીને વર્ષાએ કહ્યું, "મેહુલ, એક વાત યાદ રાખજે મા આગળ અપરમા કે અન્ય કોઈપણ વિશેષણ ક્યારેય લાગી શકે નહીં. વળી

તું રામાયણની વાત કરે છે તેથી તારું ધ્યાન દોરું કે રામ જ્યારે વનવાસમાંથી પાછા આવ્યા ત્યારે સૌપ્રથમ કૈકેયીને પગે લાગ્યા હતા. ત્યારબાદ કૌશલ્યાને, એમ કેમ?

વર્ષાનું રામાયણનું જ્ઞાન મેહુલ ધ્યાનપૂર્વક સાંભળી રહ્યો!

વર્ષાએ વાતનો દોર આગળ વધારતાં કહ્યું, "કારણ કે રામ જાણતા હતા કે દુનિયામાં અપરમા જેવું કશું હોતું જ નથી. મા એટલે મા. તેની તુલનામાં કશું આવી શકે જ નહીં. બધા બનાવો સમય અને સંજોગોને આધીન જ હોય છે. પછી તે બનાવ રાજગાદી મેળવવાનો હોય કે વનવાસ જવાનો હોય. સંજોગો ઊભા થવામાં માણસો તો માત્ર નિમિત્ત જ બનતા હોય છે."

"વર્ષા, હું તારી સામે ખરેખર ઘણો વામણો છું તેવી લાગણી અત્યારે અનુભવી રહ્યો છું."

"મેહુલ, તને એક પ્રશ્ન મારો એ છે કે જો લગ્ન પહેલાં મારાથી આવી કોઈ ભૂલ થઈ હોત તો તું મારા બાળકને આટલો આસાનીથી સ્વીકારત ખરો?"

મેહુલ પાસે આ સવાલનો કોઈ જવાબ નહોતો. વર્ષાને તે મનોમન વંદન કરી રહ્યો.

બંને વચ્ચેની પેલી બરફની દીવાલ સાવ ઓગળી ગઈ હતી. ત્યાં અચાનક ડોરબેલ વાગી. વર્ષાએ દોડીને દરવાજો ખોલ્યો. સામે ચિરાગ ઊભો હતો. વર્ષાએ તેને તેડીને ચુંબનોથી નવડાવી દીધો, જાણે કે પેલી ઓગળી રહેલી બરફની દીવાલની જલધારામાં ચિરાગ સ્નાન કરી રહ્યો હતો! મેહુલ બંને મા-દીકરાના પ્રેમનો સાક્ષી બની રહ્યો!

વર્ષાએ ચિરાગને બંને હાથો વડે ઊંચો કર્યો અને બોલી, "મેહુલ, પેલો ઘોડિયામાં સૂતો છે તે માત્ર દીપક છે. સાચો કુળદીપક તે આપણો ચિરાગ જ છે!"

**   *   ***

હવે મેહુલના જીવનમાં ફરીથી વસંત બેસી ગઈ હતી. પાનખરનો સમય પૂરો થઈ ગયો હતો. વર્ષાએ જે રીતે ચિરાગને સ્વીકારી લીધો હતો તે મેહુલ માટે ઘણી મોટી વાત હતી! ત્યાં એકાએક એક દિવસ લલિતાબહેન એટલે કે વર્ષાનાં મમ્મીનું આગમન થયું!

"બેટા, તારી ડિલિવરી વખતે તો હું મારી તબિયતને કારણે ન આવી શકી પણ હવે નિરાંતે દીપકને રમાડવા આવી છું."

"હા... હા... મમ્મી ચોક્કસ... અહીં તમને હવાફેર પણ લાગશે અને તમારી તબિયત પણ સારી થઈ જશે." વર્ષાએ સસ્મિત કહ્યું.

લલિતાબહેનનો સ્વભાવ લલિતા પવાર જેવો જ હતો. જ્યાં શાંતિથી બધું

હેમખેમ ચાલતું હોય ત્યાં આગ લગાડવી, એની તેમની સારી ફાવટ હતી.

"બેટા, આ ચિરાગ તો હવે મોટો થઈ ગયો કહેવાય. તેને તારા રૂમમાં કેમ સૂવડાવે છે?"

"મમ્મી, હજુ તે નાનો જ કહેવાય અને મેહુલને ચિરાગ પ્રત્યે કેટલો બધો લગાવ છે તેની તને ખબર નથી. મેહુલને ઘરમાં આવે એટલે ચિરાગ આંખ સામે જ જોઈએ." વર્ષાએ ભોળાભાવે કહ્યું.

"લે કર વાત... આ તો નવાઈ કહેવાય." લલિતાબહેને ઝીણી આંખ કરીને કહ્યું : "હવે તો તમારે તમારો પોતાનો દીકરો પણ આવી ગયો છે. પછી આ પારકી પંચાત સાથે વધારે પડતો ઘરોબો કરવાની શું જરૂર છે?"

વર્ષાએ કાંઈ જવાબ ન આપ્યો. તે મમ્મીનો સ્વભાવ જાણતી હતી.

વર્ષાને મૌન થઈ ગયેલી જોઈને લલિતાબહેન કાંઈ ન બોલ્યાં, પણ તેમનો ખણખોદવાળો સ્વભાવ તેમને નિરાંતે બેસવા દે તેમ નહોતું.

થોડા દિવસ પસાર થયા પછી એક દિવસ સવારમાં ચિરાગ દીપકને ઘોડિયામાંથી તેડીને રમાડવા ગયો. ચિરાગના નાનકડા હાથમાં દીપક આવ્યો નહિ તેથી નીચે પડી ગયો અને તેને માથામાં વાગ્યું.

લલિતાબહેને તરત ચિરાગને બે-ત્રણ તમાચા ચોંડી દીધા. બાજુના રૂમમાંથી મેહુલ અને વર્ષા પણ દોડી આવ્યાં.

આ દૃશ્ય જોઈને મેહુલે તરત વર્ષાની સામે ઠપકા ભરેલી નજરે જોયું. વર્ષા હવે મમ્મી ઉપર અકળાઈ હતી. તેણે મોટેથી બૂમ પાડી, "અરે, મમ્મી તમે આ શું કરો છો? ચિરાગને મારો છો?"

"અરે, તું જોતી નથી તેણે આપણા દીપકને ઘોડિયામાંથી કેવી રીતે પછાડ્યો છે?"

વર્ષાએ દીપકને છાતી સરસો ચાંપી દીધો તેથી તે તો છાનો રહી ગયો, પરંતુ લલિતાબહેનના હાથનો માર ખાઈને ચિરાગનું મોઢું સૂજી ગયું હતું. વર્ષાએ ચિરાગને પણ વહાલથી તરત પોતાની સોડમાં લઈ લીધો અને મોટેથી લલિતાબહેનની સામે જોઈને બોલી, "ખબરદાર મમ્મી, તમે મારા ચિરાગ ઉપર હાથ ઉપાડ્યો છે તો?"

મમ્મી તાડૂક્યાં, "તું આ આશ્રમમાંથી લાવેલા બે બદામના છોકરાને કારણે મારી સામે આંખો કાઢે છે?"

"ચૂપ રહો મમ્મી... હવે એક પણ શબ્દ હું મારા દીકરા માટે સાંભળવા માંગતી નથી. તમે તમારો સામાન બાંધો અને સુરત ભેગાં થઈ જાવ." વર્ષાનું પિયર સુરત હતું.

લલિતાબહેન રડવાનો ડોળ કરતાં કરતાં બોલ્યાં, "હું અત્યારે જ જે

54 કહાની મેં ટ્વિસ્ટ

પહેલી ટ્રેન મળશે તેમાં નીકળી જઉં છું. હવે પછી ક્યારેય મુંબઈ નહીં આવું."

"અમારાં બાળકો વચ્ચે અંતર વધારે તેવા વડીલોની અમારે જરૂર પણ નથી." વર્ષાએ મક્કમતાથી કહ્યું.

મેહુલ મનોમન વિચારી રહ્યો... એક મા પોતાના દત્તક બાળક માટે સગી માતાને જાકારો આપી રહી હતી! આજે વર્ષા પ્રત્યેનો તેનો અહોભાવ ઔર વધી ગયો હતો!

પ્રકરણ-5

આજે ઇન્ડો-જર્મન કંપનીનો સિલ્વર જ્યુબિલી સમારોહ હતો. મેહુલ વર્ષા સાથે બંને બાળકોને લઈને ષણ્મુખાનંદ હૉલમાં હાજર હતો. કંપનીની મુંબઈ ઑફિસની પ્રગતિમાં ફાળો આપનાર મહારથીઓમાં મેહુલ દેશપાંડેનું નામ પ્રથમ હરોળમાં હતું. મેહુલને તાળીઓના ગડગડાટ વચ્ચે કંપનીના ચૅરમૅન તરફથી ટ્રૉફી એનાયત કરવામાં આવી. સમારોહ પૂરો થયો અને વર્ષા સાથે મેહુલ હૉલની બહાર નીકળી રહ્યો હતો ત્યાં જ 'હાય... મેહુલ'ના એક ચિર-પરિચિત અવાજે તેને રોક્યો. મેહુલે પાછળ વળીને જોયું તો બ્લેક શૂટમાં સુનિલ ઊભો હતો.

"અરે... સુનિલ તું?"

પાંચ વર્ષ પછી બંને મિત્રો મળી રહ્યા હતા. મેહુલે તરત વર્ષાની ઓળખાણ કરાવતા કહ્યું, "આ સુનિલ, જર્મનીમાં ટ્રેનિંગમાં મારી સાથે જ હતો. તેને જાપાન પોસ્ટિંગ મળ્યું હતું અને મને મુંબઈ."

સુનિલે પૂછ્યું, "અત્યારે શું પ્રોગ્રામ છે તારો?"

"અત્યારે તો અમે ક્યાંક બહાર ડિનર લેવા જઈ રહ્યાં છીએ. તું પણ અમારી સાથે જ ચાલ."

સુનિલે તરત સંમતિ બતાવી અને કારની આગળની સીટમાં જ ગોઠવાઈ ગયો.

સારી રેસ્ટોરન્ટ પાસે કાર પાર્ક કરી બધાં અંદર પ્રવેશ્યાં.

મેહુલે તરત પૂછ્યું, "સુનિલ, મેં તો સાંભળ્યું હતું કે તેં આ કંપની છોડી દીધી છે?"

"હા... યાર, તેં બરોબર જ સાંભળ્યું છે. તું તો જાણે જ છે ને કે વાણિયાનો દીકરો ધંધો જ કરે. તે નોકરી ન છૂટકે જ કરે અને મેં જાપાનમાં જ બિઝનેસ સારી રીતે જમાવી દીધો છે."

મેહુલને આશ્ચર્ય થયું. "પણ આ કંપની તો તને ઘણો સારો પગાર આપતી હતી."

કુળ દીપક 55

"યાર, એ પગાર કરતાં તો હું અનેક ગણું વધારે કમાઈ લઉં છું. જો મેહુલ નોકરી એટલે ગુલામી અને નોકરી એટલે કરી... કરી અને નો...કરી." સુનીલે હસતાં હસતાં કહ્યું.

નોકરીની સુનિલની વ્યાખ્યા મેહુલ ધ્યાનપૂર્વક સાંભળી રહ્યો. સુનિલે વાત આગળ વધારી, "આજે તો અહીં કંપનીના ચૅરમૅને મને ભૂતપૂર્વ કર્મચારી તરીકે સ્પેશિયલ આમંત્રણ આપ્યું હતું તેથી અહીં આવ્યો છું."

"આઇ સી..." મેહુલે હુંકારો કર્યો.

"અરે યાર... કંપનીના તો કેટલાય ભૂતપૂર્વ કર્મચારીઓ હોય, કેમ ચૅરમૅને મને જ યાદ કર્યો? કારણ કે હું એક સફળ બિઝનેસમેન છું અને આજે પણ હું કંપનીને જે પ્રોડક્ટ સપ્લાય કરું છું તેમાંથી હું તો પુષ્કળ કમાઉં જ છું. સાથે સાથે કંપની પણ તેમાંથી ઘણું કમાય છે."

"શું વાત છે?" મેહુલે આશ્ચર્ય વ્યક્ત કર્યું.

"હા યાર, આપણા મગજનો ઉપયોગ કરીને જો કંપની કરોડો કમાતી હોય તો એ જ મગજનો ઉપયોગ કરીને આપણે પણ શા માટે કરોડો રૂપિયા ન કમાવા?"

"પણ યાર મૂડી રોકાણનું શું?"

"અરે આપણી લાઇનમાં તો આજકાલ બધી બૅન્કો લોન આપવા માટે લાઇનમાં ઊભી છે. બસ સવાલ ખાલી સાહસ કરવાનો જ છે. સાહસ કરો તો સિદ્ધિ મળે અને હા... જો તારે પણ બિઝનેસમાં ઝંપલાવવું હોય તો હું તને બધી રીતે સપોર્ટ કરીશ. તારા જેવો મહેનતુ માણસ તો ધંધાને લાયક જ કહેવાય."

જમ્યા બાદ રાત્રે બધાં છૂટાં પડ્યાં. સુનિલ તાજમાં ઊતર્યો હતો. બીજે દિવસે તેને બે મિટિંગ અટેન્ડ કરીને સાંજની ફ્લાઇટ પકડવાની હતી, તેથી તે મેહુલની મહેમાનગતિ માણવા તેના ઘરે ન આવ્યો. તે રાત્રે મેહુલ ઊંઘી ન શક્યો. સુનિલે તેના મગજમાં બિઝનેસ કરવાની જે ચિનગારી મૂકી હતી તે સવાર થતાં સુધીમાં તો આગ બની ચૂકી હતી!

સવારે ચા પીતાં પીતાં જ મેહુલે વાત કાઢી: "વર્ષા, મને લાગે છે કે નોકરીમાં આપણે ક્યારેય કરોડપતિ નહીં થઈ શકીએ."

"આપણે કરોડપતિ થવાનું કામ પણ શું છે?" વર્ષાએ ઠંડું પાણી રેડતાં કહ્યું. "અત્યારે દરરોજ સાંજનો સમય અને રવિવારે આખો દિવસ તમે અમારી સાથે વિતાવી શકો છો, તે માટે આપણે આ નોકરીનો આભાર માનીએ તેટલો ઓછો છે. વળી કંપનીમાં પણ તમારું બહુમાન થયું છે એટલે કંપનીને પણ તમારી કદર છે. તેથી વળી બીજું રૂડું શું હોઈ શકે? એકવાર તમે ધંધામાં

પડશો પછી પૈસા કદાચ ઘણાં કમાશો, પણ તે કમાયેલા પૈસા વાપરવાનો તમને સમય જ નહીં મળે તો તેનો શું મતલબ?"

"ના... વર્ષા હું બીજી રીતે વિચારું છું."

"કઈ રીતે?"

"હું લગભગ પાંત્રીસે તો પહોંચવા આવ્યો. હવે જો વીસેક વર્ષ તનતોડ મહેનત કરી લઉં તો પાછળથી આપણે આરામથી બેઠા બેઠા જીવન ગુજારી શકીએ. પેલી કહેવત છે ને કે જુવાનીનું નાણું એ ઘડપણનું ભાણું છે." વર્ષાનું મન નહોતું માનતું પરંતુ મેહુલની આટલી પ્રબળ ઇચ્છા જોઈને તે પીગળી અને આખરે તેણે બિઝનેસમાં ઝંપલાવવા માટે સંમતિ આપી.

મેહુલે સતત ત્રણ માસ સુધી દરરોજ સાંજે ઑફિસેથી છૂટીને બજારનો સર્વે કરવાનું ચાલુ કર્યું. તેને મોટી તકો દેખાવા માંડી, દરમ્યાનમાં સુનિલ સાથે ટેલિફોન ઉપરનો તેણે સંપર્ક તો ચાલુ જ રાખ્યો હતો.

આખરે એક દિવસ મેહુલે રાજીનામું આપ્યું. કંપનીમાં આખો દિવસ મેહુલનું રાજીનામું ટોક ઑફ ધ ટાઉન જેવું બની રહ્યું. સાંજે બૉસે મેહુલને બોલાવ્યો. મેહુલ કંપનીમાં બીજા નંબરની પોસ્ટ ઉપર હતો. તેણે બૉસની સામે ખુરશી ઉપર બેસતાં બેસતાં જ 'યસ બૉસ' કહ્યું.

"તમારું રાજીનામું કંપની માટે નુકસાનકારક છે."

"હું સમજી શકું છું સાહેબ, પરંતુ મારા ભવિષ્યનો સવાલ છે."

"મિ. મેહુલ દેશપાંડે, હજુ એકવાર વિચારી લો, તમે કંપનીની ગુડબુકમાં છો. અહીં રહીને તમે તમારું ઉજ્જ્વળ ભવિષ્ય બનાવી શકો છો."

"અને કંપનીનું પણ..." મેહુલે હસતાં હસતાં કહ્યું.

બૉસ ગંભીર થઈ ગયા, "એ તો અરસપરસ હોય છે. દરેક કંપનીના ભવિષ્ય સાથે તેના કર્મચારીનું ભવિષ્ય સંકળાયેલું હોય છે."

હવે મેહુલે ચોખવટ કરી, "સાહેબ, હું આપની વાત સાથે સહમત છું પરંતુ હું હજુ યુવાન છું... મહેનત કરી શકું તેમ છું... તો પછી શા માટે હું મારા પોતાના અંગત વિકાસ માટે જ મહેનત ન કરું? જેનો સંપૂર્ણ ફાયદો મને અને માત્ર મને જ મળે." બૉસ સમજી ગયા કે મેહુલને હવે નોકરીમાં કોઈ રસ નથી, પરંતુ તે મહત્ત્વકાંક્ષી છે. જરૂર તે પોતાનું કોઈક સ્વપ્ન સિદ્ધ કરવા તરફ જઈ રહ્યો છે. બૉસે તરત રાજીનામું મંજૂર કરી દીધું અને મેહુલને શુભેચ્છા આપી.

મેહુલ ઘરે આવ્યો ત્યારે વર્ષા હાંફળીફાંફળી દોડતી તેની સામે આવી અને બોલી, "મેહુલ, ચિરાગ ક્યાંય દેખાતો નથી. આજુબાજુમાં બધે તપાસ કરી પણ કોણ જાણે ક્યાં જતો રહ્યો?"

હવે તો ચિરાગ સાવ નાનો પણ નહોતો. મેહુલ બોલ્યો : "અત્યારે તો બહાર અંધારું થઈ ગયું છે. નીચે કોઈ છોકરા ક્રિકેટ પણ રમતાં નથી."

ત્યાં તો ટેલિફોનની ઘંટડી વાગી. મેહુલે ફોન ઉપાડ્યો તો સામેથી કરડાકી ભર્યો અવાજ સંભળાયો, "બચ્ચા હમારે કબ્જે મેં હૈ, કલ સુબહ ચાર બજે દાદર સ્ટેશન કે સામને મૈસૂર કાફે રેસ્ટોરન્ટ હૈ. ઉસકે પાસ પાંચ લાખ રૂપિયા રોકડા લે કે આ જાના. અગર પુલિસ કી મદદ લેને કી કોશિશ કી તો બચ્ચે કો હમ જાન સે માર દેંગે." આટલું બોલ્યા બાદ સામેવાળાએ ફોન કટ કરી નાખ્યો. ટેલિફોનનું રિસીવર પકડીને મેહુલ પૂતળાની જેમ સ્તબ્ધ બનીને ઊભો રહી ગયો. વર્ષાએ તેનો ખભો પકડીને જોરથી હલાવતાં પૂછ્યું: "કોનો ફોન હતો?" વર્ષાનો અવાજ રડમસ થઈ ગયો હતો. મેહુલ એકદમ ઢીલો પડી ગયો. "વર્ષા, આપણા ચિરાગનું અપહરણ થઈ ગયું છે."

"શું...?" વર્ષાથી ચીસ પડાઈ ગઈ.

બેપાંચ મિનિટ બંને વચ્ચે મૌન પથરાઈ ગયું. વર્ષા થોડી સ્વસ્થ થઈ એટલે તરત તેણે ટેલિફોન ડાયરી કાઢી. તેમાં તેના કાકા વિલાસરાવ ગાયકવાડ જે સી.આઇ.ડી. ક્રાઇમમાં ઇન્સ્પેક્ટર હતા તેનો નંબર શોધી કાઢ્યો.

મેહુલે તરત તે ફોન લગાવ્યો. "હલ્લો ગાયકવાડ સર, હું મેહુલ દેશપાંડે... વર્ષાનો હસબન્ડ બોલું છું."

"હા... હા... બોલો... ઓળખાણ પડી ગઈ."

"સર, અમારા આઠ વર્ષના દીકરાને કોઈક ઉપાડી ગયું છે." સામે છેડેથી સાહેબ બરોબર ધ્યાનપૂર્વક સાંભળે છે તેવું લાગતાં મેહુલે વિગતવાર ફોન વિશેની માહિતી આપી.

સામેથી કોઈની ઉપર શક છે તેવું પૂછવામાં આવ્યું. મેહુલે જવાબ આપ્યો, "આમ તો અહીં અમારું કોઈ દુશ્મન નથી, મને કોઈની ઉપર શક પણ નથી. પરંતુ કોઈક જાણભેદુ જ હોવો જોઈએ, કારણ કે આજે મેં નોકરી છોડી છે અને મોટી રકમ મારા હાથમાં આવેલ છે."

મેહુલને ફોન ઉપર એવું લાગ્યું કે સામે સાહેબ કાંઈક લખી રહ્યા છે અને બીજા ફોન ઉપર સાથે સૂચના પણ આપી રહ્યા છે.

મેહુલે પૂછ્યું : "સર, હવે કાલે સવારે ચાર વાગે મારે જવાનું બરોબરને?"

"હા... હા... તમારે ખાલી એટેચી સાથે જવાનું અને કાર દાદર સ્ટેશને પહેલાં લઈ લેજો. પછી આખું સર્કલ ફરીને હોટલથી વીસેક ફૂટ આગળ લઈ જઈને ઊભા રહેજો."

"યસ... સર" કહીને મેહુલે ફોન મૂક્યો.

મેહુલે અને વર્ષાએ આખી રાત ઉચાટમાં વિતાવી.

બરોબર સાડા ત્રણ વાગે મેહુલ ખાલી એટેચી સાથે નીચે પાર્કિંગમાં આવ્યો. ઘસઘસાટ ઊંઘતાં વૉચમેનને ઉઠાડીને મેઇન ગેટ ખોલવા જણાવ્યું. "બહારગામ ઊપડ્યા સાહેબ...?" વૉચમેને પૂછ્યું.

મેહુલે હકારમાં માથું ધુણાવ્યું.

લગભગ વીસેક મિનિટ ડ્રાઇવિંગ કરીને મેહુલ દાદર સ્ટેશને પહોંચ્યો. ગાયકવાડ સાહેબની સૂચના પ્રમાણે આખું સર્કલ ફરીને થોડે દૂર કાર ઊભી રાખી.

મેહુલે આજુબાજુ નજર કરી પણ કોઈ જ દેખાતું નહોતું. રાતની નીરવ શાંતિમાં મેહુલને પોતાના વધી ગયેલા હૃદયના ધબકારા પણ જાણે કે સ્પષ્ટ સંભળાઈ રહ્યા હતા!

ત્યાં તો અચાનક સામેથી બે બુકાનીધારી વચ્ચમાં મોઢા ઉપર બાંધેલા પાટાવાળા બાળક સાથે આવતા દેખાયા.

મેહુલ સમજી ગયો. તે તરત કારમાંથી એટેચી સાથે બહાર નીકળ્યો.

હવે લગભગ પંદરેક ફૂટ જેટલે જ પેલા લોકો હતા. હજુ કાંઈપણ વાતચીત થાય તે પહેલાં ચારેબાજુથી ચાર જીપ પૂરઝડપે આવી ગઈ અને બંને બુકાનીધારીને કોર્ડન કરી લીધા. કોઈ કાંઈ વિચારે તે પહેલાં જ દરેક જીપમાંથી રાઇફલ સાથે પોલીસો કૂદી પડ્યા અને ચાર-પાંચ મિનિટની ઝપાઝપીમાં પેલા બંનેને પકડી લીધા. ચિરાગ દોડીને પપ્પાને વળગી પડ્યો. મેહુલે તેના મોઢા ઉપરથી પાટો દૂર કર્યો. ગાયકવાડ સાહેબ ધીમા પગલે બાપ-દીકરા પાસે આવીને ઊભા રહ્યા.

પોલીસે પેલા બંનેની બુકાની દૂર કરી એટલે મેહુલ ચમક્યો... કારણ કે તેમાંનો એક તો તેની કંપનીમાં જ વૉચમેન તરીકે પાર્ટ ટાઇમ નોકરી કરતો હતો. મેહુલની પેલી જાણભેદુવાળી શંકા સાચી પડી હતી! મેહુલ તરત ચિરાગને લઈને ઘરે પહોંચ્યો. વર્ષા ચાતક નજરે તેમની રાહ જોઈ રહી હતી. ચિરાગને હેમખેમ આવેલો જોઈને તે રડતાં રડતાં તેને વળગી પડી.

મેહુલ પણ આંખમાં આંસુ સાથે મા-દીકરાનું આ દશ્ય નિહાળી રહ્યો અને મનોમન આ કસોટીમાંથી પાર પડવા બદલ ભગવાનનો આભાર માનવા લાગ્યો.

જો કે હજુ તો ભવિષ્યમાં કેવી કેવી કસોટીઓ આવશે અને બંને બાળકો મોટા થાય પછી કિસ્મતના રંગો કેવી કરવટ બદલશે, તેની બિચારા મેહુલને કે વર્ષાને ક્યાં ખબર હતી?

પ્રકરણ-6

ખરેખર તો વર્ષોમાં જીવન ઉમેરવાનું હોય છે પરંતુ સામાન્ય રીતે દરેક માનવીના જીવનમાં વર્ષો ઉમેરાતાં હોય છે, તેવી જ રીતે મેહુલ અને વર્ષાનાં જીવનમાં પણ પચ્ચીસ વર્ષ ઉમેરાઈ ચૂક્યાં હતાં. છેલ્લાં વીસેક વર્ષથી મેહુલે નોકરી છોડીને બિઝનેસમાં ઝંપલાવ્યું હતું અને કિસ્મતે તેની ઘણી યારી આપી હતી. આજે તે મુંબઈનો લબ્ધપ્રતિષ્ઠિત બિઝનેસમેન મેહુલરાય બની ચૂક્યો હતો. અલબત્ત પૈસા પાછળની આંધળી દોટમાં તે કુટુંબ પાછળ નહીંવત્ સમય આપી શક્યો હતો. પરિણામે આજે ચિરાગ અને દીપક બંને એક જ ઘરમાં રહેતા હતા, પરંતુ વિચારોમાં તેમની વચ્ચે એક સમુદ્ર જેટલું અંતર હતું!

હા... ચિરાગનું કૉલેજનું ભણતર પૂરું થઈ ગયું હતું પરંતુ જમાનાનો રંગ તેને બિલકુલ નહોતો લાગ્યો. આદર્શવાદનું બીજું નામ એટલે ચિરાગ તેમ કહી શકાય તેમ હતું. સાદગી અને માનવધર્મ તેના જીવનના બે મંત્ર હતા.

જ્યારે દીપકની દુનિયા અલગ હતી. કૉલેજમાં ભણવામાં તેને બિલકુલ રસ નહોતો. તે પુરુષાર્થ કરતાં નસીબમાં વધારે માનવાવાળો હતો. માણસ નસીબના જોરે આખી દુનિયા જીતી શકે છે. પુરુષાર્થની વાતો કરવાવાળાને તે મૂરખ માનતો હતો.

આજે ચિરાગનો જન્મદિવસ હતો. ડ્રોઇંગરૂમમાં પિતા મેહુલરાયના આશીર્વાદ લેવા માટે જેવો તે પગે લાગ્યો કે તરત પિતાએ પૂછ્યું : "બેટા, છેલ્લાં ચાર વર્ષથી તું સમાજસેવાનાં સામાજિક કાર્યો કરે છે. હવે મને ધંધામાં મદદ કરે તો આપણે હજુ ઘણા પૈસા બનાવી શકીએ."

"પપ્પા, આ વાત આપણે અગાઉ પણ થઈ ચૂકેલ છે. મને સ્વપ્રાપ્તિ માટે ધન કમાવવાનો કે ધનનો સંચય કરવામાં રસ નથી."

આજે ચિરાગના જન્મદિવસે જ બાપ-દીકરા વચ્ચે ચડભડ ન થઈ જાય તે માટે વર્ષાએ વાતનો દોર પોતાના હાથમાં લીધો. "બેટા, તારા માટે કેટલા સારા ઘરની કન્યાઓનાં માંગાં આવે છે. હવે તું હા પાડી દે તો સારું."

"મમ્મી, આ ચર્ચા પણ આપણે પહેલાં થઈ ચૂકી છે. મારી મંજિલ માત્ર લગ્ન કરીને ઠરીઠામ થવાની નથી. મારી મંજિલ કાંઈક ઓર છે."

હવે મેહુલરાયથી રહેવાયું નહિ એટલે તે તાડૂક્યા, "કંઈક ઓર... કંઈક ઓર તારી આ જીદ સાંભળીને અમે થાકી ગયાં છીએ. તને ખબર છે, લક્ષ્મીચંદ શેઠની દીકરીનું માંગું પાછું ઠેલીને તેં મને ધંધામાં બે કરોડનું નુકસાન કરાવ્યું છે."

"તે કઈ રીતે?" મેહુલે પૂછ્યું.

"આપણી અને તેમની ધંધાની લાઇન એક જ છે. જો તેઓ આપણા વેવાઈ બન્યા હોત તો આ સ્પર્ધા જ ન રહેત અને આપણને નુકસાન વેઠવાનો વારો ન આવત."

"પપ્પા, તમારી પાસે ઘણા પૈસા છે. કદાચ તેમાં બે કરોડનો ઉમેરો ન થાય તો શું ફરક પડી જવાનો છે? વળી બીજું, તમારું આ સંબંધોનું ગણિત મારી સમજની બહાર છે. આજે તમને સ્પષ્ટ કહી દઉં છું, મારે લગ્ન કરવા જ નથી. જે માણસે ખરેખર દેશ માટે, સમાજ માટે કે માનવધર્મ માટે કાંઈક કરવું જ હોય તેણે લગ્નના બંધનમાં પડવું જ ન જોઈએ. કારણ કે એકવાર લગ્ન કર્યા એટલે માણસ પોતાનાં પત્ની અને બાળકો પ્રત્યેની ફરજ અદા કરવામાં જ જિંદગી પૂરી કરે છે. તે તેના લક્ષ્ય સુધી ક્યારેય પહોંચતો નથી."

"ચિરાગ, તું છેલ્લાં ચાર-પાંચ વર્ષથી સમાજસેવાની પાછળ પડ્યો છે, પરંતુ સમાજે તને શું આપ્યું?"

"પપ્પા, સમાજે મને શું આપ્યું તે વિચારવાના બદલે સમાજને હું શું આપી શકું છું તેનો વિચાર મને હંમેશાં આવે છે."

"તારી બધી મનમાની આજ દિન સુધી મેં ચલાવી છે, મારી મિલકતમાં પણ તું દીપક જેટલો જ વારસદાર છો."

પપ્પાને બોલતાં અટકાવીને ચિરાગે કહ્યું, "પપ્પા, અનીતિની લક્ષ્મીમાં મને રસ નથી, કેટકેટલાં ટૅક્સની ચોરી તથા કાળા ધોળા કરીએ ત્યારે બિઝનેસમાં રૂપિયા બને છે તેની મને જાણ છે. વળી જે પૈસા જરૂરિયાતમંદ વ્યક્તિને કામ ન લાગે તેવા પૈસાનો સંચય કરવાનું હું માનતો નથી."

"બેટા, તેં હજુ ક્યાં દુનિયા જોઈ છે? જેની પાસે પૈસા હોય છે તેને જ દુનિયા માન આપે છે, સન્માન આપે છે અને ઊંચા આસને બેસાડે છે."

"ના, પપ્પા, મહાવીર હોય કે ગૌતમબુદ્ધ હોય, જેમણે દુનિયાને ત્યાગનો મહિમા સમજાવ્યો છે. તેમને દુનિયાએ ઊંચા આસને બેસાડ્યા જ છે. અરે તેમની તો લોકો પૂજા કરે છે." પિતાને વિચારમાં પડેલા જોઈને ચિરાગે દલીલ આગળ ચલાવી, "ગાંધીજી અને લાલબહાદુર શાસ્ત્રીએ સાદગીને જ તેમનો જીવનમંત્ર બનાવ્યો હતો, છતાં દુનિયા તેમને સન્માન આપે છે, સલામ કરે છે!"

"બેટા, તું આ બધું બાપના ત્રણ કરોડના ફ્લૅટમાં ઊભો ઊભો બોલી રહ્યો છે. ગરીબી હજુ તેં ક્યાં જોઈ જ છે? જ્યારે ભૂખ લાગી હોય ત્યારે આદર્શોથી પેટ નથી ભરાતું. તેના માટે આદર્શો સાથે સમાધાન કરવું પડે છે અને પૈસા કમાવા માટે દરેક માણસ સમાધાન કરતો જ હોય છે."

"પપ્પા, સમાધાન શબ્દ મારી ડિક્ષનરીમાં છે જ નહિ. ગાંધીજીનું જીવન

તમે જોશો તો ખ્યાલ આવશે કે તેમણે તેમના આદર્શો સાથે ક્યાંય સમાધાન કરેલ નથી. હવે રહી વાત પૈસા કમાવા માટેના સમાધાનની. તો તે બાબતને તો હું ક્યાં મહત્ત્વ આપું જ છું?"

"કઈ બાબતને?"

"પૈસા કમાવાની બાબતને. વળી, પપ્પા તમારી એટલી વાત સાચી છે કે મેં ગરીબી જોઈ નથી. પરંતુ વિવેકાનંદે દારુણ ગરીબીનો સામનો કર્યો હતો, છતાં તેમણે જીવનમાં પૈસાને ક્યારેય મહત્ત્વ આપ્યું નહોતું!"

ચિરાગે ઊંડો શ્વાસ લઈને આગળ ચલાવ્યું, "સાચું કહું પપ્પા, મને તો તમારી સાથે આખું મુંબઈ શહેર ચોવીસે કલાક માત્ર પૈસા પાછળ દોડતું હોય તેવું લાગે છે. માણસને કબર માટે પણ છ ફૂટથી વધારે જગ્યા જોઈતી નથી તો પછી આ બધી દોડ કોના માટે? કાશ, થોડાક માણસો પણ જો અંગત સ્વાર્થના બદલે સમાજસેવામાં લાગી જાય તો કોઈપણ ધર્મના કોઈપણ ભગવાન રાજી રાજી થઈ જાય!"

મેહુલરાય ક્રોધથી તાડૂક્યા : "પચ્ચીસ વર્ષનો યુવાન જો પૈસા પાછળ પાગલ ન હોય તો મારી દૃષ્ટિએ તે એબનૉર્મલ છે."

"પંચાવન વર્ષનો માણસ પણ જો માત્ર પૈસા પાછળ પાગલ હોય તો મારી દૃષ્ટિએ એ પણ એબનૉર્મલ છે." ચિરાગે વળતો ઘા કર્યો.

હવે મેહુલરાયનો ગુસ્સો સાતમા આસમાને હતો. "દીકરા ચિરાગ, મુંબઈમાં તો આવનારા દિવસોમાં શ્વાસ લેવાના પણ પૈસા ચૂકવવા પડશે."

"જેના માટે જે કિંમત ચૂકવવી પડશે તે હું ચૂકવીશ પણ હવે અહીં તો હું નહીં જ રહી શકું." આટલું બોલીને ગુસ્સામાં ચિરાગ જોરથી ફ્લૅટનો દરવાજો પછાડીને બહાર નીકળી ગયો. દરવાજાના મોટા અવાજનો પડઘો જાણે કે પિતા સાથેના તેના સંબંધના અંતનો સાક્ષી બની રહ્યો!

હા... કુળદીપક ચિરાગ પોતાના આદર્શોને છોડી શકે તેમ ન હતો તેથી કુળને અને ઘરને છોડીને જઈ રહ્યો હતો!

પ્રકરણ-7

સવારના સાત વાગ્યાનો સમય છે. ડાઇનિંગ ટેબલ ઉપર મેહુલરાય ચાનો કપ હાથમાં રાખીને ગમગીન મુદ્રામાં બેઠા છે. ચાર-પાંચ જાતના નાસ્તા, કાજુ, બદામ સાથે ડિશમાં પડ્યા છે, પણ નાસ્તો કરવાની ઇચ્છા થતી નથી. વર્ષાએ તેમની સામે બેસતાં બેસતાં કહ્યું, "હું તમને પહેલેથી કહેતી હતી કે ભગવાને આપણને ઘણું આપ્યું છે, પણ તમે વધારે પૈસા કમાવામાં અડધી

જિંદગી ખર્ચી નાંખી અને આવો સરસ ચિરાગ જેવો પુત્ર ગુમાવ્યો."

"તું મારી પાસે એનું નામ ન લેતી." પછી થોડું વિચારીને આગળ બોલ્યા, "હવે તો બસ દીપક એ જ આપણો એક માત્ર પુત્ર છે... વારસદાર છે... કુળદીપક છે...!"

ત્યાં તો બાજુના બેડરૂમમાંથી બ્લ્યૂ નાઇટ ડ્રેસમાં સજ્જ વીસેક વર્ષનો દીપક આવીને મમ્મીની બાજુની ખુરશીમાં બેસી જાય છે. ઊંઘમાંથી ઊઠ્યો હતો તેથી તે કાંઈ પણ વાત કરવાના મૂડમાં નહોતો.

વર્ષાએ દીપકના માથા ઉપર હાથ ફેરવતાં ફેરવતાં કહ્યું, "બેટા, પપ્પા સાથે ઝઘડો કરીને ચિરાગ ગઈકાલે ક્યાંક જતો રહ્યો છે. મોબાઇલ તો તે રાખતો નથી. આપણે તેનો કૉન્ટેક્ટ પણ કઈ રીતે કરીએ?"

"કૉન્ટેક્ટ કરવાની કોઈ જરૂર નથી." મેહુલરાય મોટેથી તાડૂક્યા.

પપ્પાનો મૂડ જોઈને દીપકે મમ્મી સામે જોયું. "મમ્મી, મને તો પહેલેથી જ મોટાભાઈના વિચારો સમજાયા જ નથી. પપ્પા આપણા માટે આટલું બધું કરે છે, સારું કમાય છે તો તે પૈસા માણવા જોઈએ કે તેમાંથી સમાજસેવા કરવાની?"

"જોયું...? આને મારો દીકરો કહેવાય." મેહુલરાય મુસ્કુરાયા.

"કેમ ચાલે છે, બેટા તારે ભણવાનું?" કદાચ પહેલી જ વાર મેહુલરાયે દીપક સાથે વાત કરવાનો સમય કાઢ્યો હતો!

"બસ પપ્પા ચાલે છે... S.Y.ની ATKT ક્લીયર થતી નથી."

"પપ્પા..." એટલું બોલીને દીપક અટકી ગયો.

"બોલ... બોલ..." મેહુલરાયે તેની સામે ધ્યાનપૂર્વક જોયું.

"મારે પચાસ હજારની જરૂર છે."

"મારી સાઇન કરેલી કોરી ચેકબુક મારા રૂમમાં પડી જ છે. બૅન્કમાંથી ઉપાડી લેજે." મેહુલરાયને અચાનક યાદ આવ્યું કે આજનું તેમનું બિઝનેસનું શિડ્યુલ ઘણું જ ટાઇટ હતું. વળી હજુ બધી દૈનિક ક્રિયાઓ પતાવવાની પણ બાકી હતી. તેથી હવે લાંબો સમય વાતચીતમાં કાઢવાનું શક્ય જ નહોતું તેથી તેઓ તરત ઊભા થઈ ગયા. વળી શા કારણથી દીકરો આટલી મોટી રકમ માંગે છે તે પૂછવાની તેમને જરૂર પણ જણાતી નહોતી!

આ પહેલાં પણ મિત્રોને પાર્ટી આપવાના બહાને કે પિકનિકના બહાને દીપક કેટલીય વાર નાની-મોટી રકમ મમ્મી અથવા પપ્પા પાસેથી લઈ ચૂક્યો હતો.

* * *

કુળ દીપક

ચિરાગ ગેટ-વે ઑફ ઇન્ડિયાની પાળી ઉપર બેઠો બેઠો સૂર્યોદયને એક નજરે જોઈ રહ્યો હતો. તેની બોઝલ લાલ આંખો આખી રાતના ઉજાગરાની ચાડી ખાતી હતી. સફેદ લેંઘો-ઝભ્ભો અને એક બગલથેલો જેમાં વિવેકાનંદનાં જ્ઞાનયોગ અને કર્મયોગ બે પુસ્તકો માત્ર તેની મૂડી હતી. એકાએક તેને મગનલાલ શેઠની યાદ આવી જેને તે દાદા કહેતો. હા... છેલ્લાં ચારેક વર્ષથી માનસિક વિકલાંગ બાળકોના આશ્રમમાં તે સેવા આપવા જતો હતો. તેના મોટા ભાગના ટ્રસ્ટીઓ સાથેનો નિકટનો સંબંધ તે તેની મોટી મૂડી હતી. તેમાંના મુખ્ય મૅનેજિંગ ટ્રસ્ટી મગનલાલ શેઠને ચિરાગ પ્રત્યે ઘણો જ લગાવ હતો. ચિરાગ તરત લોકલ ટ્રેન પકડીને સીધો આશ્રમે પહોંચી ગયો.

સવારના નવ વાગ્યા હતા. મગનલાલ શેઠે ચિરાગને આવકાર્યો. "આજે તો તું બહુ વહેલો આવી ગયો ને કાંઈ?"

"હા... દાદા..." એટલું બોલીને ચિરાગ સામેની ખુરશી ઉપર બેસી ગયો.

દાદાની અનુભવી આંખોએ તાગ મેળવી લીધો કે આજે ચિરાગ કાંઈક ટૅન્શનમાં છે.

વળી આજ દિન સુધી ચિરાગે અહીં કોઈને પોતાની સાચી ઓળખ આપી જ નહોતી, કારણ કે વધારે પડતો સ્વમાની હોવાને કારણે તે પપ્પાના નામનો ઉપયોગ કોઈપણ જગ્યાએ ક્યારેય કરતો નહોતો.

"બોલ... બોલ... તારે કાંઈ કહેવું છે? કેમ થાકેલો લાગે છે?"

"દાદા, ખાસ કાંઈ નથી. દરિયાકિનારે બે કલાક બેસીને આવ્યો છું એટલે એવું લાગે છે. દાદા, તે દિવસે તમે ગુજરાત હાઇવે ઉપર નવો વૃદ્ધાશ્રમ બન્યો છે તેવું કાંઈક કહેતા હતા?"

"હા બેટા, મારી હવે ઉંમર થઈ તેથી મુંબઈથી દરરોજ 100 કિ.મી. દૂર આવવા જવાનું ફાવે તેવું નથી. ત્યાં થોડા પગારદાર માણસો રાખ્યા છે. પરંતુ તું જાણે છે કે પગારદાર એ પગારદાર. જો તારા જેવો કોઈ સેવાભાવી યુવાન તે આશ્રમને સંભાળી લે તો સરસ વહીવટ ચાલે. અત્યારે લગભગ પચ્ચીસેક જેટલા વૃદ્ધો જીવનથી થાકીને ત્યાં રહેવા આવ્યા છે."

"દાદા, મને મુંબઈની કોઈ માયા છે નહિ. જો હું ત્યાં જ સેવા કરવા માટે સેટલ થઈ જાઉં તો?"

"તો તો સોનામાં સુગંધ ભળી જાય. પણ બેટા આ આશ્રમ હાઇવે ઉપર નથી પરંતુ પાંચેક કિ.મી. કાચા રસ્તે છે. ત્યાં મુંબઈની જેમ માણસોની ભીડ કે કોલાહલ નથી. ત્યાં તો માત્ર શાંતિ... શાંતિ અને નીરવ શાંતિ જ છે."

"મારે શાંતિની જ જરૂર છે." ચિરાગ સ્વગત બબડ્યો. દાદાએ તરત

પટાવાળા પાસે વૃદ્ધાશ્રમની ફાઇલ મંગાવી અને બોલ્યા, "લે બેટા, આ ફાઇલમાં આશ્રમ વિશેની તમામ માહિતી છે. ક્યાંથી કેટલું ડોનેશન આવે છે તેની પણ માહિતી છે. તારે તે વાંચ્યા પછી મને કાંઈ જ પૂછવું નહીં પડે. તારા જેવી શુદ્ધ દાનતવાળો યુવાન આ આશ્રમને સંભાળશે તો કોઈ દાનવીરનું દાન એળે નહીં જાય.'

ફાઇલ બગલથેલામાં મૂકીને ચિરાગ દાદાને પગે લાગ્યો. એટલે દાદાએ આંખમાં આંસુ સાથે અંતરથી આશીર્વાદ આપ્યા, "બેટા, તારી સફળતાના ડંકા આખું મહારાષ્ટ્ર સાંભળશે અને કેટલાય વડીલોના આશીર્વાદ તને મળશે તે અલગથી."

ચિરાગ ઝડપથી વાપી પાસે આવેલા આશ્રમે જવા માટે નીકળી ગયો. મુંબઈમાં જાણે કે હવે તેને શ્વાસ લેવાનું પણ ભારરૂપ લાગી રહ્યું હતું!

લોકો ક્યાં ક્યાંથી રોજી-રોટી માટે મુંબઈ આવીને વસે છે. મુંબઈમાં રોટલો હોય પણ ઓટલો ન હોય છતાં એવા મુંબઈને કોઈ છોડી શકતું નથી.

જ્યારે એક નિડર સત્યવાદી યુવાન બાપની મિલકતને લાત મારીને મુંબઈને અલવિદા કહી રહ્યો હતો. સ્ત્રીના પ્રેમમાં પાગલ કેટલાક યુવાનો ક્યારેક બાપની મિલકત છોડી દેતાં હોય છે, પરંતુ આદર્શ માટે આવડો મોટો ત્યાગ કરનાર આવા વિરલા આખી સદીમાં એકાદ જ પાકે છે. પરિણામે સમગ્ર મુંબઈની સાથે જાણે કે સમુદ્ર પણ ઊછળી ઊછળીને ચિરાગને સલામ કરી રહ્યો હતો!

* * *

"લો, આ પૂરા પચાસ હજાર રૂપિયા છે." પાંચસોનું બંડલ અસીમભાઈના હાથમાં આપતાં દીપક બોલ્યો.

અસીમભાઈ વરલી-મટકાના આ એરિયાના મુખ્ય બુકી હતા. જમાનાના ખાધેલા હતા.

દીપક જેવા કેટલાય નબીરાઓ બાપના પૈસે નંબર લગાવવા આવતા, જેને કારણે અસીમભાઈની દાલ-રોટી ઘણી સારી રીતે નીકળી જતી.

"જો દીપક, હવે પછી પૈસા તરત આપી દેવાના, બાકી અમારા ધંધામાં આ રીતે ઉધારી ચાલતી નથી." અસીમભાઈ મોઢામાં તમાકુ ભરતાં ભરતાં જાણે કે અહેસાન કરતા હોય તેમ બોલ્યા.

"હા... હા... હવે પછી આવું નહિ થાય. હું કેટલા બધા સમયથી પૈસા અહીંથી લઈને જતો હતો ને? આ વખતે મોટી લાલચમાં બહુ ગુમાવવાનો વારો આવ્યો. હવે તો મારા ગ્રહો બદલાય છે. કાલે જ એક જ્યોતિષને મેં

કુંડળી બતાવી તો તેણે કહ્યું કે હવે તારો લક્ષ્મીયોગ છે."

અસીમભાઈ મનોમન વિચારવા લાગ્યા... સાલું નસીબ જેવું હોય છે ખરું પણ આમાં વળી જ્યોતિષી ક્યાં આવ્યો? સાલાઓ શેરબજાર કેટલા પોઇન્ટ વધશે તેની આગાહી છાપાંઓમાં કરે છે. અરે ભાઈ વધવાનું જ છે, તો તું જ ગામ પાસેથી દશ-વીશ લાખ રૂપિયા લઈને શેર ખરીદી લે ને બે-ચાર દિવસમાં ડબલ થઈ જશે. શા માટે સો-બસો રૂપિયા માટે છાપામાં લખે છે?

અસીમભાઈને વિચારમાં પડી ગયેલા જોઈને દીપક બોલ્યો, "હું તો નસીબમાં જ માનું છું. મારા પપ્પા જેટલા પૈસા વીસ વર્ષમાં કમાયા છે, તેટલા તો હું બે વર્ષમાં કમાઈને બતાવી દઈશ!"

અસીમભાઈ તમાકુ મોઢામાં સાઇડમાં કરીને બોલ્યા, "દીપક, નસીબ જેવું કાંઈક હોય છે, પરંતુ જ્યોતિષ જેવું હોય છે તે માનવાનું મન થતું નથી. કદાચ જો જ્યોતિષ જ્ઞાન જેવું કાંઈક જ્ઞાન હશે તો તે સો ટકા જાણવાવાળા કોઈ જ નથી."

અસીમભાઈ થોડું ઘણું ભણેલા હતા એટલે સાવ સાચી ચર્ચા તેના કરતાં ઉંમરમાં ક્યાંય નાના દીપક સાથે કરી રહ્યા હતા. તે માણસની ઉંમર વધે તેમ તેને અનુભવનો તજુરબો ઘણો મળી જતો હોય છે.

દીપકની હવે હિમ્મત ખૂલી ગઈ હતી. વરલી મટકા સિવાય પણ તેણે બે-ચાર સાથી મિત્રો સાથે અન્ય સટ્ટાઓમાં પણ ઝંપલાવ્યું હતું. ઘરમાંથી પૈસા તો માંગે ત્યારે મળી જ રહેતા હતા, તેમ છતાં ક્યારેક વધારે મોટી જરૂરિયાત ઊભી થાય તો ચોરી કરવાનું તેને માટે સામાન્ય બાબત હતી.

સાંજે જ્યારે દીપક ઘરે આવ્યો ત્યારે વર્ષાની તબિયત સારી નહોતી. ડૉક્ટર તેને સામે જ મળ્યા. મેહુલરાય બિઝનેસની અગત્યની મિટિંગમાં રોકાયેલા હતા. તેમણે ફોન ઉપર જ પોતે અત્યારે ઘરે આવી શકે તેમ નથી અને મોડા આવશે તેમ જણાવી દીધું હતું.

વર્ષાએ સૂતાં સૂતાં જ દીપક સામે જોયું. "બેટા દીપક, ચિરાગને ઘર છોડ્યાને છ દિવસ થઈ ગયા છે. ક્યાં ગયો હશે?"

"ઓ...હો... મમ્મી, મોટાભાઈ કાંઈ હવે નાના છે? તું તેમની ચિંતા કરીને તારી તબિયત શા માટે બગાડે છે? હું છું ને?"

ડૉક્ટરના ઇન્જેક્શનને કારણે વર્ષાની આંખોમાં ઘેન હતું. તેને નિંદ્રાધીન થતી જોઈને દીપક તરત બાજુના રૂમમાં જઈને તિજોરીની ચાવી શોધવા લાગ્યો!

કહાની મેં ટ્વિસ્ટ

પ્રકરણ-8

ચિરાગને ઘર છોડ્યાને થોડા દિવસો પછી દાદા પાસેથી આશ્રમની ફાઇલ લઈને તે તરત નીકળી ગયો હતો. હાઇવે ઉપર આવીને તેણે પ્રાઇવેટ જીપ પકડી લીધી હતી. જીપમાં ગુજરાત તરફ જતાં પાંચ-છ મુસાફરો બેઠા હતા. જેનું જેનું સ્ટેશન આવે તે ડ્રાઇવરને પૈસા આપીને ઊતરતા જતા હતા. ચિરાગ ડ્રાઇવરની બાજુમાં જ બેઠો હતો. ઝડપથી પસાર થતાં રસ્તાઓ અને વળાંકો જોતાં જોતાં અનાયાસે જ ચિરાગ પોતાના જીવનના વળાંક વિશે વિચારોમાં ડૂબી જતો હતો. દમણ-વાપીની વચ્ચે એક ક્રૉસ રોડ આવ્યો એટલે ચિરાગે જીપ ઊભી રખાવીને પૈસા ચૂકવીને ડાબી બાજુ કાચા રસ્તાની વાટ પકડી. દાદાએ સમજાવેલ ઍડ્રેસથી હજુ તે પાંચ કિ.મી. દૂર હતો. ખિસ્સામાં જે કાંઈ થોડા ઘણાં પૈસા હતા તે આશ્રમમાં જમા કરાવી દેશે અને હવે પોતાની અંગત જરૂરિયાત માટે ક્યારેય પૈસાને સ્પર્શ નહીં કરે તેવી મનોમન તે પ્રતિજ્ઞા લઈ ચૂક્યો હતો!

પાંચેક કિ.મી. ખેતરો વચ્ચેની નાની કેડીમાંથી ચાલીને આખરે તે નાનકડા બેઠા ઘાટના મકાન પાસે પહોંચ્યો. મકાનની ચારે બાજુ ઘણી વિશાળ ખુલ્લી જગ્યા હતા. ત્રીસેક જેટલા રૂમો હતા. મોટા ભાગના બંધ હતા. કદાચ બપોરને સમય હતો તેથી વૃદ્ધો આરામ કરી રહ્યા હતા. સ્મશાનવત્ શાંતિ પથરાયેલી હતી. બાજુના ઝાડ ઉપર એક કાગડો બેઠો હતો. જે થોડી થોડી વારે શાંતિનો ભંગ કરતો હતો. ચિરાગે જોયું કે સામેથી ધોતિયાવાળા એક પચાસેક વર્ષનો મહારાજ જેવો માણસ તેની તરફ આવી રહ્યો છે. નજીક આવીને તેણે ગંજીના ખિસ્સામાંથી ચાવી કાઢીને ચિરાગને આપતાં કહ્યું, "આવો. આ ઑફિસની ચાવી છે. આજે સવારે જ દાદાનો ફોન હતો. આપને ચાવી આપવાનું કહ્યું છે."

ચાવી હાથમાં લેતાં ચિરાગ બોલ્યો, "સરસ. શું નામ છે આપનું?"

"રામલાલ."

"અચ્છા... રામુકાકા, ચા મળશે?"

"હા... હા... ચોક્કસ. તમે ઑફિસમાં બેસો હું બનાવીને લેતો આવું છું. હું અહીં મહારાજની નોકરી કરું છું. રસોઈ પણ સૌ માટે હું જ બનાવું છું." ભૂખ તો ચિરાગની છેલ્લા બે દિવસથી મરી ગઈ હતી. તે કશું બોલ્યો નહિ. તેણે ઑફિસ તરફ જવા પગ ઉપાડ્યા.

રામુકાકા ચા મૂકી ગયા એટલે ચા પીતાં પીતાં ચિરાગે ફાઇલનો અભ્યાસ કરવાનો ચાલુ કર્યો. જેમ જેમ ઊંડો ઊતરતો ગયો તેમ તેમ તેને આ વૃદ્ધાશ્રમ

વિશેની માહિતી મળતી ગઈ. સાંજે લગભગ તમામ વૃદ્ધોને તે આત્મીયતાથી મળ્યો ત્યારે તેને ખ્યાલ આવ્યો કે આ આશ્રમમાં આવનાર દરેક વડીલની કથની લગભગ સરખી જ હૃદયદ્રાવક હતી! અમુક તો એટલા બધા પૈસાદાર પુત્રોના બાપ હતા કે પુત્ર પાસે તેના કૂતરાને રાખવા માટે અલગ ઓરડાની સુવિધા હતી, પરંતુ બાપને રાખવા માટે સુવિધા નહોતી! સમાજનું આ વરવું અને કડવું સ્વરૂપ જોઈને ચિરાગ અંદરથી ખળભળી ઊઠ્યો હતો.

ચિરાગને પિતા સાથેની છેલ્લી ચડભડ યાદ આવી ગઈ, પરંતુ પછી તેણે તરત મન મનાવ્યું કે તેની બાબતમાં તેનો પિતા સાથેનો જનરેશન ગેપનો ખાસ સવાલ નહોતો. પૈસા પાછળની પિતાની આંધળી દોટને તે ધિક્કારતો હતો અને પોતે જે શિક્ષણ પચાવ્યું હતું, જેમાં મહાવીરનો ત્યાગ, વિવેકાનંદનો માનવધર્મ અને ગાંધીજીની સાદગી આ બધું ખોટું છે એમ તેને કોઈ કહી શકે તેમ નહોતું! આમ બાપ-દીકરા વચ્ચે વૈચારિક મતભેદ હતો, કોઈ કૌટુંબિક કે મિલકતની સમસ્યા જ નહોતી!

સમય વીતતો ગયો. મેહુલે તન-મનથી આશ્રમ પાછળ થોડાંક વર્ષો ખર્ચી નાંખ્યાં. તેનો વહીવટ એટલો સુંદર હતો કે દાનનો પ્રવાહ ક્યારેય ધીમો નહોતો પડ્યો. પરિણામે ચિરાગે આશ્રમમાં વૃદ્ધોને સમય પસાર કરવા માટે લાઇબ્રેરી, દર અઠવાડિયે ધાર્મિક પ્રોગ્રામનું આયોજન, હળવી કસરત કરવાનાં સાધનો તથા રમવા માટે કેરમ વગેરે વસાવ્યાં હતાં. સુરતથી તથા મુંબઈથી કેટલાય પ્રતિષ્ઠિત વ્યાખ્યાનકારો આ આશ્રમને તેમના જ્ઞાનનો લાભ આપી ચૂક્યા હતા. આશ્રમના દરેક વડીલો તેમનો ભૂતકાળ ભૂલીને તેમની આ શરૂ થયેલી બીજી ઇનિંગ્સને જાણે કે માણી રહ્યા હતા! આજે મગનલાલ શેઠ જેમને મેહુલ તથા સૌ કોઈ દાદા તરીકે ઓળખતા હતા તેમની પ્રથમ પુણ્યતિથિ હતી. આશ્રમના પ્રાંગણમાં તેમની પ્રતિમાની અનાવરણવિધિ મહારાષ્ટ્રના મુખ્ય પ્રધાનના હસ્તે હતી. પ્રેસ ફોટોગ્રાફરો સવારથી આશ્રમમાં આવી પહોંચ્યા હતા. મુખ્ય પ્રધાને તેમના વકતવ્યમાં ચિરાગને 'શ્રવણકુમાર'નું બિરુદ આપીને તેની સેવાને બિરદાવી હતી. 'દાદા'એ ચિરાગની સફળતા માટે કરેલ ભવિષ્યવાણી જાણે કે સાચી પડી રહી હતી. ગુજરાતની પણ ઘણી મોટી વિભૂતિઓ અત્રે હાજર હતી.

બંને રાજ્ય સરકારોના સપોર્ટને કારણે આશ્રમ સુધી પાકા રસ્તા, સ્ટ્રીટ લાઇટો, ગાર્ડન વગેરે બની રહ્યું હતું.

ચિરાગને જાણે કે પોતાની મંજિલ મળી ચૂકી હતી. મુંબઈ છોડ્યાને દશકો વીતી ચૂક્યો હતો. 'શ્રવણકુમાર' તરીકે તેની ખ્યાતિ વધતી જતી હતી.

* * *

એક દિવસ સવારમાં ઑફિસ સામેના બગીચામાં ચિરાગ ઝાડ-પાનને પાણી પીવડાવી રહ્યો હતો. ત્યાં જ જીન્સ-ટૉપમાં સજ્જ એક સુંદર યુવતી ગાડીમાંથી ઊતરી.

"હલ્લો મિ. ભારત... ઓળખાણ પડી?" ચિરાગ ચમક્યો, કારણ કે મિ. ભારતનું ઉદ્‌બોધન કૉલેજમાં એક માત્ર ભૂમિ જ તેને કરતી હતી.

ચિરાગ તરત બોલી ઊઠ્યો, "અરે ભૂમિ, તું અહીં ક્યાંથી? તું તો અમેરિકા જવા માટે નીકળી ગઈ હતી ને?"

"હા યાર... અમેરિકામાં જ છું. અત્યારે ઇન્ડિયામાં થોડા સમય માટે જ આવી છું. બસ તને શોધતી શોધતી અહીં સુધી આવી ગઈ."

લગભગ ચારેક વર્ષ પછી બંને સહાધ્યાયીઓ મળ્યાં હતાં. "આવ, આપણે અંદર ઑફિસમાં બેસીએ." રામુકાકા પાણીના બે ગ્લાસ મૂકી ગયા. બંને વચ્ચે થોડીક ક્ષણો મૌન પથરાઈ ગયું. ચિરાગને ભૂમિ સાથેની છેલ્લી જૂહુ બીચ ઉપરની મુલાકાત અક્ષરશઃ યાદ આવી ગઈ.

બંને જૂહુ બીચ ઉપર દરિયાકિનારે બેઠાં હતાં. ભૂમિએ દરિયાની રેતીમાં ચિરાગનું નામ લખ્યું. ચિરાગે તરત જ ભૂંસી નાંખ્યું. આવું ચાર-પાંચ વાર બન્યું એટલે ભૂમિથી રહેવાયું નહિ. "ચિરાગ, તને મારી સાથે લગ્ન કરવામાં વાંધો શું છે? હવે તો આપણું ભણવાનું પણ પતી ગયું છે."

"જો ભૂમિ, તું તો જાણે જ છે કે લગ્નના બંધનમાં હું પડવા માંગતો જ નથી."

ભૂમિએ હસતાં હસતાં કહ્યું, "અરે, હું તો કેટલી ફોરવર્ડ છું તે તું જાણે જ છે ને? લીવ વીથ રિલેશનશિપની જેમ હું તારી સાથે રહેવા તૈયાર છું."

"ના ભૂમિ... તેમાં પણ નૈતિક બંધન તો આવે જ છે અને મારી મંઝિલ લગ્ન કરવાની નથી. તારા માટે આકાશ જ યોગ્ય છે, કારણ કે હું જાણું છું કે આપણે ત્રણેય કૉલેજમાં એક જ બેન્ચ ઉપર બેસતાં હતાં ત્યારથી આકાશ તને પસંદ કરે છે." ભૂમિ વચ્ચે જ બોલી ઊઠી, "હું તને પસંદ કરું છું તેનું શું?" ભૂમિએ ફરીથી દરિયાની રેતીમાં ચિરાગનું નામ લખ્યું.

"ભૂમિ, આકાશ અત્યારે અમેરિકામાં વેલ સેટલ્ડ થઈ ગયો છે, તેથી તારી જો હા હોય તો તેણે લગ્ન કરવાની ઇચ્છા પણ દર્શાવેલ છે. સાચું કહે આકાશમાં શું કમી છે?"

ભૂમિએ ગંભીર થઈને કહ્યું, "કમી તો આકાશમાં કાંઈ જ નથી, પરંતુ જ્યારે તમારા બંનેની સરખામણી કરું છું ત્યારે તારું ત્રાજવું ભારે થઈ જાય છે!"

ચિરાગે મજાકમાં કહ્યું, "તો તો મારે મારું વજન ઘટાડવું પડશે...

બરોબર ને?"

ભૂમિએ ગંભીરતાથી કહ્યું, "ચિરાગ, હવે આ મજાકનો સમય નથી. કાલે મારે આકાશને અને મારાં મમ્મી-પપ્પાને ફાઇનલ જવાબ આપવાનો છે. આકાશની મારી સાથે લગ્ન થાય તેવી ઇચ્છા છે, મારાં મમ્મી-પપ્પાને પણ હું આકાશ સાથે લગ્ન કરું તો કોઈ જ વાંધો નથી. જો કે મારાં મમ્મી-પપ્પા તો હું જે કહું તે વાત માન્ય રાખવા તૈયાર છે."

ભૂમિને બોલતી અટકાવીને ચિરાગે કહ્યું, "જો ભૂમિ, આપણે જેને ચાહતાં હોઈએ તેની સાથે લગ્ન કરવા કરતાં જે વ્યક્તિ આપણને ચાહતી હોય તેની સાથે લગ્ન કરીએ તો વધારે સુખી થવાય."

"તો તું મને નથી ચાહતો એમ જ ને?"

"ના ભૂમિ સાવ એવું નથી." ચિરાગની આંખમાં આંસુના તોરણ બંધાયા, જે ભૂમિને ન દેખાયા. ચિરાગે સમુદ્ર સામે જોવાનું ચાલુ રાખીને જ વાત આગળ વધારી, "આપણે છેલ્લાં 3-4 વર્ષથી સાથે ભણ્યાં આટલો સમય સાથે વિતાવ્યો એટલે આપણા બે વચ્ચે લાગણીનો એક તંતુ તો અવશ્ય બંધાઈ જ ગયો છે, પરંતુ હું મારા આદર્શોને છોડી શકું તેમ નથી. વિવેકાનંદે લગ્ન નહોતા જ કર્યા ને?"

ભૂમિએ દલીલ કરતાં કહ્યું, "ગાંધીજી પણ મહાન હતા. તેમણે તો લગ્ન કર્યા જ હતા ને? ગાંધીજીને તો આખો દેશ મહાન માને છે, કસ્તૂરબા પણ."

ભૂમિને વચ્ચેથી અટકાવીને ચિરાગે કહ્યું, "કસ્તૂરબા ગાંધીજીને મહાન માનતાં હતાં. તે ગાંધીજીની મહાનતાની સાર્થકતા કહેવાય, પણ હવે આ ચર્ચા આપણે અહીં પડતી મૂકીએ તો સારું..." રેતીમાં લખેલું પોતાનું નામ ચેકીને ચિરાગે આકાશનું નામ લખ્યું.

ભૂમિ હવે સમજી ગઈ કે સમાજસેવાનું ભૂત ચિરાગના માથા ઉપરથી દુનિયાની કોઈ તાકાત ઉતારી શકે તેમ નથી. વળી આકાશમાં કાંઈ કહેવાપણું તો હતું જ નહિ તેથી આખરે તેણે આકાશ સાથે પ્રભુતામાં પગલા માંડ્યા અને છેલ્લાં ચાર વર્ષથી અમેરિકામાં સેટલ થઈ ગઈ હતી.

પાણીનો ગ્લાસ પૂરો કરીને ટેબલ ઉપર મૂકીને ચિરાગ વર્તમાનમાં આવી ગયો અને બોલ્યો, "બોલ ભૂમિ, ચા ફાવશે કે કૉફી?"

ભૂમિ હસતાં હસતાં બોલી, "આપણે કૉલેજની કૅન્ટીનમાં પણ સાથે કૉફી જ પીતા હતા. હજુ સુધી મેં ચા પીવાનું શરૂ કર્યું નથી."

ચિરાગે તરત રામુકાકાને બે કપ કૉફી બનાવવાનું કહ્યું.

રામુકાકા કૉફી ટેબલ ઉપર મૂકી ગયા ત્યાં સુધી બંને વચ્ચે ફરીથી

મૌન પથરાઈ ગયું.

"આકાશ ઈન્ડિયા ન આવ્યો?" એકાએક ચિરાગે પૂછ્યું.

"ના, તેની પાસે ક્યા સમય જ છે? હું પણ એક વિક માટે જ ઈન્ડિયા આવી છું."

"તમારે ત્યાં કેમ ચાલે છે?"

"ઘણું સારું ચાલે છે. દરેક રીતે ભગવાનની પૂરેપૂરી કૃપા છે. તારે કેમ ચાલે છે?"

"બસ, બધું તારી સામે જ છે. મારી મંજિલ આવી જ કાંઈક હતી. જે હવે મને મળી ગઈ હોય તેવું લાગે છે."

"તને આજે ઘણાં વખતે જોયો એટલે કૉલેજની ઘણી બધી યાદો તાજી થઈ ગઈ."

ચિરાગે જોયું કે ભૂમિ ખુશ હતી અને ભૂમિએ પણ નોંધ્યું કે ચિરાગ તેની મંજિલ સાથે ખુશ હતો. બંનેના હૃદયમાં એકબીજા માટે એક સૉફ્ટ કૉર્નર હતો, પરંતુ બંને જાણતાં હતાં કે બંનેની મંજિલ અલગ છે. વળી બંને વચ્ચે પુષ્કળ નિખાલસતા હતી તેથી વાતોમાં એક કલાક ક્યાં પસાર થઈ ગયો તેનો ખ્યાલ જ ન રહ્યો.

ભૂમિએ જતાં જતાં પર્સમાંથી ચેકબુક કાઢી અને એક મોટી રકમનો ચેક આશ્રમના નામે આપતાં બોલી, "ફૂલ નહિ તો ફૂલની પાંખડી." ભૂમિને બોલતી અટકાવીને ચિરાગે કહ્યું, "અરે આશ્રમ માટે તો દરેક પાંખડી અમૂલ્ય છે, કારણ કે તેનો સદુપયોગ જ થાય છે!" ભૂમિને કાર સુધી ચિરાગ મૂકવા ગયો ત્યારે પાછું બંને વચ્ચે મૌન પથરાઈ ગયું. ભૂમિએ કાર સ્ટાર્ટ કરીને ઝડપથી આશ્રમના ઝાંપામાંથી બહાર લીધી અને ચિરાગ ધૂળના ગોટેગોટા ઉડાડતી કારને જોઈ રહ્યો હતો. પોતે જે સમાજસેવાનો યજ્ઞ કર્યો હતો તેમાં ભૂમિના ત્યાગની આહુતિ પણ આવી જતી હતી!

પ્રકરણ-9

હા, ચિરાગને મુંબઈ છોડ્યાને દસ વર્ષ વીતી ગયાં હતાં! આ દશકો મેહુલરાયની ક્રમશઃ પડતીનો હતો. પ્રથમ પાંચ-છ વર્ષમાં તો ભાંગ્યું તોય ભરૂચ એ દષ્ટિએ તેમની એક પછી એક નાની મોટી પ્રોપર્ટી વેચીને આર્થિક આંચકાઓ સહન કરતા ગયા. તેમાં ઇન્કમટૅક્સની રેડ અને ધંધામાં ખોટના મોટા ફટકાઓ સામેલ હતા. પરંતુ છેલ્લાં ત્રણ વર્ષ મેહુલરાય માટે વધારે આકરા સાબિત થયાં હતાં. વર્ષાની કેન્સરની જીવલેણ બીમારીથી તે પડી

ભાંગ્યા હતા. હા, આજે વર્ષાની પ્રથમ પુણ્યતિથિ હતી! તેના ફોટા ઉપર સુખડનો હાર ચઢાવવામાં આવ્યો હતો. મેહુલરાય સજળનેત્રે વર્ષાના ફોટાની સામે એકીટસે જોઈ રહ્યા હતા.

બે વર્ષ પહેલાંનો તે દિવસ મેહુલરાયને બરોબર યાદ હતો.

તે દિવસે રવિવાર હતો. સાંજના ચારેક વાગ્યાનો સમય હતો. દીપક બે દિવસથી તેના મિત્રો સાથે મહાબળેશ્વરનું કહીને ઘરની બહાર હતો. ધંધામાં એક પછી એક આફ્ટર શૉક્સ આવ્યા પછી મેહુલરાય હવે રવિવારે તો કમ સે કમ વર્ષા સાથે સાંજનો સમય ગાળતા થયા હતા. વળી વર્ષાની તબિયત પણ પહેલાં જેવી રહેતી નહોતી. દીપકનું હવે ઘરમાં રહેવાનું ઘણું ઓછું થઈ ગયું હતું.

મેહુલરાય અને વર્ષા તે દિવસે બપોરની ચાનો સ્વાદ માણી રહ્યાં હતાં, ત્યાં અચાનક વીસ-બાવીસ વર્ષની છોકરી તદ્દન સાદા સફેદ ડ્રેસમાં આવી હતી અને બંનેને પગે લાગી હતી.

"તમે કોણ?" મેહુલરાયે આશ્ચર્યથી પૂછ્યું હતું.

"મારું નામ શ્રુતિ છે."

"બેસ બહેન, અમે તને ઓળખી નહિ."

"હું મારી તમને શું ઓળખાણ આપું તેની મને ખબર પડતી નથી." કોઈપણ જાતની પૂર્વભૂમિકા બાંધ્યા સિવાય તેણે ધડાકો કર્યો, "મારા પેટમાં તમારા દીકરા દીપકનું બાળક આકાર લઈ રહ્યું છે!"

"શું?" વર્ષા અને મેહુલરાય બંનેથી લગભગ ચીસ પડાઈ ગઈ અને બંને ચાનો કપ અધૂરો મૂકીને ઊભાં થઈ ગયાં.

"હા... આ વાત સાચી છે અને હવે દીપક મારી સાથે લગ્ન કરવાની વાત તો દૂર પણ મારી સામું જોવા પણ તૈયાર નથી."

"હું તારી વાત માનવા તૈયાર નથી." મેહુલરાય મક્કમતાથી બોલ્યા.

"કઈ વાત?" શ્રુતિએ સામો પ્રશ્ન પૂછ્યો, "હું તેના બાળકની મા બનવાની છું તે વાત કે પછી તે મારી સામું જોવા તૈયાર નથી તે વાત?"

"બંને વાત..." મેહુલરાયે ઠંડકથી જવાબ આપ્યો.

વર્ષા કાંઈક સમાધાનકારી વલણ અપનાવવા ગઈ પરંતુ મેહુલરાયે તેમના સ્વભાવ મુજબ તેને બોલવા જ ન દીધી. આખરે શ્રુતિ ધીમા પગલે બહાર જવા માટે નીકળી.

દરવાજા પાસે પહોંચીને તેણે મેહુલરાય સામે વેધક નજરે જોયું. તેની નજરમાં પોતાને ન્યાય નથી મળ્યો તેવી અસહાયતા પણ હતી અને આ

કહાની મેં ટ્વિસ્ટ

અન્યાયનો બદલો કુદરત તમને ચોક્કસ આપશે તેવો ગૂઢાર્થ પણ હતો!

તે ગઈ એટલે વર્ષાએ મેહુલરાયને સમજાવવાનું ચાલુ કર્યું, "તમે ભૂલી ગયા, લગ્ન પહેલાં તમે જૂલી સાથે સંબંધ બાંધી બેઠા હતા અને પછી તેને શોધવાની કોશિશ કરી હતી પણ તે ન મળી પછી જ તમે મારી સાથે લગ્ન કર્યાં હતાં."

"હા, પણ આપણો દીપક આવું કરે જ નહિ." મેહુલરાય મક્કમતાથી બોલ્યા.

"તે તો હું પણ માનું છું, પરંતુ જે રીતે આ છોકરીએ હિંમતપૂર્વક આપણને વાત કરી તે જોતાં કદાચ દીપકથી ભૂલ થઈ પણ ગઈ હોય. તેમ બન્યું હોય તો પણ આપણે તેની ભૂલને સ્વીકારીને બંનેનાં લગ્ન કરાવી દેવા જોઈએ. ભૂલને ભૂલ તરીકે ન સ્વીકારવાની ભૂલ ક્યારેય ન કરવી જોઈએ."

મેહુલરાય આરામખુરશીમાં આંખો બંધ કરીને વિચારમગ્ન થઈ ગયા. તે જોઈને વર્ષાએ આગળ ચલાવ્યું : "કદાચ આ છોકરીની હાય આપણને લાગી જશે તો આપણું ધનોતપનોત નીકળી જશે. વળી ચિરાગના ગયા પછી ધંધામાં પણ ખોટ આવતી જાય છે અને મારી લથડતી તબિયત વિશે તો તમે જાણો જ છો."

"ઠીક છે, કાલે દીપક આવશે એટલે તેની સાથે વાત કરી લઈશું."

"કાલે શા માટે અત્યારે જ ફોન ઉપર વાત ન કરાય?"

મેહુલરાયે દીપકને મોબાઇલ લગાડ્યો પણ સ્વીચ ઑફની કૅસેટ વાગતી હતી.

રાત્રે પથારીમાં પડ્યા પછી મેહુલરાય મોડી રાત સુધી ઊંઘી ન શક્યા. આજે ઘણાં વર્ષો પછી વર્ષાએ તેમને જૂલીની યાદ અપાવી દીધી હતી. માણસ ગમે તે ઉંમરે પહોંચે પરંતુ પ્રથમ પ્રેમ તે ક્યારેય ભૂલી શકતો નથી. ગમે તેટલાં વર્ષોના પોપડા તેના ઉપર લાગી ગયા હોય પરંતુ તેની એક માત્ર યાદ માણસને યુવાન બનાવી દે છે. ગુલાબની પાંખડીઓની તાજી સુગંધ જાણે કે તેના મનમાં ભરી દે છે. ક્યારે પેલા પોપડા ઊખડી જાય છે. તેની ખબર પણ પડતી નથી. મેહુલરાયને એકાએક ચિરાગની યાદ આવી ગઈ, પણ પછી તેમણે તરત મન મનાવ્યું. તેના વિચારો જ અત્યારની દુનિયામાં ક્યાં મેળ ખાય તેવા હતા? હશે જ્યાં હોય ત્યાં ભગવાન તેને સુખી રાખે. મનોમન મેહુલરાય બબડ્યા અને ઊંઘવાનો પ્રયત્ન કરવા લાગ્યા. ક્યારે સવારના સાત વાગી ગયા તેની ખબર જ ન પડી.

* * *

દીપકે કાંડા ઘડિયાળમાં જોયું તો સાત વાગી ગયા હતા. મુંબઈની સૌથી મોંઘી ફાઇવ સ્ટાર હોટલના સ્યૂટના ડબલ બેડમાંથી તે ઊભો થયો. નીચે પડેલું જીન્સ પેન્ટ પહેરીને તે બાથરૂમમાં ગયો. દરમ્યાન જે કોલગર્લ સાથે તેણે રાત વિતાવી હતી તે કપડાં વ્યવસ્થિત કરીને નીચે જવા રવાના થઈ. કિંમત પહેલાં ચૂકવાઈ ગઈ હતી તેથી બીજી કાંઈ વાત કરવા રોકાવાનો સવાલ નહોતો. હા, મેહુલરાય શેઠના કુળદીપક... દીપક માટે આ બધું પણ સામાન્ય થઈ ચૂક્યું હતું. દીપકે કોઈ પ્રકારના સટ્ટા બાકી રાખ્યા નહોતા. શરૂઆતમાં બાપના પૈસા રોકટોક વગર મળી રહેતા હતા. હવે આડા ધંધામાં ઠીક ઠીક પૈસા કમાયો હતો. વળી યુવાનીનું ધસમસતું પૂર પણ સાથે હતું. મુંબઈ જેવી મોહમયી નગરીમાં જો મન ઉપર લગામ ન હોય તો માણસ પૈસા કમાવા માટે ગમે તે હદે જઈ શકે છે અને વાપરવા માટે પણ ગમે તે હદે જઈ શકે છે. દીપકને તો છૂટો દોર મળી ચૂક્યો હતો. મન ઉપર લગામ રાખવાનું તેને મુનાસિબ લાગતું નહોતું. મા-બાપને ખબર પડશે તો તેમને કેટલો આઘાત લાગશે તે વિચારવાની તેને જરૂર જણાતી નહોતી. હોટલમાં નીચે ઊતરીને પાર્કિંગમાંથી ગાડી બહાર કઢાવીને તે ગાડીમાં બેઠો. સ્ટાર્ટ કરતાં પહેલાં કાચમાં જોઈને પોતાના વાળ વ્યવસ્થિત કર્યા. ગઈકાલની કોલગર્લ વિશે મનોમન પોતાની આદત મુજબ બબડ્યો, શી વોઝ નોટ બેડ ફોર બેડ પર્પઝ. આ વાક્ય દીપકનું ફેવરીટ વાક્ય બની ચૂક્યું હતું. કાર સ્ટાર્ટ કરીને મરીન ડ્રાઇવ પાસે પહોંચ્યો. ત્યારે તેને અચાનક યાદ આવ્યું એટલે તરત શર્ટના ઉપલા ખિસ્સામાંથી સેલફોન બહાર કાઢીને સ્વીચઓન કર્યો. ત્યાં તો તરત રિંગ વાગી. દીપકે ચાલુ ગાડીએ જ ફોન ઉપાડ્યો. "હલ્લો."

સામેથી શ્રુતિનો અવાજ હતો, "હલ્લો દીપક, ક્યાં છો?"

"ગમે ત્યાં હોઉં તારે શું?" દીપકે બેફિકરાઈથી જવાબ આપ્યો.

"દીપક, હજુ પણ એકવાર વિચારી જો."

"શેનું?" દીપકે તેની વાત કાપતાં કહ્યું.

"મારી સાથે લગ્ન કરવાનું."

"શ્રુતિ, તારી પાસે આ સિવાય બીજી કોઈ વાત જ નથી?"

"દીપક, તને ખબર નથી. સ્ત્રી માટે તેનું શિયળ એ તેની સૌથી મોટી મૂડી હોય છે."

"તો પછી તે મૂડી સાચવવી જોઈએ ને?" દીપકે નફ્ફટાઈની હદ વટાવી.

"દીપક, મેં તારા ભરોસે તે મૂડી તને સોંપી હતી."

"શ્રુતિ મને એકને એક વાત રિપીટ કરવાનું ગમતું નથી, છતાં આજે

પચાસમી વાર અને છેલ્લીવાર તને કહું છું મારો ભરોસો ક્યારેય કરવો નહિ. હું ખુલ્લા આકાશનું આઝાદ પંખી છું અને મને તે રીતે જ ઊડવા દે."

દીપક ફોન કટ કરવા ગયો, પણ સામેથી શ્રુતિનો મોટો અવાજ સંભળાયો, "હું પણ તને આજે છેલ્લીવાર કહું છું, ખુલ્લા આકાશનું પંખી હવે લાંબું નહિ ઊડી શકે."

"ઓ...શટ...અપ" કહીને દીપકે ફોન કટ કરી નાંખ્યો અને કારની ગતિ વધારી.

બે રાતથી મહાબળેશ્વર મિત્રો સાથે જવાનું બહાનું કાઢીને તે ઘરની બહાર હતો. આજે સોમવારે સવારે તે ઘરે જઈ રહ્યો હતો! તેને સ્વપ્નમાં પણ ખ્યાલ નહોતો કે ઘરે પહોંચતા વેંત મોટું મહાભારત સર્જાવાનું છે.

━━━━━━ ➤ પ્રકરણ-10 ◄━━ ━━━━━

દીપકે ઘરમાં પ્રવેશીને જોયું કે પપ્પા નિરાંતે બેઠા છે. તેને નવાઈ લાગી. તરત તેણે મમ્મી તરફ નજર કરીને ચેક કરી લીધું, કે આજે મમ્મીને તો સારું છે તો પપ્પા કેમ હજુ ઑફિસે નહિ ગયા હોય. તે દ્વિધામાં પડી ગયો. મેહુલરાય સોફા ઉપર બેઠા બેઠા બોલ્યા, "આવ, દીપક, અહીં બેસ."

હવે દીપકના મનમાં ધ્રુજારી થઈ, "નક્કી કાંઈક લોચો લાગે છે. પપ્પા પાસે આટલી બધી નિરાંત? પોતે સમજણો થયો પછી આટલાં વર્ષોમાં એકાદ બે પ્રસંગોને બાદ કરતા પપ્પાને આટલી બધી નિરાંતના મૂડમાં તેણે ક્યારેય જોયો નહોતા!"

"બોલો પપ્પા..." હાથમાં કારની ચાવી ઘુમાવતાં ઘુમાવતાં સામેના સોફા ઉપર બેસતાં દીપકે જવાબ આપ્યો.

"બેટા, શ્રુતિ આવી હતી."

મેહુલરાય અને વર્ષા બંને જાણે કે દીપકનો ચહેરો વાંચવામાં લાગી ગયાં.

દીપકને ખ્યાલ આવી ગયો એટલે તેણે ચહેરાની એક પણ રેખા તંગ કર્યા વગર નિર્દોષ ચહેરે જ પૂછ્યું, "કોણ શ્રુતિ?"

"અમને શું ખબર, તને ઓળખતી હતી અને તારું નામ લઈને જ અહીં આવી હતી."

"ના પપ્પા, હું એવી કોઈ શ્રુતિને ઓળખતો નથી." દીપકે ખૂબ જ સ્વસ્થતાપૂર્વક જવાબ આપ્યો.

તો પછી તે આપણા ઘરે શા માટે આવે? વર્ષાએ વાત પોતાના હાથમાં લેવાની કોશિશ કરી.

કુળ દીપક

દીપકે બંને ખભા સ્ટાઇલથી ઉછાળ્યા. "મને શું ખબર મમ્મી..."

હવે મેહુલરાય અકળાયા. દીપકની જમણા હાથમાં ચાવી ફેરવવાનું ચાલુ જ હતું તે પકડીને તેઓ તાડૂક્યા, "હવે આ ઉંદર-બિલાડીની રમત પડતી મૂકીને અમને સ્પષ્ટ કહી દે ને કે તારે તે છોકરી સાથે કેવા સંબંધ છે?"

"કેવા... એટલે કેવા?" દીપકે પ્રશ્નાર્થ કર્યો.

પપ્પા-મમ્મી બંને એકબીજાં સામે જોઈ રહ્યાં. તે જોઈને દીપકે કહ્યું, "પપ્પા, હું પૈસાદાર યુવાન છું. તેથી મારે સ્ત્રી મિત્ર હોય તે તદ્દન સ્વાભાવિક વાત છે. તેમાં તમે બંને આમ અપસેટ કેમ થઈ જાવ છો? કઈ સદીમાં જીવો છો?"

"દીકરા, સદી ગમે તે હોય અને પેઢી ગમે તેટલી બદલાય પણ અમુક સિદ્ધાંતો કે વિચારો ક્યારેય બદલાતા નથી."

મેહુલરાયને ગોળ ગોળ વાત કરતાં જોઈને હવે વર્ષા અકળાઈ. "તમે પણ દીપકને સીધું સીધું કહી દો ને કે શ્રુતિને દીપક પસંદ છે. વળી જો દીપકને શ્રુતિ સાથે સારા સંબંધ હશે તો આપણે તે બંનેનાં લગ્ન કરાવી આપીશું. બરોબર ને દીપક?"

હવે દીપક બગડ્યો, "મમ્મી, કોઈ એક છોકરી ઘરે આવે અને તમને ગમે તેમ સમજાવે એટલે મારે તેની સાથે લગ્ન કરી લેવાનાં?"

"હા બેટા, લગ્ન તો તારે તેની સાથે જ કરવા પડશે, કારણ કે તેના કહેવા મુજબ તે તારા બાળકની મા બનવાની છે."

"પપ્પા, તેણે કહ્યું અને તમે માની લીધું?"

"ના બેટા. અમે માનવા તૈયાર જ નહોતાં. પરંતુ અત્યારે તું જે રીતે ગલ્લાં-તલ્લાં કરી રહ્યો છે તેથી હવે પેલી છોકરીની વાત મને સાચી લાગે છે. તેનો નિર્દોષ ચહેરો અને આંખો અમને ઘણું બધું જણાવી ગઈ છે!"

"પપ્પા, તમારે તે નિર્દોષ છોકરીને પૂછવું હતું ને કે એકલા દીપકની જ ભૂલ છે? તારી કાંઈ ભૂલ જ નથી?"

વર્ષાએ વચમાં પડતાં કહ્યું, "બેટા, આ બધું આપણને ન શોભે. વળી છોકરી સીધી-સાદી અને સરળ દેખાતી હતી. આપણે તેને સ્વીકારી લઈએ તો ઘીના ઠામમાં ઘી ભળી જાય અને આપણી પણ આબરૂ બચી જાય અને તેની પણ..."

દીપકે મમ્મીને વચમાં જ બોલતાં અટકાવી, "પણ મમ્મી..."

હવે મેહુલરાય અકળાયા, "પણ ને બણ... હવે તારી કોઈ વાત અમે સાંભળવાના નથી. તે છોકરીનું ઍડ્રેસ આપ એટલે આગળ વાત વધારીએ."

"પપ્પા, તમે આવી રીતે વાત વધારવા જશો તો મારા લગ્ન માટે તમારે

પંદર-વીસ જગ્યાએ જવું પડશે અને મારે પણ તેટલાં લગ્ન કરવાં પડશે."

"વ્હોટ?" મેહુલરાયનો અવાજ ફાટી ગયો. તેણે દીપકને તમાચો મારવા માટે હાથ ઉપાડ્યો પરંતુ તે હાથ દીપકે પકડી લીધો.

"પપ્પા, તમને ક્યાં ખબર જ છે, તમારો દીકરો શું ચીજ છે?"

મેહુલરાયને દીપકની આંખમાં જાણે કે આવનાર આંધીના ધુમાડા દેખાઈ રહ્યા હતા!

મેહુલરાયનો હાથ જોરથી પછાડીને દીપક ઘરની બહાર નીકળી ગયો.

વર્ષા પણ સ્તબ્ધ બની ગઈ હતી.

મેહુલરાય છાતી ઉપર હાથ રાખીને સોફા ઉપર પછડાયા. તેમને લાગ્યું કે આજે આંખના પલકારામાં જાણે કે આખી જિંદગી ગુમાવી દીધી છે. દીપકના ભવિષ્ય માટેનાં જોયેલાં સ્વપ્નોનું આકાશ અત્યારે જમીનદોસ્ત થઈ ગયું હતું. કોઈપણ પુરુષને પોતાનો પુત્ર તેના કરતાં વધારે આગળ વધે તેની એક ખુશી હોય છે. કારણ કે તેમાં સ્પર્ધા નથી હોતી પરંતુ એક બાપની લાગણી ભળેલી હોય છે. અહીં તો ખુશી આવ્યા પહેલાં જ છીનવાઈ ગઈ હતી!

મેહુલરાયની માનસિક દશા જોઈને વર્ષા તેમની બાજુમાં તેમની છાતી ઉપર હાથ રાખીને આશ્વાસન આપવા લાગી. મેહુલરાયને તેનું આશ્વાસન અત્યારે રણપ્રદેશમાં 50 ડિગ્રી તાપમાન વચ્ચે ચાલતા હોઈએ અને કોઈ એક ઝાડનો છાંયો જે ઠંડક આપે તેવું લાગી રહ્યું હતું. તેઓ કાંઈ જ બોલ્યા નહિ પરંતુ મનોમન વિચારવા લાગ્યા... વર્ષા જેવી આદર્શ પત્ની કેટલાંકને મળતી હશે?

* * *

દીપકે બારમાં પ્રવેશ કર્યો ત્યારે બપોરનો સમય હતો એટલે માત્ર બે-ત્રણ જણાં જ બેઠા હતા. ધીમું ધીમું સંગીત વાગી રહ્યું હતું. સ્ટ્રોંગમાં સ્ટ્રોંગ દારૂનો ઑર્ડર આપીને દીપકે બંને કાન ઉપર હાથ મૂકી દીધા. આટલો અપસેટ તે ક્યારેય થયો નહોતો. વેઇટર દારૂની બૉટલ મૂકી ગયો. એટલે પાણી કે સોડા ઉમેર્યા વગર જ તેણે પીવાનું ચાલુ કરી દીધું. હવે તેના દિલોદિમાગ ઉપર દારૂનો નશો ચઢી ચૂક્યો હતો. બાજુના ટેબલ ઉપરથી મુફલિસ જેવા બે યુવાનો ઊભા થઈને દીપકની બાજુમાં આવીને બેસી ગયા. દીપક પોતાના બાપ વિશે જે કાંઈ અનાપ-શનાપ બોલી રહ્યો હતો તેના ઉપરથી પેલા બંનેને ખ્યાલ આવી ગયો કે આ કોઈક બડે બાપકી બિગડી હુઈ ઔલાદ છે. બંનેમાં એક જાડિયો હતો. જાડિયાએ પેલાને આંખ મારી એટલે તે તરત દીપકને સહાનુભૂતિ બતાવવા લાગ્યો. દીપક હવે દારૂના નશામાં પેલાને પોતાના વિશે પણ ઘણી માહિતી આપી ચૂક્યો હતો. બંનેએ દીપક સાથે પાકી દોસ્તી કરી

લીધી અને તે બારની ઉપર જ રહેવાની વ્યવસ્થા હતી તે રૂમમાં દીપકને સુવડાવી દીધો. છેક બીજા દિવસે સવારે દીપક જાગ્યો ત્યારે તેનું માથું ભારે લાગી રહ્યું હતું. પેલા બંને સામેના પલંગ ઉપર જ બેઠા હતા. દીપકે તરત પેન્ટના ખિસ્સામાં પોતાનું પાકીટ, જમણા હાથ ઉપર ઘડિયાળ તથા શર્ટના ખિસ્સામાં મોબાઇલ ચેક કરી લીધા. બધું બરોબર હતું. જાડિયો તેની આ પ્રવૃત્તિ જોઈને બોલ્યો, "દોસ્ત, તું મને બંનેને દોસ્ત જ સમજ. અમારી પાસે પૈસા કમાવવી ઘણી સ્કીમો છે."

દીપકને થયું કે હવે સટ્ટો કરવાને બદલે કોઈ સારી સ્કીમ હોય તો હાથ અજમાવીએ. વળી તે સટ્ટામાં તો ક્યારેક પૈસા હારી પણ જવાય અને હવે હારવું પોસાય તેમ નહોતું.

જાડિયાએ દીપકને ધીમે ધીમે વાતમાં પલોટવા માંડ્યો, મુંબઈમાં કાર ચોરી કરવામાં બંને મુફલિસો માહિર હતા. દીપકને ખ્યાલ તો આવી ગયો કે આ ધંધો તો ચોરીનો જ છે, પરંતુ વિનાશકાળે વિપરીત બુદ્ધિ તે નિયમ અનુસાર દીપકે તેમની સાથે કામ કરવાની સંમતિ આપી. કાર ચોર્યા પછી જો દીપક જેવો હેન્ડસમ છોકરો ચલાવતો હોય તો કોઈને શંકા ન પડે તે માટે પેલા બંનેને દીપકની જરૂર હતી. વળી કદાચ કાંઈક થાય તો પણ દીપક પૈસાદાર બાપનો નબીરો હતો. જે તેમની દૃષ્ટિએ મોટો પ્લસ પોઇન્ટ હતો.

* * *

વર્ષાની તબિયત ક્રમશઃ બગડતી જતી હતી. કૅન્સરનું છેલ્લું સ્ટેજ આવી ગયું હતું. મુંબઈની મોંઘામાં મોંઘી હૉસ્પિટલમાં સારવાર ચાલતી હતી. આટલા દિવસોમાં માત્ર એકવાર મેહુલરાયની ગેરહાજરીમાં દીપક તેને મળવા આવ્યો હતો. માત્ર પંદર મિનિટ તેની પાસે બેસીને દીપકે મમ્મીને સમજાવી દીધી હતી કે તેણે પાર્ટનરશિપમાં રેડીમેડ ગાર્મેન્ટનો નવો ધંધો ચાલુ કર્યો છે. રહેવાનું પાર્ટનરની સાથે જ અને નવો ધંધો જમાવવાનો છે, માટે હવે તેની પાસે સમય જ નથી. દીકરાની ગમે તેવી સાચીખોટી વાતમાં હંમેશાં પહેલાં મા જ આવી જતી હોય છે. આવા દીકરાઓ તે વાતથી બહુ સારી રીતે વાકેફ હોય છે. હૉસ્પિટલમાં નીચે ઊતરીને દીપકે દૂરથી મેહુલરાયને આવતાં જોયા પણ તેમને મળવાની હિંમત નહોતી, કારણ કે વાહનોની ચોરીની મોટી ગેંગમાં તે સામેલ થઈ ગયો હતો. દીપકે સેલફોન પણ બદલી નાંખ્યો હતો અને તેનો નવો નંબર તે કોઈને આપતો નહોતો.

આખરે વર્ષાનો અંતિમ દિવસ આવી ગયો અને તેણે છેલ્લા શ્વાસ લીધા ત્યારે મેહુલરાય ત્યાં હાજર હતા. ધંધાની અત્યંત મોટી આર્થિક ખોટ અને

વર્ષાની ખર્ચાળ બીમારીએ તેમને તોડી નાંખ્યા હતા. સ્મશાનમાં અગ્નિદાહ આપવા માટે પણ પુત્ર હાજર નહોતો!

વર્ષાના અવસાનને એકાદ મહિનો વીતી ગયો હતો. મેહુલરાય હવે ઘરમાં જ પુરાઈ રહેતા હતા. તેમના ધંધાની મુખ્ય ઑફિસ વેચાઈ ગઈ હતી. પોતે રહેતા હતા તે એક માત્ર ફ્લૅટ ગીરવે મુકાઈ ચૂક્યો હતો. ગમે ત્યારે કોર્ટની જપ્તી આવે એટલે ફ્લૅટ ખાલી કરવો પડે તેવી પરિસ્થિતિ હતી.

એક દિવસ સવારમાં ડોરબેલ વાગી.

મેહુલરાયે દરવાજો ખોલ્યો તો સામે ખાખી વર્દીમાં છ ફૂટ ઊંચો પોલીસ ઇન્સ્પેક્ટર ઊભો હતો.

"દીપક ક્યાં છે?" ઇન્સ્પેક્ટરે પૂછ્યું.

"કેમ શું થયું?"

ભૂલેશ્વરમાં શ્રુતિ નામની છોકરીએ આત્મહત્યા કરી છે અને તેણે સુસાઇડ નોટમાં દીપક દેશપાંડેનો ઉલ્લેખ કરેલ છે.

પ્રકરણ-11

મેહુલરાયને ચક્કર આવી ગયા. તે ભીંતનો ટેકો લઈને બાજુની ખુરશી ઉપર બેસી ગયા.

"સાહેબ, છેલ્લા ત્રણ માસથી દીપક ક્યાંક ચાલ્યો ગયો છે."

"તો તમે પોલીસમાં ફરિયાદ નોંધાવી?"

"ના સાહેબ. તેણે છેલ્લે તેની મમ્મીને એવું કહ્યું હતું કે પાર્ટનરશિપમાં ગાર્મેન્ટનો ધંધો ચાલુ કર્યો છે માટે હમણાં હું ઘરે નહીં આવી શકું. પરંતુ તે પાર્ટનર સાથે જ રહીશ."

"વાહ... મુંબઈમાં જ દીકરો ક્યાં રહે છે તેની બાપને ખબર નથી." ઇન્સ્પેક્ટરે કટાક્ષ કર્યો.

"ખરેખર સાહેબ, હું સાવ સાચું બોલું છું. તે મારી પત્નીને જોવા હૉસ્પિટલે આવ્યો ત્યારે હું તો ત્યાં હાજર નહોતો અને તેણે તેની મમ્મીને તેનું કોઈ ઍડ્રેસ કે ફોન નંબર આપેલ જ નથી."

"તો અત્યારે તમારી પત્ની ક્યાં છે? મારે તેને મળવું પડશે." ઇન્સ્પેક્ટરે કરડાકીથી કહ્યું.

"સાહેબ, હવે તે આ દુનિયામાં નથી. તે ગુજરી ગઈ ત્યારે મારે દીપકને કયા સરનામે કહેવડાવવું તેની પણ મને ખબર નહોતી. પરિણામે સ્મશાનમાં અગ્નિદાહ આપવા માટે પણ દીપક હાજર રહી શક્યો નહોતો. તમને મારી

વાતમાં વિશ્વાસ ન બેસતો હોય તો અહીં અમારા પડોશીઓ જે લોકો સ્મશાને આવ્યા હતા તેમને પૂછીને ખાતરી કરી શકો છો."

"જુઓ વડીલ... મારે કઈ રીતે કાર્યવાહી કરવી તે તમારે શિખવાડવાની જરૂર નથી."

"સાહેબ, કોઈ ગેરસમજ ન કરશો. હું સિનિયર સિટીઝન છું. તમને કોઈ પણ રીતે મારે એક નાગરિક તરીકે મદદરૂપ થવું જોઈએ તે હું સમજું છું અને મારી તે ફરજ પણ બને છે."

મેહુલરાયને બોલવામાં પણ શ્વાસ ચઢતો હતો. તેમની લથડતી તબિયત જોઈને ઇન્સ્પેક્ટરે કૂણું વલણ અપનાવતાં કહ્યું, "ઠીક છે, મને દીપકનો ફોટોગ્રાફ જોઈશે." મેહુલરાય ધીમા પગલે અંદરના રૂમમાં ગયા અને ઇન્સ્પેક્ટરને દીપકનો ફોટો લાવી આપ્યો.

ઇન્સ્પેક્ટર તરત બહાર નીકળી ગયો. તેના હાથમાં રહેલો ફોટોગ્રાફ હવે મુંબઈના તમામ પોલીસ સ્ટેશનોમાં 'વૉન્ટેડ' તરીકે પહોંચી જવાનો હતો!

લગભગ ચાર-પાંચ માસ વીતી ગયા. આજે મેહુલરાય વહેલા ઊઠી ગયા હતા. દવાને ટેકે તેમણે શરીર ટકાવી રાખ્યું હતું. હા, આજે વર્ષાની પ્રથમ પુણ્યતિથિ હતી. વર્ષાના ફોટા ઉપર તેમણે હાર બદલાવ્યો અને વિચારોના ઘણાં મોટા ફ્લૅશબેકમાંથી બહાર આવી રહ્યા હતા. તેઓ વર્ષાના ફોટાને એક નજરે તાકી રહ્યા. પુરુષ પ્રૌઢ થાય પછી પત્ની ગુમાવે તો તેની પાસે મરવા સિવાય કોઈ જ વિકલ્પ રહેતો નથી. કેમ કે સ્ત્રીનું ઘરમાં અને જીવનમાં જે સ્થાન હોય છે તે ભલે ગૌણ દેખાતું હોય પણ તે જીવનમાંથી જ્યારે જાય ત્યારે જ તેની સાચી કિંમત સમજાતી હોય છે. સવારની ચાથી શરૂ કરીને દરેક દૈનિક ક્રિયાઓમાં સ્ત્રી એવી રીતે સંકળાઈ ગઈ હોય છે કે તેના વગર જીવવું લગભગ અશક્ય અને અસહ્ય બની જતું હોય છે. મેહુલરાયની પણ એ જ દશા હતી.

જૂલી સાથેના પોતાનાં લગ્ન પહેલાંના સંબંધને સરળતાથી સ્વીકારીને વર્ષાએ પોતાની મહાનતાનાં દર્શન કરાવી દીધાં હતાં. સાથે સાથે અનાથ આશ્રમમાંથી લાવેલા સાવકા પુત્ર ચિરાગને સગા દીકરાની જેમ મોટો કરીને પોતાની ખાનદાની સાબિત કરી બતાવી હતી. આજે મેહુલરાયના મન અને હૃદયમાં જાણે કે વર્ષાની યાદની આંધી ઊમટી હતી. તેઓ મનોમન સજળ નેત્રે વર્ષાને વંદન કરી રહ્યા હતા. ત્યાં જ ડોરબેલ ઉપરાઉપરી વાગવા માંડી.

મેહુલરાયે દરવાજો ખોલ્યો તો ઝડપથી દીપક અંદર આવી ગયો અને દરવાજો બંધ કરીને પપ્પાને પગે લાગતાં બોલ્યો, "પપ્પા, મને માફ કરી દો.

હું બહુ મોટા ગુનામાં ફસાઈ ગયો છું."

"કોઈ ગુનેગારને હું મારો દીકરો માનવા તૈયાર નથી." મેહુલરાયે મક્કમતાથી કહ્યું.

"મમ્મી ક્યાં છે?" દીપકે ત્વરાથી પૂછ્યું.

મેહુલરાયે ફોટા તરફ આંગળી દર્શાવી.

દીપક ફોટા ઉપરના હારને જોઈને સમજી ગયો અને તરત રડવા માંડ્યો. મેહુલરાયે તેને રડવા દીધો.

ફોટા સામે જોઈને દીપક રડતાં રડતાં બોલી રહ્યો હતો :

"મમ્મી, તારા અને પપ્પાના મારા પ્રત્યેના અગાધ પ્રેમનો મેં ગેરલાભ લીધો છે. તું મને માફ કરી દે. ખરેખર, હું બહુ ખોટા રસ્તે જઈ ચઢ્યો, તારા પ્રેમને પણ હું ક્યારેય સમજી ન શક્યો."

મેહુલરાયે જોયું કે દીપક ખરેખર પશ્ચાત્તાપ કરી રહ્યો છે, એટલે પાછળથી તેમણે દીપકના ખભા ઉપર હાથ મૂક્યો. ગમે તેમ તોય એક બાપનો હાથ હતો. દીપકે તેમાં ભળેલી હૂંફ અને ઉષ્મા અનુભવી.

જીવનમાં ગમે તેવી કટોકટી ભરેલી ક્ષણ આવે પણ માણસને તે સમયે જો ખભા ઉપર હાથ મૂકનાર કોઈ વડીલ કે બાપ હોય તો તેનામાં કુદરતી રીતે જ તે ક્ષણ સામે લડવાનો અથવા તો ભાંગી ન પડાય તેવી શક્તિનો સંચાર થતો હોય છે!

"જો, દીપક, તું અત્યારે પશ્ચાત્તાપની આગમાં શેકાઈ રહ્યો છે તેની મને જાણ છે, પણ ગુનો એટલે ગુનો. તેની સજા ભોગવવાની તૈયારી હંમેશાં માણસે રાખવી જ જોઈએ. હવે તું નાનો નથી. તારે કોઈપણ પાપ કરતાં પહેલા તેની સજાનો વિચાર કરવો જ જોઈએ અને સજા ભોગવવાની તૈયારી પણ રાખવી જ જોઈએ."

મેહુલરાય પીગળ્યા એટલે દીપકે ઝડપથી કહ્યું, "પપ્પા, જેમની કંપનીમાં હું વાહન ચોરીના રવાડે ચઢી ગયો હતો તે લોકો અમદાવાદના બૉમ્બ બ્લાસ્ટ સાથે સંકળાયેલા છે. પેલા બે ગઠિયાઓ પકડાઈ ગયા છે. પોલીસ મને શોધે છે. શ્રુતિની આત્મહત્યાના કેસ માટે તો પોલીસ મને શોધી જ રહી હતી. હવે મને લાગે છે કે હું નહીં બચી શકું."

દીપક એક શ્વાસે એટલું બોલી ગયો કે મેહુલરાયને સમજતાં પણ થોડી વાર લાગી. પછી તેમણે દીપકને સલાહ આપી, "બેટા, તું પોલીસ સમક્ષ સામેથી જ હાજર થઈ જા. ખરેખર જો પેલા કેસ સાથે તારે કોઈ નિસ્બત નહીં હોય તો તું છૂટી જઈશ."

"ના પપ્પા. હવે તો પેલી ગેંગના માણસો પણ મને નહિ છોડે."

ત્યાં જ અચાનક દરવાજો જોરથી પછડાયો. પાછળની ગેલરીમાંથી પણ આઠ-દશ પોલીસો ઘરમાં ઘૂસી ગયા અને દીપકને ધોલધપાટ કરતાં કરતાં પોલીસનું મોટું ટોળું હાથકડી પહેરાવીને લઈ ગયું. મેહુલરાયના જીવનમાં આ કષ્ટ પણ જોવાનું લખ્યું હતું. જે કઠણ કાળજુ કરીને તેમણે જોયું. બીજા દિવસના તમામ અખબારોમાં દીપક દેશપાંડેની ધરપકડના સમાચાર છપાઈ ચૂક્યા હતા.

તો સાથે સાથે તે જ દિવસે કોર્ટની મકાનની જપ્તીનો ઑર્ડર પણ આવી ગયો હતો. મુસીબતો આવે છે ત્યારે ચારેબાજુથી આવે છે. આ વાવાઝોડામાં ટકવું મેહુલરાય માટે અશક્ય હતું. તેઓ પહેરેલ કપડે ઘરમાંથી માત્ર વર્ષાનો મઢાવેલો ફોટો હાથમાં લઈને ઘરની બહાર નીકળી ગયા હતા.

હવે આ ઉંમરે ક્યાં જવું? દીપકના કરતૂતોને કારણે સમાજમાં ક્યાંય મોઢું બતાવવા જેવું રહ્યું નહોતું.

ધીમા પગલે ચાલતાં ચાલતાં મેહુલરાય ફ્લેટના પાર્કિંગમાંથી પસાર થઈ રહ્યા હતા ત્યારે બાંકડા ઉપર બેઠેલા વૃદ્ધો જેઓ તેમને સારી રીતે ઓળખતાં હતા તેઓ અંદર અંદર ઘુસપુસ કરી રહ્યા હતા. મેહુલરાયને ત્રુટક ત્રુટક જે સંભળાઈ રહ્યું હતું તેના ઉપરથી એટલો ખ્યાલ ચોક્કસ આવતો હતો કે તેઓ તેમની દયા ખાઈ રહ્યા હતા. સમાજમાં એક સમયે ટટ્ટાર ગરદન રાખીને ચાલનાર મેહુલરાય આજે નત મસ્તકે જઈ રહ્યા હતા. સમય માણસને કેટલો લાચાર પરિસ્થિતિમાં મૂકી શકે છે તેનો અત્યારે જબરજસ્ત દુઃખદ અનુભવ મેહુલરાય કરી રહ્યા હતા. હા, અત્યારે તેમની પાસે કંઈ મૂડી નહોતી. હાથમાં સ્વ. પત્નીનો માત્ર ફોટો હતો અને હૃદયમાં તેની યાદ હતી! પોતે દુનિયાનો સૌથી દુઃખી બાપ હતો, કારણ કે એક દીકરો તેમને પહેલાં છોડી ચૂક્યો હતો અને બીજાએ આખા કુળનું નામ બોળ્યું હતું! ચાલતાં ચાલતાં મેહુલરાય નજીકમાં આવેલ મંદિરના બાંકડે બેઠા ત્યારે એક શેઠ ત્યાં બેઠેલા બધાને પડીકામાં કાંઈક ખાવાનું વહેંચી રહ્યા હતા. તેઓ મેહુલરાયને પણ ભિખારી સમજીને તેમનાં હાથમાં પડીકું પકડાવતા ગયા. મેહુલરાયે આકાશ સામે જોયું.

વાહ રે કિસ્મત... કરોડપતિમાંથી રોડપતિ અને તે પણ આટલી હદે?

ભૂખ તો લાગી જ હતી. છાપાના ટુકડામાં રાખેલ લાડુ તેઓએ ખાઈ લીધો ત્યાં તો તે જ છાપાના ટુકડામાં તેમની નજર પડી, તો ગુજરાત હાઈવે ઉપર વાપી પાસે આવેલ કોઈ શ્રવણકુમારના વૃદ્ધાશ્રમ વિશેનો લેખ હતો. જેમાં શ્રવણકુમાર એટલે કે ચિરાગનો ફોટો પણ હતો.

પ્રકરણ-12

શ્રવણકુમાર સંચાલિત વૃદ્ધાશ્રમનો છેલ્લા દશકામાં ઘણો વિકાસ થઈ ચૂક્યો હતો. ગુજરાત સરકાર તરફથી પણ પરોક્ષ રીતે પુષ્કળ મદદ અને પ્રોત્સાહન મળેલ હતાં. પરિણામે હાઇવેથી છેક આશ્રમ સુધી પાકા રસ્તા, રસ્તાની બંને બાજુ વૃક્ષો, સ્ટ્રીટ લાઇટો, બાગ-બગીચા-ફુવારા બની ગયાં હતાં. જેમ ગાંધીનગર પાસે સરકારે સાયન્સ સિટી ડેવલપ કરેલ છે, તેવી જ રીતે અહીં નાનકડું રળિયામણું 'શ્રવણ સિટી' ડેવલપ થઈ ચૂક્યું હતું!

આશ્રમમાં ચિરાગને સૌ કોઈ શ્રવણ તરીકે જ ઓળખતું હતું. ચિરાગ પોતે પણ જાણે કે પોતાનું નામ વીસરી ચૂક્યો હતો. આશ્રમમાં લગભગ સો જેટલા વડીલો હતા. નાની-મોટી બીમારી માટે દાક્તરી સારવાર પણ ઉપલબ્ધ હતી. આશ્રમમાં પાછળના ભાગમાં નાનકડો કૉમ્યુનિટી હૉલ બનાવવામાં આવ્યો હતો. તેમાં અવારનવાર બહારના વક્તાઓને તથા વ્યાખ્યાનકારોને બોલાવવામાં આવતાં. ક્યારેક ડાયરાનું આયોજન થતું તો ક્યારેક ઉત્તમ કક્ષાની ધાર્મિક અને સામાજિક ફિલ્મો બતાવવામાં આવતી. અત્યારે 'બાગબાન' દર્શાવવામાં આવી રહી હતી. ફિલ્મ તેના અંત તરફ આગળ વધી રહી હતી. તમામ વડીલો આંખમાં આંસુ સાથે ફિલ્મ નિહાળી રહ્યા હતા. ઑફિસમાં રામુકાકાને બેસાડીને શ્રવણ પણ કૉમ્યુનિટી હૉલમાં બેઠો હતો. અમિતાભનો ઘેઘૂર અવાજ અને વાસ્તવિક તથા સંશક્ત અભિનય તમામનાં હૃદયને ખળભળાવી રહ્યો હતો.

દેખીયે મૈં કોઈ લેખક નહીં હું. લેખક તો સોચ કે સાગર મેં ડુબકે ન જાને કૈસે કૈસે મોતી નિકાલ લેતા હૈ. મૈંને બસ વહી લિખા હૈ જો જિંદગીને મુઝે લિખાયા હૈ. 'બાગબાન' મેરે બારે મેં યા કિસી એક ઈન્સાન કે બારે મેં નહીં હૈ. યે કિતાબ હૈ બિતે હુએ કલ ઔર આનેવાલે કલ કે બીચ, ફૈલે હુએ સન્નાટે કે બારે મેં, યે કિતાબ હૈ એક પીઢી ઔર દુસરી પીઢી કે દરમ્યાન ટૂટે હુએ હર પુલ કે બારે મેં... યે કિતાબ ઝુકે હુએ ઉન કંધો કે બારે મેં હૈ જિનકે ઉપર બૈઠકર કુછ બચ્ચોને જિંદગી કે મેલે દેખે થે...

શ્રવણે નોંધ્યું કે હૉલમાં ખરેખર સન્નાટો છવાયેલો હતો. ત્યાં જ પાછળથી રામુકાકાએ આવીને તેને ઇશારાથી બહાર આવવાનું કહ્યું. શ્રવણે બહાર આવીને જોયું તો ઑફિસની બહાર પ્રાંગણમાં એક હોન્ડા સિટી કાર ઊભી હતી.

"કોઈક આવ્યું છે. તેમને ઑફિસમાં બેસાડ્યા છે."

"રામુકાકા, તમે આવનારને પાણી આપો. હું પાંચેક મિનિટમાં જ આવું છું." ચિરાગને પણ ફિલ્મમાં રસ પડી ગયો હતો. તે તરત હૉલમાં આવીને

ફરીથી સીટ ઉપર બેસી ગયો. ફિલ્મ આગળ વધી રહી હતી.

જમાના બદલ ગયા હૈ, જિંદગી બદલ ગઈ હૈ, હમારી ઉમ્ર કે લોગ પ્યાર કે કૈસે બેકાર રિસ્તો ઔર બંધનો મેં ઉલઝે રહતે થે, બાપ કે ચેહરે મેં ઈશ્વર દેખતે થે તો માં કે ચેહરે મેં સ્વર્ગ દિખાઈ દેતા થા.

લેકિન અબ લોગ સમઝદાર હો ગયે હૈ, આજ કી પેઢી બહોત હોંશિયાર ઔર પ્રૅક્ટિકલ હો ગઈ હૈ. ઉનકે લિયે હર રિશ્તા એક સીડી કી તરહ હૈ, જીસ પર પાંવ રખકર આગે નિકલ જાતે હૈ. ઔર જબ ઉસ સીડી કા કોઈ ઇસ્તેમાલ નહીં કરતા તો ઉસે ઘર કે ટૂટે હુવે કુરશી-મેજ, ટૂટેફૂટે બર્તન, ફટે પુરાને કપડે, કલકે અખબાર કી તરહ રદ્દી સમઝકર કિસી કબાડખાને મેં ફેંક દેતે હૈ. લેકિન જિંદગી સીડી કી તરહ ઉપર નહીં ચઢતી, જિંદગી પેડ કી તરહ ઉગતી હૈ. માં-બાપ કિસી સીડી કે પહેલે પાયદાન નહીં હોતે. માં-બાપ જિંદગી કે પેડ કી જડ હૈ. પેડ કિતના હી બડા ક્યોં ન હો જાયે, કિતના હી હરાભરા ક્યું ન હો જાય, જડ કાટને સે વો હરાભરા નહીં રહ સકતા. ઈસલિયે, આજ બડી વિનમ્રતા ઔર આદર સે મૈં પૂછતા હૂં કિ... જીન બચ્ચોં કી ખુશિયોં કે લિયે એક બાપ અપની મહેનત કી પાઈ પાઈ હસતે હસતે ઉનકે ઉપર ખર્ચ કર દેતા હૈ. વહી બચ્ચે જબ બાપકી આંખ ધુંધલી હો જાય તો કતરાભર રોશની દેને સે ક્યું કતરાતે હૈ? એક બાપ અગર અપને બેટે કી જિંદગી કા પહેલા કદમ ઉઠાને મેં ઉસકી મદદ કર સકતા હૈ તો વહી બેટા અપને બાપકે આખરી કદમ ઉઠાને મેં ઉસે સહારા ક્યૂં નહીં દે સકતા? જિંદગીભર અપને બચ્ચોં મેં ખુશિયાં બાટનેવાલે માં-બાપ કો કિસ જુર્મમેં આંસૂ ઔર તનહાઈકી સજા સુનાઈ જાતી હૈ? અગર વો હમેં પ્યાર દે નહીં સકતે તો ઉન્હેં હમસે પ્યાર છીનને કા અધિકાર કિસને દિયા? ક્યા સમઝતે હૈ યે બચ્ચે...

ત્યાં રામુકાકા શ્રવણને ફરીથી બોલાવવા આવ્યા. હવે આવનાર વ્યક્તિને ખરાબ લાગશે તેમ સમજીને ફિલ્મ પડતી મૂકીને શ્રવણ ઑફિસ તરફ જવા રવાના થયો. તેના કાનમાં ફિલ્મના છેલ્લા એક-એક ડાયલોગના પડઘા પડી રહ્યા હતા. ઑફિસમાં આવીને ખુરશી પર બેસતાં જ આગંતુકની સામે જોઈને શ્રવણ બોલ્યો, “ફરમાવો.” આવનાર યુવાન હસતાં હસતાં બોલ્યો, “કેમ છો ચિરાગભાઈ?”

ચિરાગ ચમક્યો, કારણ કે અહીં સૌ કોઈ તેને શ્રવણથી જ ઓળખતા હતા.

ચિરાગ પોતાને ઓળખવાની કોશિશ કરી રહ્યો છે. તે જોઈને હસતાં

હસતાં તેણે રે બૅનનાં મોંઘા સનગ્લાસ ઉતાર્યા અને બોલ્યો, "બસ ને ભૂલી ગયા ને? હું શ્વેતલ શાહ. નાનો હતો ત્યારે ગણિતના ઘણા દાખલા તમારી પાસે શીખ્યો છું." હવે ચિરાગને લાઇટ થઈ કે આ તો તેની બાજુના ફ્લૅટમાં જ રહેતો હતો. પોતાનાથી પાંચ-છ વર્ષ નાનો હતો અને દીપકની સાથે જ ભણતો હતો. દીપકને ભણવામાં રસ નહોતો. જ્યારે આ છોકરાને ખૂબ જ રસ હતો અને અવારનવાર ગણિતના દાખલા શીખવા તેની પાસે આવતો હતો.

"ઓ...હો...હો... ભાઈ તારાં હાઇટ-બૉડી એટલાં બધાં વધી ગયાં છે કે હું તો શું આટલાં વર્ષે તને કોઈ જ ન ઓળખી શકે."

ચિરાગે તેની સાથે હાથ મિલાવતાં કહ્યું :

"બોલ, શું કરે છે આજકાલ? મુંબઈમાં ત્યાં જ રહે છે?"

"ના... અમે ત્રણેક મહિના પહેલાં જ મલબાર હિલના બંગલામાં શિફ્ટ થઈ ગયાં છીએ."

"અચ્છા... અચ્છા..." ચિરાગે સૂર પુરાવ્યો. દરમિયાનમાં રામુકાકા બે ગ્લાસ પાણી મૂકી ગયા. એટલે ચિરાગે તેમને ચા બનાવવાનું કહ્યું. રામુકાકા બહાર ગયા એટલે શ્વેતલે વાત આગળ વધારી, "ચિરાગભાઈ, હું C.A. થઈ ગયો છું. પપ્પા તો C.A. હતા તે તો તમને યાદ હશે જ. અત્યારે મુંબઈમાં અમારી મોટી ફર્મ છે. ઈશ્વરની પૂરેપૂરી દયા છે. ખરેખર તો અત્યારે હું વલસાડ માટે નીકળ્યો હતો પરંતુ રસ્તામાં હતો ને જે પાર્ટીને મળવાનું હતું તેમનો ફોન આવ્યો કે સુરતમાં તેમના કોઈ સગાનું અવસાન થઈ ગયું છે તેથી તેઓ આજે મળી શકશે નહિ. તેથી ગાડી પરત વાળતો હતો ત્યાં હાઇવે ઉપર 'શ્રવણ આશ્રમ'નો એરો બતાવેલો જોયો. વળી બે દિવસ પહેલાં જ આ આશ્રમ વિશે મેં છાપામાં વાંચ્યું હતું તેથી મને થયું કે સમય છે તો આશ્રમની મુલાકાત લઈએ." પાણીનો આખો ગ્લાસ પૂરો કરીને શ્વેતલે કહ્યું, "સાચું કહું તો તમને અહીં જોઈને મને નવાઈ લાગતી નથી, કારણ કે તમે તો પહેલેથી જ સેવાભાવી હતા તે બધું મને યાદ છે." હવે ચિરાગને જિજ્ઞાસા થઈ. તેનાથી પુછાઈ જ ગયું, "મારા ઘરે બધા ક્ષેમકુશળ છે ને?"

શ્વેતલ એકદમ ગંભીર થઈને બોલ્યો, "ચિરાગભાઈ, તમે ઘર છોડ્યા પછી તો જાણે કે ઘરને ગ્રહણ જ લાગી ગયું હતું."

"એટલે?" ચિરાગે પૂછ્યું.

શ્વેતલે વર્ષામાસીની બીમારી... એકાદ વર્ષ પહેલાં તેમનું અવસાન, મેહુલરાયને પડેલ ધંધાના ફટકા, દીપકના સટ્ટા અને છેલ્લે છેલ્લે ગઈકાલના છાપામાં દીપકની ધરપકડના સમાચાર આવ્યા છે. તે બહુ ધીમે ધીમે પરંતુ

વિગતવાર કહ્યું. બંનેની વાતોમાં એકાદ કલાકનો સમય ક્યાં નીકળી ગયો તેનો કોઈ ખ્યાલ ન રહ્યો. ચિરાગ તેની આંખમાં આવેલ આંસુને રોકી ન શક્યો. બંને વચ્ચે દશેક મિનિટ મૌન પથરાયેલું રહ્યું. રામુકાકા ક્યારના ટેબલ ઉપર ચા મૂકી ગયા હતા પણ ચાની વરાળમાં છેલ્લા અગિયાર વર્ષનો ઇતિહાસ જાણે કે ગોટેગોટા થઈને ઊડી રહ્યો હતો!

"તો પછી પપ્પા અત્યારે ક્યાં છે?"

"એ તો મને ખબર નથી પણ તે મકાન ઉપર ગમે ત્યારે કોર્ટની જપ્તી આવી શકે તેમ છે. તેથી તેમને ખાલી તો કરવું જ પડશે."

ત્યાં તો બે વડીલો એકદમ ઑફિસમાં આવ્યા અને તેમાંના એકે કહ્યું, "ચાલો શ્રવણભાઈ બહાર કેક ગોઠવાઈ ગઈ છે." શ્રવણ કાંઈ સમજી શકે તે પહેલાં જ પેલા વડીલે શ્વેતલ સામે જોઈને કહ્યું, "ભાઈ, શ્રવણે અમારા આશ્રમમાં દરેક વડીલનો જન્મદિવસ ઊજવવાનો ચીલો પાડ્યો છે. આજે પહેલી જ વાર અમે સૌએ ભેગા થઈને શ્રવણનો જન્મદિવસ ઊજવવાનું નક્કી કરેલ છે."

શ્વેતલે તરત ઊભા થઈને ચિરાગ સાથે હાથ મિલાવ્યા અને તેનો બર્થ-ડે વિશ કર્યો.

શ્રવણે બેઠા બેઠા જ પેલા વડીલને કહ્યું, "કાકા, આવું બધું ન હોય." શ્રવણને વચ્ચે જ બોલતો અટકાવીને પેલા બંને વડીલોએ ભાવપૂર્વક તેને ઊભો કર્યો. શ્રવણે શ્વેતલને કહ્યું, "ચાલ ભાઈ, હવે આપણે તેમની વાતને માન આપવું જ પડશે." બધા ઊભા થઈને આશ્રમના પ્રાંગણમાં આવ્યા. શ્વેતલે જોયું કે પોતે આટલો મોંઘો સૂટ પહેર્યો છે. જ્યારે ચિરાગે માત્ર ખાદીનો લેંઘો-ઝભ્ભો જ પહેર્યો છે, છતાં તેનું વ્યક્તિત્વ વધારે આકર્ષક લાગે છે!

બહાર પ્રાંગણમાં ટેબલ ઉપર કેક ગોઠવી હતી. તમામ વૃદ્ધો શ્રવણની રાહ જોઈને ઊભા હતા. ચિરાગે કેક કાપવાનું ચાલુ કર્યું અને બધાએ તાળીઓનો ગડગડાટ કર્યો. દરેક વડીલોને ચિરાગ પગે લાગતો ગયો અને સૌ એકબીજાને મીઠું મોઢું કરાવતા હતા. ત્યાં જ આશ્રમના ઝાંપામાંથી હાથમાં વર્ષાનો મઢાવેલો ફોટો રાખીને મેહુલરાય પ્રવેશ્યા. લગભગ દસેક મિનિટથી બહાર ઊભા ઊભા તેઓ આ દશ્ય જોઈ રહ્યા હતા. તેમણે વિચાર્યું કે ચિરાગને આટલી મોટી સંખ્યામાં વડીલો જે આશીર્વાદ આપી રહ્યા હતા તે કરોડો રૂપિયા ખર્ચવાથી પણ મળી શકે નહિ! ચિરાગે ખરેખર કુળનું નામ ઉજાળ્યું હતું, સાચા અર્થમાં તે કુળદીપક હતો!

આખરે હિંમત કરીને તેઓ અંદર પ્રવેશ્યા હતા.

ચિરાગે લગભગ પંદરેક ફૂટ દૂરથી તેમને ઓળખી લીધા, તેથી તે લગભગ દોડીને પપ્પા પાસે પહોંચી ગયો. તે પગે લાગવા ગયો પરંતુ મેહુલરાયે તેને પકડી લીધો અને બોલ્યા, "બેટા, હું તારો ગુનેગાર છું. મને માફ કરી દે. તું સાચો હતો, મારા જેવા પિતાના પગલે તું ન ચાલ્યો તે ઘણું સારું થયું. પરંતુ તારા જેવા પુત્રના પગલે મને ચાલવાનું વધારે ગમશે." બંનેની આંખોમાં શ્રાવણ-ભાદરવો વહી રહ્યો હતો.

વર્ષાનો ફોટો બંનેના મિલનની સાક્ષી બની રહ્યો. જોગાનુજોગ જે દિવસે ચિરાગે ઘર છોડ્યું ત્યારે તેનો જન્મદિવસ હતો અને આજે અગિયાર વર્ષ પછી પણ તેનો જન્મદિવસ જ હતો!

જેમ કૃષ્ણલીલા વખતે દેવો આકાશમાંથી પુષ્પવૃષ્ટિ કરતાં આનંદવિભોર બનીને જોતા હોય છે તેમ અનેક વડીલો બાપ-દીકરાના આ મિલનને અશ્રુભરી આંખે જોઈ રહ્યા. હા, તેમના હાથમાં પુષ્પો નહોતાં કારણ કે પુષ્પો તો સૌ પોતપોતાના ઘરે તેમના વારસદારો માટે છોડીને આવ્યા હતા, પરંતુ તેમની પાસે આશીર્વાદની સુવાસ હજુ અકબંધ હતી જેનું મૂલ્ય દેવોના પુષ્પ કરતાં અનેકગણું વધારે હતું!

■

સાધુ તો ચલતા ભલા

પ્રકરણ-1

આજે ચૌદ વર્ષ બાદ ભગવાધારી નિખિલાનંદ પોતાના ગામ અમરગઢ તરફ જઈ રહ્યો હતો. ગામ છોડ્યું ત્યારે તે એકવીસનો હતો. આ વર્ષો દરમ્યાન તે દેશના લગભગ તમામ મંદિરો તથા પવિત્ર સ્થળો ઘૂમી વળ્યો હતો. જોકે તેને ઈશ્વરનો સાક્ષાત્કાર ક્યાંય થયો નહોતો. રખડપટ્ટીનો રંજ અને એકલતાનો અહેસાસ નિખિલાનંદના મનનો કબ્જો લઈ ચૂક્યા હતા. નિખિલાનંદના મનમાં હરીફરીને એક જ વિચાર આવતો હતો કે ગામવાળા મ્હેણું તો નહીં મારે ને કે... હાલી નીકળ્યો તો મોટે ઉપાડે સાધુ થવા... જો આવવું પડ્યું ને પાછું સંસારમાં? આમ તો નિખિલાનંદે લગ્ન તો ક્યાં કર્યા જ હતા? તેની જવાબદારીમાં માતા, પિતા અને બે નાના ભાઈ હતાં. જેમને છોડીને નિખિલે ગૃહત્યાગ કર્યો હતો. નિખિલની ઇચ્છા નેહાને પરણવાની હતી, પરંતુ જ્યારે નેહા તેની સમક્ષ આવતી ત્યારે નિખિલની જીભ તાળવે ચોંટી જતી હતી. તે ક્યારેય તેના મનની વાત નેહાને જણાવી જ નહોતો શક્યો.

રૂપના ખજાના જેવી નેહા નિખિલને ખૂબ જ ગમતી હતી. ગોરો વાન, નમણો નાજુક ચહેરો અને ઘાટીલું શરીર ધરાવતી નેહાની રમતિયાળ આંખોમાં નિખિલને બ્રહ્માંડ દેખાતું! અત્યારે નેહા કેવી દેખાતી હશે? પરણીને ઠરીઠામ થઈ ગઈ હશે? કદાચ તેનાં બાળકો પણ સ્કૂલે જતાં થઈ ગયાં હશે!

એકાએક નિખિલને સ્કૂલનો ગોઠિયો અર્જુન યાદ આવી ગયો. અલમસ્ત શરીર સૌષ્ઠવ ધરાવતો અર્જુન કાયમ ગામની સીમમાં આવેલ તળાવમાં ધુબાકા મારતો રહેતો. અર્જુનને બાળપણથી જ તળાવમાં નહાવાનો ગજબનો શોખ હતો. કિશોરાવસ્થામાં પ્રવેશ્યા બાદ અર્જુન જ્યારે તળાવમાં તરતો ત્યારે નિખિલને અર્જુનના કસરતી શરીરની મીઠી ઈર્ષ્યા થતી. સ્નાન કરીને અર્જુન જ્યારે લંગોટીભેર બહાર આવતો ત્યારે તેના પહોળા ખભા, વિશાળ છાતી અને કમર સુધીનો V શેઇપ ગ્રીક દેવતાના શિલ્પની જેમ અત્યંત આકર્ષક દેખાતો.

"યાર અર્જુન, મને તો એ વાતની નવાઈ લાગે છે કે ગામમાં કોઈ જીમ તો છે નહીં, તેમ છતાં તારું આવું સિક્સ પેક શરીર કઈ રીતે બની ગયું છે?"

"નિખિલ, સ્વિમિંગ ઇઝ ધ બેસ્ટ એક્સરસાઇઝ." અર્જુને બૉક્સિંગ રિંગમાં બૉક્સર જીત્યા પછી જે રીતે બંને બાવડા ફુલાવીને ઊભો રહે તેવી અદામાં ઊભા રહીને કહ્યું હતું.

"યાર, મારું શરીર તો ક્યારેય તારા જેવું બની જ ન શકે." નિખિલે પોતાના એકવડિયા શરીર પર નજર નાખતા કહ્યું હતું.

"નિખિલ, તારી હાઇટ વધારે છે એટલે તેવું લાગે છે, બાકી મારા કરતાં તું વધારે હેન્ડસમ દેખાય છે." અર્જુને કપડાં પહેરતાં પહેરતાં કહ્યું હતું.

હાઇવે પર અમરગઢ ચૌદ કિ.મી. દૂર હોવાનો નિર્દેશ કરતું પાટિયું આવ્યું એટલે નિખિલાનંદ થાક ખાવા માટે માઇલસ્ટોન પર જ બેઠો. ચૌદનો આંકડો નિખિલાનંદને વીતી ગયેલાં ચૌદ વર્ષ તરફ દૃષ્ટિપાત કરવા માટે મજબૂર કરી રહ્યો હતો. ભગવાન રામે પણ ચૌદ વર્ષનો વનવાસ વેઠ્યો હતો. તફાવત માત્ર એટલો જ હતો કે રામે પિતા પ્રત્યેના કર્તવ્યપાલનને કારણે વનવાસ સ્વીકાર્યો હતો, જ્યારે નિખિલે પિતા પ્રત્યેની નફરતને કારણે વનવાસ સ્વીકાર્યો હતો.

નિખિલના પિતા એક નંબરના આળસુ હતા, માત્ર એટલું જ નહીં પરંતુ કાયમ દારૂના નશામાં જ ધૂત રહેતા. જે ગૃહસ્થ પરિવારની જવાબદારીમાંથી છટકીને આડે રસ્તે ચડી જતો હોય છે તેનાં પરિવારજનોને હંમેશાં સંઘર્ષમય માર્ગ પર ચાલવું પડતું હોય છે અને કંટકશય્યા પર સૂવું પડતું હોય છે! આડે રસ્તે જનાર બાપનું પ્રથમ સંતાન સમજણું થાય એટલે પહેલું કામ બાપને નફરત કરવાનું કરતું હોય છે. જો બાપ તેમ છતાં પણ ન સુધરે તો તેમના સંબંધોમાં પડેલી દરાર રોજબરોજ મોટી થતી જાય છે. નિખિલને તે દિવસ બરોબર યાદ હતો જ્યારે તે તેની પ્રથમ કમાણીના નવસો રૂપિયા લઈને ઘરે આવ્યો હતો.

નિખિલે પોતાની પરસેવાની પ્રથમ કમાણી ભગવાનના ફોટા પાસે મૂકીને બંધ આંખે અને નતમસ્તકે ભગવાનનો આભાર માન્યો હતો. તે મનોમન ઈશ્વરકૃપાની યાચના કરી રહ્યો હતો ત્યાં જ બાપુ બહારથી નશામાં ડોલતા ડોલતા ઘરમાં પ્રવેશ્યા હતા. પૈસા પર ધ્યાન પડતાં બાપુએ સીધી તેના પર તરાપ લગાવી હતી.

નિખિલનું ધ્યાન પડતાં તેણે બાપુનો હાથ પકડી લીધો હતો.

"સાલા હરામખોર, બાપનો હાથ પકડે છે? બાપને રોકે છે?" બાપુએ જોર કરીને પોતાનો હાથ છોડાવીને નિખિલને લાફો મારી દીધો હતો.

મા વચમાં પડવા ગઈ તો બાપુએ તેને પણ ધક્કો મારી દીધો હતો.

જે ઘરમાં દારૂનું આગમન થાય તે ઘરની સુખશાંતિની હંમેશાં વાટ લાગી જતી હોય છે!

સાધુ તો ચલતા ભલા 89

"બાપુ, આ પૈસા દારૂ પીવા માટે નથી, ઘરમાં અનાજ-કરિયાણું લાવવા માટે છે." નિખિલે ઊંચા અવાજે કહ્યું હતું.

"સાલા, બાપની સામે બોલે છે?" બાપુએ નિખિલને ફરીથી મારવા માટે હાથ ઉગામ્યો. પરંતુ આ વખતે યુવાન નિખિલે મક્કમતાપૂર્વક તેમનો સામનો કર્યો જેને પરિણામે બાપુ ગબડી પડ્યા હતા.

"દીકરા રહેવા દે, તેઓ નશામાં છે." માએ નિખિલને વાર્યો હતો.

"મા, મને તો એ જ નથી સમજાતું કે તેં આટલાં વર્ષો સુધી આ માણસને સહન શા માટે કર્યો?"

"નસીબની બલિહારી છે દીકરા..."

માને વચ્ચેથી જ બોલતી અટકાવીને નિખિલે ગુસ્સામાં ધ્રૂજતાં કહ્યું, "નસીબને દોષ દેવાને બદલે તારી સહનશકિતને દોષ દે. મા, તારી સહનશકિતને કારણે જ આ જનાવર માણસાઈની તમામ હદ વટાવી ચૂક્યો છે."

"નિખિલ, એવું ન બોલાય. બેટા, ગમે તેમ તો પણ તે તારો બાપ છે."

"નથી જોતો મારે આવો નફ્ફટ બાપ જે મારી માને દુ:ખી કરે છે. અરે માત્ર તને એકલીને જ નહીં બલ્કે આપણને ચારેયને પરેશાન કરે છે." નિખિલે બોલતી વખતે તેનાથી ખાસ્સા નાના બંને ભાઈઓ તરફ જોઈને કહ્યું હતું, જેઓ આ ઝઘડાનું કારણ સમજવા માટે ખૂબ નાના હતા.

"મા, અત્યારે જ આપણે અહીંથી નીકળી જઈએ. હું ગમે તેટલી મહેનત કરવી પડશે તો કરીશ અને આપણા ચારેયનું પેટ ભરાય તેટલું તો ચોક્કસ રળી લઈશ."

"ના દીકરા, સ્ત્રી હંમેશાં તેના પતિના ઘરેથી નનામીમાં જ વિદાય થાય છે."

"મા, આ બધા જુનવાણી વિચારો છે."

"બેટા, તને એ વાત નહીં સમજાય. તેના માટે સ્ત્રી થવું પડે અને પત્ની પણ બનવું પડે."

હવે નિખિલને 'આદર્શ ભારતીય નારી' જેવી તેની મા પર ગુસ્સો આવતો હતો પરંતુ તે ગુસ્સો ગળી ગયો. આખી રાત નિખિલને ઊંઘ ન આવી અને તેણે રાત અજંપામાં જ વિતાવી. આ ઘર અને મા-બાપ પરથી તેનું મન ઊઠી ગયું હતું. વહેલી સવારે કૂકડો બોલે તે પહેલાં જ નિખિલ ચૂપચાપ પહેરેલ કપડે ઘરની બહાર નીકળી ગયો હતો. ગામની સીમમાં આવીને તેણે આકાશ સામે જોઈને ઊંડો શ્વાસ લીધો હતો. આકાશમાં ઊડતાં પક્ષીઓની જેમ જ તે આઝાદ હતો. ફર્ક માત્ર એટલો હતો કે આ પક્ષીઓ અંધારું થતાં પોતાના ઘરે પરત આવવાનાં હતાં જ્યારે નિખિલનું હવે કોઈ સરનામું

નહોતું. કોઈ દિશા નહોતી અને કોઈ મંજિલ પણ નહોતી. નિખિલ ચાલતો ચાલતો ગામની બહાર હાઇવે પર આવ્યો. નિખિલનું ધ્યાન એક સાધુ મંડળી પર પડ્યું. જેમણે પાંચ-સાત દિવસથી અહીં ધામા નાખ્યા હતા અને અત્યારે ત્યાંથી પ્રયાણ કરવાની તૈયારી કરી રહ્યા હતા.

એક પ્રૌઢ સાધુ અને થોડા યુવાન શિષ્યોની મંડળી હતી. નિખિલનું ધ્યાન ઝાડ નીચે બેઠેલા પ્રૌઢ સાધુ પર પડ્યું. તેમની આંખો બંધ હતી. ચહેરા પર સફેદ દાઢી લહેરાતી હતી. ભગવા કપડામાં તેમની પ્રતિભા વધારે ખીલી ઊઠી હતી. બ્રહ્મચર્યનું અને તપનું તેજ તેમના ચહેરા પર દૈદિપ્યમાન હતું. યુવાન સાધુઓ તેમનો જે કાંઈ થોડો ઘણો સામાન હતો તે પોટલીઓમાં બાંધી રહ્યા હતા. હજુ સુધી એક પણ યુવાન સાધુનું ધ્યાન નિખિલ પર પડ્યું નહોતું. એકાએક પ્રૌઢ સાધુએ આંખ ખોલી. તેમની અને નિખિલની નજર એક થઈ. બંને એકબીજાની આંખમાં જોઈ રહ્યા. સ્વામીજીની આંખોની ચમક તેમની યોગ વિદ્યાની ચાડી ખાતી હતી.

નિખિલે પણ હિંમતપૂર્વક પોતાની નજર ન જ નમાવી. જોકે આવા ત્રાટકનો નિખિલનો પહેલવહેલો અનુભવ હતો.

"લડકે, કહાં જા રહે હો?" સ્વામીજીનો ઘેઘૂર અવાજ વહેલી પરોઢના વાતાવરણમાં ગુંજી ઊઠ્યો.

તમામ ચેલાઓ જિજ્ઞાસાપૂર્વક નિખિલની સામે તાકી રહ્યા.

"સ્વામીજી, ના કોઈ રાહ ના કોઈ મંજિલ. બસ યું સમજ લીજીએ સુખ કી તલાશ મેં જા રહા હું."

"સુખ કીસ ચીડિયા કા નામ હોતા હૈ?" સ્વામીજીએ પ્રશ્નાર્થ કર્યો.

"પતા નહીં સ્વામીજી, આપ હી બતા દીજીએ." નિખિલથી અનાયાસે જ બંને હાથથી સ્વામીજીને વંદન થઈ ગયા.

"વત્સ, સુખ કભી બહાર નહીં હોતા હૈ. ઇન્સાન કે મન મેં હી હોતા હૈ. જૈસા વો સોચે વૈસા વો પાયે."

"સ્વામીજી, અગર ઈશ્વર કા સાક્ષાત્કાર હો જાયે તો સુખ મિલ સકતા હૈ?"

"અવશ્ય, હમ ઈશ્વર કી તલાશ મેં હી તો નિકલે હૈ. ચલો હમારે સાથ લેકિન એક બાત યાદ રહેં સાધુ કા કુલ ઔર રાસ્તા કભી પૂછોગે નહીં."

"જી સ્વામીજી."

"હમ સાત દિન સે જ્યાદા કહીં ઠહરતે નહીં... ક્યોંકી સાધુ તો ચલતા ભલા."

ત્યાં જ દૂરથી અર્જુનને આવતો જોઈને નિખિલ ચમક્યો.

હા... તે અર્જુન જ હતો. નિખિલ ધીમેથી સ્વામીજીની પાછળ સંતાઈ ગયો. જોકે અર્જુનનું તો તે તરફ ધ્યાન પણ નહોતું. અર્જુન તો બસ દરરોજની જેમ તેની ધૂનમાં જ મોર્નિંગ વૉકમાં નીકળી પડ્યો હતો. જેવો અર્જુન ઝડપથી ચાલતો ત્યાંથી આગળ નીકળી ગયો કે તરત જ નિખિલ સ્વામીજીની પાછળથી બહાર આવીને નીચે બેસી ગયો.

"બેટા" નિખિલને સ્વામીજીની મધુરવાણીમાં આત્મીયતાનો અનુભવ થયો.

"જી સ્વામીજી."

"અબ ભી વક્ત હૈ વાપસ ઘર ચલા જા."

"નહીં સ્વામીજી, અબ તો ધરતી મેરા ઘર હૈ ઔર આકાશ મેરા સહારા."

સ્વામીજીની અનુભવી આંખે નિખિલનો મક્કમ ઇરાદો પારખી લીધો.

"ઠીક હૈ વત્સ આજ સે તું હમારે સાથ રહેગા."

નિખિલથી અનાયાસે જ સ્વામીજીના પગમાં પડી જવાયું.

સ્વામીજીએ હળવેથી નિખિલના બંને ખભા પકડીને ઊભો કર્યો. સ્વામીજીની આંખમાંથી વહેતા સ્નેહભાવમાં નિખિલ અનાયાસે જ તરબોળ થતો રહ્યો અને મનોમન વિચારતો રહ્યો... કાશ સગા બાપે જો એકવાર પણ આવો સ્નેહભાવ દર્શાવ્યો હોત તો તેણે ગૃહત્યાગ ન કર્યો હોત!

સ્વામીજીના તમામ છ ચેલાઓ કુતૂહલવશ થઈને નિખિલને તાકી રહ્યા હતા. આ નવા આવેલા છોકરા પર ગુરુજીને આટલો બધો પ્રેમ શેનો ઉભરાઈ રહ્યો હતો તે તેમને સમજાતું નહોતું.

અચાનક સ્વામીજીએ નિખિલ પ્રત્યે ઉદ્‌ભવી રહેલા સ્નેહભાવ પર બ્રેક લગાવીને કહ્યું, "દેખ લડકે, તું ભલે હમારે સાથ ઘુમેગા લેકિન મૈં તેરા ગુરુ નહીં હું ઔર તું મેરા શિષ્ય નહીં."

"ક્યોં?" નિખિલે નિર્દોષભાવે પૂછ્યું.

"ક્યોંકી અભી તુ સંન્યાસી બનને કે યોગ્ય નહીં. મુઝે જબ અહેસાસ હોગા કિ ઈશ્વર કે પ્રતિ તેરા મન સ્થિર હો ગયા હૈ તબ મૈં તેરા નામકરણ કરુંગા. તબ તક તું વાપસ ઘર જાને કે લિયે આઝાદ હૈ."

"જી સ્વામીજી, જૈસી આપકી આજ્ઞા. મેરી આપસે એક બિનતી હૈ."

"ક્યા?"

"સ્વામીજી, મુઝે સિર્ફ ભગવે કપડે પહનને કી અનુમતિ દે દો, તાકી મૈં યે સબ સંન્યાસીઓ સે અલગ ના દિખું."

સ્વામીજીએ મંદ મંદ સ્મિત સાથે એક ચેલાને ઇશારો કર્યો એટલે તે ચેલાએ નિખિલને ભગવા કપડાં આપ્યા. નિખિલે ઝાડ પાછળ જઈને કપડાં

બદલી નાખ્યા. નિખિલ બહાર આવ્યો એટલે સૌ કોઈ તેની સામે તાકી રહ્યા, કારણકે ભગવા વસ્ત્રોમાં યુવાન નિખિલનું વ્યક્તિત્વ સાચે જ ખીલી ઊઠ્યું હતું. ભગવા ધારણ કર્યા બાદ અનાયાસે જ નિખિલને પવિત્રતાનો અહેસાસ થવા લાગ્યો હતો. હવે તેને પ્રતીતિ થઈ રહી હતી કે તે પોતાના મનને ઈશ્વર પ્રત્યે અવશ્ય વાળી શકશે અને સ્વામીજી પણ નિખિલને શિષ્ય બનાવવા માટે જરૂર કૃપા કરશે.

દસેક દિવસ સાધુમંડળી સાથે ફર્યા બાદ નિખિલને ખ્યાલ આવી ગયો હતો કે સંન્યાસીનું જીવન પણ સરળ તો નહોતું જ. જીવનની તમામ જરૂરિયાતો ફગાવીને કંટકશય્યા જેવા માર્ગ પર ચાલવાનું ખૂબ જ કઠિન હતું. સ્વામીજી તેમના શિષ્યોને કાયમ કહેતાં સરળ રસ્તા પર તો કોઈપણ ચાલી શકે. જેમ કે ઝાડ પરથી પડેલું પાંદડું પણ પવન જે તરફ જાય તે તરફ વગર પ્રયત્ને આસાનીથી ઊડી શકે છે. જીગરની જરૂર તો માણસને પ્રતિકૂળ સંજોગો સામે લડીને મંજિલ સુધી પહોંચવા માટે જ પડતી હોય છે!

નિખિલ પણ પોતાની જાતને પ્રતિકૂળતા સામે ટકી રહેવા માટે પ્રતિબદ્ધ કરી રહ્યો હતો. ક્યારેક ભિક્ષા ન મળે તો ભૂખ્યા પણ સૂવું પડતું. માત્ર જીભ પર જ નહીં બલ્કે દરેક ઇન્દ્રિયો પર સંયમ રાખીને મનની અને શરીરની પવિત્રતા જાળવવી આસાન તો નહોતી જ, તે પણ ભરયુવાનીમાં. યુવાન મનમાં ગમે તેવા વિચારો આવે તેને માત્ર અને માત્ર ઈશ્વરની દિશા તરફ વાળવાનું કામ કેટલું દુષ્કર હોય છે તે વાત નિખિલને સમજાઈ ચૂકી હતી. સ્વામીજી તેમની યુવાનીમાં આ બધું કઈ રીતે કરી શક્યા હશે? આટલાં વર્ષો સુધી સતત બ્રહ્મચર્ય જાળવીને સ્વામીજીએ કેટલી બધી સાધના કરી હશે કે આજે તેમના ચહેરા પર આટલું ભવ્ય અલૌકિક તેજ પથરાયેલું રહેતું હતું!

તમામ ચેલાઓને ગુરુજીનો નિખિલ પ્રત્યેનો સૉફ્ટકોર્નર સ્હેજ પણ પસંદ નહોતો. ચેલાઓ ગુરુજીની જેમ સો ટકા સાધુત્વને અપનાવી શક્યા નહોતા. સ્વામીજી આઘાપાછા હોય ત્યારે ચેલાઓ અંદર અંદર બિભત્સ મજાકમસ્તી પણ કરી લેતા. જે જોઈને નિખિલને ખ્યાલ આવી ગયો હતો કે માત્ર ભગવા ધારણ કરવાથી સાચા સાધુ નહીં થવાય. બલ્કે સ્વામીજીની જેમ મન, વચન અને કર્મથી સંન્યાસી બનવું પડશે.

થોડા દિવસ બાદ એક ગામની સીમમાં સ્વામીજીએ તેમની મંડળી સાથે રોકાણ કર્યું. સ્વામીજી જે દિવસે સવારે આવ્યા તે જ દિવસે માત્ર એક કલાક પછી વાવણી માટેના પ્રથમ વરસાદની પણ પધરામણી થઈ. ગામના લોકો ઘણા દિવસથી વરસાદની રાહ જોઈ રહ્યા હતા, પરંતુ ઘેરાયેલાં વાદળ વરસ્યાં વગર જ છૂટાં પડી જતાં હતાં. આખા ગામમાં વાત ફેલાઈ ગઈ કે

સ્વામીજીનાં પાવન પગલાંને કારણે જ વરસાદ પડ્યો છે. લોકોનાં ટોળેટોળાં સ્વામીજીનાં દર્શન માટે ઊમટી પડ્યા.

સ્વામીજીએ સ્પષ્ટતા કરી કે આ કોઈ ચમત્કાર નથી. માત્ર 'કાગનું બેસવું અને ડાળનું પડવું' થયું છે, પરંતુ શ્રદ્ધાને અને બુદ્ધિને ઝાઝો સંબંધ હોતો નથી. શ્રદ્ધા અને અંધશ્રદ્ધા વચ્ચે પણ અત્યંત બારીક રેખા હોય છે!

મહાન સંત ક્યારેય પોતાના પરચાની પબ્લિસિટી કરતા નથી તેમ કહીને લોકો દઢપણે એકબીજાની આસ્થાને દઢ બનાવવા મંડ્યાં હતાં. સ્વામીજીનું મન વ્યથિત થઈ ગયું હતું, કારણકે અંધશ્રદ્ધાના તેઓ જબરદસ્ત વિરોધી હતા.

બીજે દિવસે અનાયાસે જ રાજ્યના ધનાઢ્ય ઉદ્યોગપતિ રતન કશ્યપ હાઇવે પરથી તેમની મોંઘી કારમાં પસાર થઈ રહ્યા હતા. તેમને જાણવા મળ્યું કે કોઈક સિદ્ધપુરુષ યોગી આ ગામમાં રોકાયા છે, એટલે તેમણે ડ્રાઇવરને કાર તે તરફ લેવાની સૂચના આપી. રતન કશ્યપે જોયું કે નાનકડા મંદિરના વિશાળ પ્રાંગણમાં ઝાડ નીચે સ્વામીજી ધ્યાનની મુદ્રામાં બેઠા હતા. ધૂપસળીની પવિત્ર સુવાસથી સવારનું વાતાવરણ મહેકી ઊઠ્યું હતું. બંને બાજુ બેઠેલા ત્રણ-ત્રણ શિષ્યો સ્વામીજીનું ધ્યાન પૂરું થાય તેની રાહ જોઈ રહ્યા હતા. નિખિલ સ્વામીજીની પાછળ ઊભો હતો. નિખિલ અને રતન કશ્યપની નજર મળી એટલે નિખિલે આંખથી જ રતન કશ્યપને બેસવાનો ઇશારો કર્યો. રતન કશ્યપ શૂઝ કાઢીને નજીક આવ્યા. સ્વામીજીની આંખો હજુ બંધ જ હતી. મોંઘામાં મોંઘો શૂટ અને ટાઇમાં સજ્જ રતન કશ્યપ સ્વામીજીની સામે પાથરેલા પાથરણા પર પલોઠી વાળીને બેસી ગયા. ચાલીસેક આસપાસના રતન કશ્યપ જાણતા હતા કે સિદ્ધહસ્ત યોગી પાસે હંમેશાં કોઈપણ સમસ્યાનું નિરાકરણ અવશ્ય હોય છે. તેઓ આશાભરી આંખે સ્વામીજીને તાકી રહ્યા હતા, ત્યાં જ સ્વામીજીએ નેત્ર ખોલ્યાં. બંનેની આંખો એક થઈ.

ઘડીના છઠ્ઠા ભાગમાં સ્વામીજીએ રતન કશ્યપનું નિરીક્ષણ કરી નાખ્યું.

"વત્સ, ક્યા સમસ્યા હૈ?"

"સ્વામીજી, સબકુછ હૈ લેકિન મન કી શાંતિ નહીં હૈ."

"હરરોજ કીતની રોટી ખાતે હો?" સ્વામીજીના અણધાર્યા પ્રશ્નથી રતન કશ્યપ મૂંઝાઈ ગયા. પરંતુ તરત જ તેમણે મનને મનાવી લીધું કે આવા મહાન યોગીનો કોઈપણ પ્રશ્ન સાવ અસ્થાને તો હોય જ નહીં. રતન કશ્યપે શાંતિથી ઉત્તર આપ્યો, "સ્વામીજી, ચાર."

"વત્સ, અગર ચાર રોટી કી આવશ્યકતા હૈ તો ચારસો રોટી કમાને કે લિયે દોડને કી ક્યા જરૂરત હૈ?"

સ્વામીજીનો ધારદાર પ્રશ્ન જાણે કે રતન કશ્યપનાં હૃદયને વીંધીને આરપાર નીકળી ગયો.

"વત્સ, ધન કે પીછે ભાગના છોડ દો. મન શાંત હો જાયેગા. પૂરે દિન મે કમ સે કમ એક કામ ઐસા કરો જિસમેં તુમ્હારા કોઈ સ્વાર્થ છીપા ના હો."

"જી, સ્વામીજી." રતન કશ્યપે જતાં જતાં સ્વામીજીનાં ચરણસ્પર્શ કર્યાં અને કોટના ખિસ્સામાંથી સોની નોટનું બંડલ કાઢીને સ્વામીજીના પગ પાસે મૂકી દીધું.

"યે ધન કિસી નિર્ધન કો દે દેના વત્સ. હમેં ઇસકી આવશ્યકતા નહીં હૈ. સુબહ મેં ખાના મિલ જાયે તો હમ શામ કી ચિન્તા કભી નહીં કરતે."

"સ્વામીજી, અગર આપકા કોઈ આશ્રમ હો તો મૈં વહાં ભી દાન દેને કે લિયે તૈયાર હું."

નિખિલે જોયું કે આટલો ધનાઢ્ય ઉદ્યોગપતિ સ્વામીજીના તેજથી અને તેમની દિવ્યવાણીથી અત્યંત પ્રભાવિત થઈ ગયો હતો.

"વત્સ, ના તો મેરા કોઈ આશ્રમ હૈ ના ભવિષ્ય મેં હોગા. સચ્ચે સાધુ મોહ માયા સે પર હોતે હૈં."

રતન કશ્યપે જતાં જતાં સ્વામીજીને પ્રણામ કરીને તેમની રજા લીધી ત્યારે તેમની આંખમાં આંસુ હતાં.

રતન કશ્યપની મોંઘી કાર ધૂળની ડમરીઓ ઉડાડતી નીકળી ગઈ. પછી સ્વામીજી એક જ વાક્ય બોલ્યા હતા, "પ્રભુ, ઈસ દુનિયા મેં આવકકી ઈતની અસમાનતા કબ દૂર હોગી?"

નિખિલે નોંધ્યું કે સ્વામીજીના અવાજમાં ફરિયાદનો સૂર હરગીઝ નહોતો. પરંતુ તેમના શબ્દોમાં કદાચ એવી લાગણી વ્યક્ત થતી હતી કે ઈશ્વરે દરેકની થાળીમાં સરખું ભોજન આપવું જોઈએ જેથી નિર્ધનને અન્યાય ન થાય.

થોડા દિવસના પરિભ્રમણ બાદ બે ગામ વચ્ચે સાધુ મંડળીએ રાત્રિ રોકાણ કર્યું હતું. એક ઘેઘૂર વડલા નીચે સ્વામીજી ધ્યાનમાં બેઠા હતા. ધીમો વરસાદ પડી રહ્યો હતો. વરસાદનું પાણી ઝાડના પાંદડા પર થઈને સ્વામીજીની જટા પર પડતું હતું. અચાનક નજીકમાં આવેલી નદીમાં પૂર આવ્યું. પાણી ધીમે ધીમે વડલા નીચે વધી રહ્યું હતું. સ્વામીજીના તમામ છ ચેલાઓ ચૂપચાપ વડલા પર ચડી ગયા. નિખિલે હિંમત કરીને સ્વામીજીને ઢંઢોળ્યા, "સ્વામીજી, બાઢ આ રહી હૈ."

સ્વામીજી બંધ આંખે જ બોલ્યા, "પતા હૈ, તુ ઉન સબકે સાથ પેડ પર ચડ જા નિખિલાનંદ."

"નિખિલાનંદ?" નિખિલે આશ્ચર્યથી પૂછ્યું.

"હા... આજ સે તેરા નામ નિખિલાનંદ હૈ. મેરા કામ પૂરા હો ગયા હૈ. મેરા વક્ત ભી પૂરા હો ચૂકા હૈ."

પાણી ઝડપથી વધવા લાગ્યું હતું. આખરે નિખિલે ઝાડ પર આશરો લઈ લીધો. ગણતરીની ક્ષણોમાં જ સ્વામીજી ધ્યાનમાં બેઠેલી મુદ્રામાં જ પાણીના વહેણ સાથે વહેવા લાગ્યા. તમામ ચેલાઓ અને નિખિલાનંદ ફાટી આંખે સ્વામીજીને બેઠેલી અવસ્થામાં જ વહેતા જોઈ રહ્યા.

▶▶ પ્રકરણ-3 ◀◀

પાણીના ધસમસતા વહેણમાં સ્વામીજીને સમાધિ અવસ્થામાં જ વહેતાં જોઈને નિખિલને તેમની અદ્ભુત યૌગિક શક્તિઓનો ખ્યાલ આવી ગયો હતો. સ્વામીજીના ચહેરા પર કોઈ જ પ્રકારનો ગભરાટ નહોતો, બલ્કે હંમેશની જેમ મંદ મંદ સ્મિત જ રમી રહ્યું હતું! ગમે તેટલી વિપરીત પરિસ્થિતિમાં પણ સાચા સંન્યાસી મનની સ્વસ્થતા ક્યારેય ગુમાવતા નથી. તેનું જીવંત ઉદાહરણ સ્વામીજી તેમના શિષ્યોને આપતા ગયા હતા. કુદરતના પ્રચંડ પ્રકોપને સ્વામીજીએ પોતાના શરીરના ત્યાગના નિમિત્ત માટે ખૂબ જ સહજતાથી સ્વીકારી લીધો હતો.

નિખિલનું મન ગ્લાનિથી ભરાઈ ગયું હતું. તેના મનમાં એક તરફ સ્વામીજીને ગુમાવ્યાનો રંજ હતો, તો બીજી તરફ સ્વામીજીએ જતાં જતાં નિખિલને 'નિખિલાનંદ' તરીકે સંબોધીને તેને શિષ્ય તરીકે સ્વીકારી લીધો હતો તે વાતનો આનંદ પણ હતો. નસીબદાર યુવાનને જ આવા સિદ્ધહસ્ત ત્યાગી સંતની ગુરુ તરીકે છત્રછાયા મળે. કાશ, સ્વામીજી સાથે થોડો સમય વધારે રહેવાનું મળ્યું હોત તો કેટલું સારું હતું? તેમના અખૂટ જ્ઞાનભંડારનો લાભ લેવાની નિખિલની તૃષા હજુ છીપી નહોતી. ત્યાં અચાનક જ આ દુર્ઘટના બની ગઈ હતી. નિખિલને સ્વામીજીની સાધુ થવા માટેની સૌથી પહેલી શરત યાદ આવી ગઈ. મોહ, માયાના બંધનમાં ન પડવા બાબત તેથી નિખિલે સ્વામીજીની જળસમાધિને સહજતાથી સ્વીકારવા માટે તેના મનને તૈયાર કરવા માંડ્યું.

હજુ થોડા દિવસ પહેલાં જ નિખિલે સ્વામીજી સાથેના વાર્તાલાપમાં પ્રશ્ન કર્યો હતો, "સ્વામીજી, આપે મને સાધુ થવા માટે વિચારવાનો સમય શા માટે આપ્યો છે?"

"બેટા, એકબાર સાધુ બનને કે બાદ પૂર્વાશ્રમ ભૂલ જાના પડતા હૈ."

"સ્વામીજી, અગર મૈં પૂર્વાશ્રમ ભૂલ જાને મેં સફલ હો ગયા ઔર સાધુ બનને કે બાદ અગર સંસાર મેં વાપસ જાને કી ઇચ્છા હોગી તો?"

"બેટા, તું બેશક સંસાર મેં વાપસ જા શકતા હૈ. કીસી ભી કાર્ય મન

કહાની મેં ટ્વિસ્ટ

મારકે નહીં કરના ચાહિયે."

ત્યારબાદ સ્વામીજીએ તેમના જ્ઞાનનો લાભ આપતાં સંત જ્ઞાનેશ્વર વિશે વાત કરી હતી. નિખિલ મંત્રમુગ્ધ બનીને સ્વામીજીની દિવ્યવાણીને સાંભળી રહ્યો હતો.

સંત જ્ઞાનેશ્વરના જન્મના થોડાં વર્ષ પહેલાં તેમના પિતા વિઠ્ઠલ પંત એકવાર સંન્યાસી થઈને ગુરુના આદેશથી ફરીથી સંસારી થયા હતા. થોડા સમય બાદ જ્ઞાનેશ્વરનો જન્મ થયો હતો. સંન્યાસીમાંથી સંસારી થયેલા બાપનો પુત્ર હોવાને કારણે તેમને સમાજમાંથી ગજબનો તિરસ્કાર સાંપડ્યો હતો. મા-બાપ ગરીબીમાં જ મૃત્યુ પામ્યાં હતાં. સંતાનોને સમાજે એટલી હદે હડધૂત કર્યા હતા કે આ સંતાનો શુદ્ધિ માટે પ્રાયશ્ચિત્ત માટે ઠેર ઠેર રખડ્યા પણ સમાજની કઠોર રૂઢિચુસ્તતાનો તેમને કડવો અનુભવ થયો અને સાચા ધર્મનો મર્મ સમજવાનો મોકો મળ્યો. જ્ઞાનેશ્વરે ભાગવત ધર્મનો સમાનતાનો બોધ આપ્યો અને માત્ર બાવીસ વર્ષની ઉંમરે સમાધિ લેનાર સંત જ્ઞાનેશ્વર મહારાષ્ટ્રના મહાન સંત તરીકે ઓળખાયા.

સ્વામીજીએ વાતનું સમાપન કરતાં કહ્યું હતું, "અગર બાપ ભક્તિ માર્ગ સે સંસાર મેં વાપસ આયા થા તો ઉસકા હી બેટા જ્ઞાનેશ્વર ભક્તિ માર્ગ પર આગે બઢકે સારે સંસાર કો બોધ દે કે ગયા... યે સબ ઈશ્વરકી લીલા હૈ."

નિખિલે તે જ દિવસે નક્કી કરી નાખ્યું હતું કે સાચા સંન્યાસી બનવાની દિલથી કોશિશ તો કરવી જ છે અને કોઈ અગમ્ય કારણોસર તે માર્ગ પર આગળ ન વધી શકાય તો તેને પણ ઈશ્વરની ઇચ્છા સમજીને સંસારમાં પરત આવી જવું.

ચોવીસ કલાક બાદ પૂર ઓસર્યું ત્યારે નિખિલાનંદે સ્વેચ્છાએ જ પેલા ચેલાઓનો સંગ છોડી દીધો. સ્વામીજીની ગેરહાજરીમાં તે ચેલાઓની ચેષ્ટાઓમાં દેખાતી મનોવિકૃતિ નિખિલના ધ્યાન બહાર નહોતી. જોકે નિખિલ સમજી ગયો હતો કે સ્ત્રી સ્પર્શથી દૂર રહેવાનો અડગ નિશ્ચય આ ચેલાઓને તે દિશા તરફ લઈ જવા માટે કદાચ મજબૂર કરી ગયો હોવો જોઈએ.

સાધુ મંડળીથી અલગ થયા બાદ નિખિલાનંદનું મન ખરેખર મુક્તિનો અનુભવ કરી રહ્યું હતું. ભગવાં વસ્ત્રો તેને ખૂબ જ ગમવા લાગ્યાં હતાં. છ ફૂટ હાઇટ, ગોરો વાન, ગોળ ચહેરો, લાંબી કેશવાહિની અને વધેલી કાળી દાઢીમાં નિખિલાનંદ યુવાન સાધુ તરીકે ખૂબ જ શોભતો હતો. બ્રહ્મચર્યનું તેજ તેના યુવાન ચહેરા પર દૈદિપ્યમાન હતું, જે કોઈને પણ પ્રભાવિત કરવા માટે સક્ષમ હતું. મોક્ષનો માર્ગ અને ઈશ્વરનો સાક્ષાત્કાર કરવા માટે નિખિલાનંદ કૃતનિશ્ચયી હતો! થોડા દિવસના પરિભ્રમણ બાદ નિખિલાનંદ એક ગામની

સીમમાં આવી પહોંચ્યો. થોડે દૂર એક મંદિરનો ગુંબજ અને ધજા દૃષ્ટિમાન થતાં હતાં. નિખિલાનંદે તે તરફ પગ ઉપાડ્યા.

મંદિરની નજીક આવીને નિખિલાનંદે જોયું કે આ અતિ પ્રાચીન મંદિરમાં માણસોની અવરજવર અત્યંત ઓછી હતી. કદાચ તેનું કારણ એ હતું કે માનવ વસ્તી હજુ અહીંથી બેત્રણ કિ.મી. દૂર હતી.

મંદિરના પ્રાંગણમાં ચાલીસેક આસપાસના પૂજારી કબૂતરને ચણ નાખી રહ્યા હતા. કબૂતરોને ચણવામાં અડચણ ઊભી ન થાય તે માટે નિખિલાનંદ ત્યાં જ ઊભા રહી ગયા હતા.

અચાનક પૂજારીનું ધ્યાન આગંતુક યુવાન સાધુ પર પડ્યું.

"આઇએ.. સ્વામીજી પધારીએ."

પૂજારીએ મીઠો આવકાર મળતાં નિખિલાનંદ ધીમા પગલે બાજુની કેડી પર ચાલીને નજીક પહોંચી ગયા.

પૂજારીએ તાંબાના લોટામાં નિખિલાનંદને પાણી આપ્યું.

નિખિલાનંદે મોં ધોઈને થોડું પાણી પીધું.

"સ્વામીજી, કહાં સે આ રહે હો ઔર કહાં જાઓગે?"

"સંન્યાસી કો કભી ભી રાસ્તા નહીં પૂછતે વત્સ." નિખિલાનંદની વાણીમાં અચાનક જાણે કે ગુરુજીનો આત્મા આવીને બેસી ગયો હતો.

નિખિલાનંદની આંખમાં એક અજીબ પ્રકારની ચમક આવી ગઈ હતી. જે જોઈને પૂજારી થોડો કૂણો પડ્યો.

"માફ કરના સ્વામીજી વાસ્તવમેં તીન દિન બાદ યહાં ભગવાન કી સોને કી મૂર્તિ કી પ્રતિષ્ઠા હૈ. પૂરા ગાંવ ઉત્સવ મનાને કે લિયે યહાં પે ઇકઠ્ઠા હોને વાલા હૈ."

"ઇતની અચ્છી જાનકારી દેને કે લિયે ધન્યવાદ. મૈં ઉસ ઉત્સવ કા લાભ લે કે દુસરે દિન સુબહ મેં ચલા જાઉંગા."

વાસ્તવમાં આ મંદિર પર રાજ્યના પ્રખ્યાત ઉદ્યોગપતિ મુકેશ વિરાણીના દાદાને ખૂબ શ્રદ્ધા હતી, તેથી તેમણે તે જમાનામાં મંદિરનો જિર્ણોદ્ધાર કરાવ્યો હતો. મુકેશ વિરાણી પર લક્ષ્મીજીની વધારે કૃપા વરસી હતી તેથી તેમણે આ મંદિરમાં સોનાની મૂર્તિનું દાન આપવાનું જાહેર કર્યું હતું.

માણસ ગમે તેટલો મોટો થાય પરંતુ વતનની માટીની મહેંક તેના દિલમાં હંમેશાં ધરબાયેલી હોય છે. મુકેશ વિરાણી પણ ધનના ઢગલા પર બેઠો હતો છતાં તેનો વતનપ્રેમ અકબંધ હતો. આ ગામમાં તેણે અગાઉ શાળા અને હૉસ્પિટલ પણ બંધાવી હતી અને હવે સોનાની મૂર્તિની પ્રતિષ્ઠાની જાહેરાત કરી હતી. આમ ગામને મુકેશ વિરાણી તરફથી એક પછી એક અમૂલ્ય ભેટ મળી રહી હતી.

બે દિવસ બાદ પૂજારીના જણાવ્યા મુજબ મંદિર પાસે માનવ મહેરામણ ઊમટી પડ્યું હતું. મુકેશ વિરાણીની હાજરીમાં જ સોનાની મૂર્તિની બ્રાહ્મણો દ્વારા શાસ્ત્રોક્ત મંત્રોચ્ચાર સાથે પ્રતિષ્ઠા કરવામાં આવી ત્યારે સમગ્ર વાતાવરણ પવિત્ર થઈ ગયું હતું.

ગામના લોકોએ નાતજાતના ભેદભાવ ભૂલીને મંદિરના પ્રાંગણમાં એક જ માંડવા નીચે પ્રસાદીના સ્વરૂપમાં ભોજન લીધુ હતું. ઢોલ-નગારા અને મંદિરના શંખનાદ વચ્ચે બપોર બાદ ઉત્સવનું સમાપન થયું હતું.

મુકેશ વિરાણીએ જતી વખતે પૂજારીને નમન કર્યાં હતાં.

"શેઠજી, આપની ઈશ્વર પ્રત્યેની શ્રદ્ધાને હું સત્કારું છું, પરંતુ મારી જવાબદારી વધી ગઈ છે. મંદિર ગામથી થોડું દૂર છે તેથી મૂર્તિની સલામતી માટે કાંઈક વ્યવસ્થા કરવા વિનંતી."

"પૂજારીજી, આવતીકાલથી જ દરરોજ બે સિક્યોરિટી ગાર્ડ મંદિરે ફરજ બજાવવા આવી જશે."

"ધન્યવાદ શેઠજી" પૂજારીએ મુકેશ વિરાણી સમક્ષ હાથ જોડ્યા હતા.

મુકેશ વિરાણીના ગયા બાદ ધીમે ધીમે ગામનાં લોકો વિખેરાઈ ગયાં હતાં. હવે મંદિરમાં નિખિલાનંદ અને પૂજારી એમ બે વ્યક્તિ જ હાજર હતી.

"પૂજારીજી, કલ સુબહ મૈં યહાં સે પ્રસ્થાન કરુંગા."

"સ્વામીજી દો ચાર દિન ઔર રુક જાતે."

"નહીં પૂજારીજી, કલ હી નિકલ જાના હૈ. વૈસે નિયમ કે અનુસાર ઔર તીન દિન મૈં યહાં રૂક સકતા હું લેકિન સાધુ તો ચલતા ભલા."

પૂજારીએ જ્યારે જાણ્યું કે નિખિલાનંદ જગ્યાનો પણ મોહ ન થાય તે માટે સાત દિવસથી વધારે ક્યાંય રોકાતા નથી, ત્યારે તેણે અહોભાવથી નિખિલાનંદ સામે જોયું હતું.

જોકે તે દરમ્યાન નિખિલાનંદ તો ધ્યાનમાં બેસી ગયા હતા.

અંધારું થયું એટલે નિખિલાનંદે મંદિરના ઓટલાની બહાર જ લંબાવ્યું હતું કારણકે ગરમી ખૂબ હતી.

પૂજારી પણ મંદિરની પરસાળમાં ઓટલા પર ઘસઘસાટ ઊંઘવા લાગ્યા હતા.

વહેલી સવારે કૂકડો બોલે તે પહેલાં તો નિખિલાનંદ ત્યાંથી રવાના પણ થઈ ગયા હતા.

સવારે સાતેક વાગે પૂજારીએ આરતી માટે તૈયાર થઈને જ્યારે મંદિરમાં પ્રવેશ કર્યો ત્યારે મંદિરમાંથી પેલી સોનાની મૂર્તિ ગાયબ હતી!

સાધુ તો ચલતા ભલા 99

પ્રકરણ-4

મંદિરમાંથી સોનાની મૂર્તિ ગાયબ થઈ ગયાની વાત વાયુવેગે આખા ગામમાં ફેલાઈ ગઈ હતી. લોકોનાં ટોળાં મંદિર પાસે એકઠાં થવા લાગ્યાં હતાં. પૂજારી ગામના માણસોને કેફિયત આપી રહ્યા હતા. "રાત્રે તો મૂર્તિ મંદિરમાં જ હતી. સવારે આરતીના સમય પહેલાં મેં જ્યારે તાળું ખોલ્યું ત્યારે ખબર પડી કે મૂર્તિ ગાયબ છે."

મૂર્તિ કોણ ઉઠાવી ગયું હશે? રાત્રે ચોર આવ્યા હશે ત્યારે પૂજારીની ઊંઘ ઊડી જ નહીં હોય? ટોળામાં લોકોના ચહેરા પર પ્રશ્નાર્થો દેખાવા લાગ્યા હતા. અચાનક સરપંચે પૂજારીને મહત્ત્વની વાત યાદ કરાવી. "મહારાજ, ગઈકાલે ઉત્સવમાં પેલા દાઢીવાળા યુવાન સ્વામીજી કોણ હતા?"

"હા, એ નિખિલાનંદ સ્વામી હતા. છેલ્લા ત્રણેક દિવસથી મંદિરમાં રોકાયા હતા. ગઈકાલે રાત્રે મેં તેમને વધારે રોકાવાનો આગ્રહ પણ કર્યો હતો, પરંતુ 'સાધુ તો ચલતા ભલા' બોલીને તેમણે વહેલી સવારે જ નીકળી જવાનો તેમનો મનસૂબો ત્યારે જ જણાવી દીધો હતો.

"મહારાજ, એ નિખિલાનંદ સ્વામી સવારે નીકળ્યા ત્યારે તમે જાગતા હતા?" સરપંચે મુદ્દાનો સવાલ કર્યો.

"મને લાગે છે કે તેઓ મળસ્કે મારી ઊંઘમાં ખલેલ ન પડે તે હેતુથી બિલકુલ અવાજ ન થાય તે રીતે નીકળી ગયા હોવા જોઈએ."

સરપંચે હસતાં હસતાં કહ્યું, "મહારાજ, તમે કેટલા ભોળા છો? એ સ્વામીજીએ તમારી ઊંઘનો એટલા માટે ખ્યાલ રાખ્યો હતો કે સોનાની મૂર્તિ તેમણે જ ચોરી લીધી હતી."

ટોળામાં ભેગા થયેલા સૌ કોઈ મોટેથી હસવા લાગ્યા. પૂજારી શરમથી નીચું જોઈ ગયા.

"હવે આપણે પોલીસને તાત્કાલિક જાણ કરવી જોઈએ." ટોળામાંથી અવાજ આવ્યો.

"મેં મુકેશભાઈ શેઠને ફોન કરી દીધો છે. કદાચ શહેરમાંથી પોલીસ પાર્ટી આવતી જ હશે." સરપંચે સૌને માહિતી આપી.

અચાનક પોલીસની જીપ આવી પહોંચી. ડ્રાઇવરે ટોળા પાસે આવીને જ જોરદાર બ્રેક લગાવી.

જીપમાંથી ચાર કોન્સ્ટેબલની સાથે પોલીસ ઇન્સ્પેક્ટર ઝાલા સાહેબ ઝડપથી નીચે ઊતર્યા.

લગભગ છ ફૂટ હાઇટ અને ભરાવદાર શરીર ધરાવતા ઝાલા સાહેબની આખા એરિયામાં ગજબની ધાક હતી. ગુનેગારો તેમનું નામ પડતાં જ ધ્રૂજવા

લાગતાં. ટોળાએ ઝાલા સાહેબને મંદિર તરફ જવા માટે આઘાપાછા થઈને રસ્તો કરી આપ્યો.

ઝાલા સાહેબ આગળ વધીને પૂજારી સમક્ષ આવીને ઊભા રહ્યા.

"આ મંદિરના પૂજારી તમે છો?"

"જી ઇન્સ્પેક્ટર સાહેબ."

"છેલ્લે તમે મૂર્તિ ક્યારે જોઈ હતી? આઇ મીન છેલ્લે ક્યારે દર્શન કર્યાં હતાં?" ઝાલા સાહેબે આંખો ઝીણી કરીને પૂછ્યું.

"ગઈકાલે રાત્રે સાહેબ." પૂજારીએ બંને હાથ જોડીને કહ્યું.

"મહારાજ, રાત્રે તમારા સિવાય મંદિરમાં અન્ય કોઈ હાજર હતું?"

"જી, એક સ્વામીજી છેલ્લા ત્રણેક દિવસથી રોકાયા હતા."

"અત્યારે તે સ્વામીજી ક્યાં છે?"

"તે તો વહેલી સવારે જ નીકળી ગયા."

"તે સ્વામીજી નીકળ્યા ત્યારે તમે જાગતા હતા?"

"ના સાહેબ, હું ભર ઊંઘમાં હતો."

ઝાલા સાહેબે કરડાકીભરી નજર સમગ્ર ટોળા પર દોડાવી. સૌ કોઈ નીચું જોઈ ગયા. મંદિરમાં શ્રદ્ધાપૂર્વક પધરાવેલી સોનાની મૂર્તિ માત્ર ચોવીસ કલાકમાં ગાયબ થઈ ગઈ હતી, તેથી સૌ કોઈના ચહેરા પર ગ્લાનિ દેખાઈ રહી હતી.

"મહારાજ, એ સ્વામીનો હુલિયો?"

"ગોરો વાન, કાળી દાઢી, ગોળ ચહેરો, લાંબા વાળ, ખૂબ જ યુવાન હતા એ સ્વામીજી." પૂજારીએ ધીમે ધીમે યાદ કરીને કહ્યું.

ટોળામાંથી સરપંચ આગળ આવ્યા. "ઇન્સ્પેક્ટર સાહેબ, મને તો લાગે છે કે સાધુના સ્વાંગમાં એ ચોર જ હતો. ચોક્કસ તેણે જ મૂર્તિની ચોરી કરી હોવી જોઈએ."

"હા... હા... એ જ ચોર છે, એ જ ચોર છે." ટોળામાંથી અવાજો આવવા લાગ્યા.

"મહારાજ, તમને શું લાગે છે?" ઝાલા સાહેબે પૂજારીની સામે જોઈને પૂછ્યું.

"સાહેબ, આ બધા કહે છે તેથી મને પણ એમ જ લાગે છે."

અચાનક ઝાલા સાહેબે પૂજારીને જોરદાર લાફો ઝીંકી દીધો. પૂજારી તમ્મર ખાઈને નીચે પડી ગયો. સૌ કોઈ સ્તબ્ધ થઈને ફાટી આંખે આ દૃશ્યને નિહાળી રહ્યા.

"સાલા હરામખોર, મૂર્તિને ક્યાં સંતાડી છે?" ઝાલા સાહેબનો પહાડી અવાજ ગુંજી ઊઠ્યો.

સાધુ તો ચલતા ભલા 101

પૂજારી ધીમે ધીમે ઊભો થયો. "ઇન્સ્પેક્ટર સાહેબ, મેં તો હજુ ગઈકાલે જ મુકેશભાઈ શેઠ પાસે મૂર્તિના રક્ષણ માટે સિક્યોરિટી ગાર્ડની મદદ માંગી હતી. આપને મારી વાતનો વિશ્વાસ ન આવતો હોય તો તેમને પૂછીને ખાતરી કરી શકો છો." પૂજારીએ બે હાથ જોડીને કરગરતાં કહ્યું.

ગામના લોકો દુનિયાની આઠમી અજાયબી જોતા હોય તેમ સમગ્ર દશ્યને સ્તબ્ધ થઈને નિહાળી રહ્યા હતા.

"નાલાયક, હજુ કલાક પહેલાં જ મારે મુકેશભાઈ સાથે વાત થઈ છે. સિક્યોરિટીની વ્યવસ્થા આજથી કરવાની હતી તેથી તારા માટે મૂર્તિ ચોરવા માટે ગઈકાલ રાતનો સમય ઉત્તમ હતો. જેનો તેં ઉપયોગ કરીને ગઈકાલે રાત્રે જ મૂર્તિ ચોરીને મંદિરના પાછળના ભાગમાં ખેતરમાં દાટી દીધી છે. ચાલ તાત્કાલિક મને એ જગ્યા બતાવ નહીં તો હવે આ દંડો તારો સગો નહીં થાય." ઝાલા સાહેબે દંડો ઊંચો કર્યો.

હવે પૂજારી થોડો કૂણો પડ્યો. પોલીસ જ્યારે થર્ડ ડિગ્રી પર ઊતરી આવે ત્યારે ગમે તેવા રીઢા ગુનેગારો પણ ગુનો કબૂલી લેતા હોય છે. પછી આ પૂજારીની તો શું વિસાત?

"ઇન્સ્પેક્ટર સાહેબ, મહેરબાની કરીને મારા પર હાથ ન ઉપાડશો. મેં જ મૂર્તિને સંતાડી છે. ચાલો મારી સાથે."

સૌ કોઈને આંચકો લાગ્યો હતો. છેલ્લાં બે-ત્રણ વર્ષથી આ જ પૂજારી મંદિરને સાચવતો હતો. પૂજારીની બુદ્ધિ આટલી હદે ભ્રષ્ટ થઈ ગઈ હતી તે વાતની તો સૌ કોઈને નવાઈ જ લાગી રહી હતી. પરંતુ તેના કરતાં પણ વધારે નવાઈ એ વાતની લાગી રહી હતી કે ઝાલા સાહેબે કઈ રીતે પકડી પાડ્યું કે આ પૂજારી જ ચોર છે! સરપંચે ધીમા અવાજે સૌને સમજાવ્યા, "જોયું ને? પોલીસની તો હંમેશાં સ્ટાઇલ જ હોય છે કે ફરિયાદીને જ શંકાના દાયરામાં મૂકી દેવો. ઝાલા સાહેબે પણ તેમજ કર્યું જેને કારણે મૂર્તિની ચોરીનો ભેદ ખૂલી ગયો છે."

પૂજારીની પાછળ ઝાલા સાહેબની પોલીસ ટીમ અને સૌ કોઈ દોરવાયા.

એક ઝાડ નીચે આવીને પૂજારીએ જગ્યા બતાવી એટલે બે પોલીસ કોન્સ્ટેબલોએ ખોદવાનું ચાલુ કર્યું. માત્ર વીસ મિનિટમાં જ પ્લાસ્ટિકની થેલીમાં વીંટાયેલી મૂર્તિ મળી આવી.

હવે ગામના લોકો રોષે ભરાયા. તેઓ પૂજારીને ધક્કે ચડાવવા ગયા પરંતુ ઝાલા સાહેબે સૌને રોક્યા. "પોલીસને તેમનું કામ કરવા દો."

તમામ લોકો પાછા હટી ગયા.

ત્યાં જ એક મોંઘી કાર આવીને ઊભી રહી. ડ્રાઇવરે ઊતરીને પાછળનો દરવાજો ખોલ્યો એટલે તેમાંથી સફેદ લેંઘા-ઝભ્ભામાં સજ્જ મુકેશ વિરાણી બહાર નીકળ્યા.

102 કહાની મેં ટ્વિસ્ટ

"શેઠજી, આ રહ્યો મૂર્તિનો ચોર." ઝાલા સાહેબે પૂજારીને ધક્કો મારીને આગળ કર્યો.

મુકેશ વિરાણીને પણ નવાઈ લાગી. "ઝાલા સાહેબ, આ તો મંદિરના પૂજારી છે. હજુ ગઈકાલે તો તેમણે મૂર્તિની સુરક્ષા માટે મારી પાસે સિક્યોરિટીની મદદ માંગી હતી."

"હા શેઠજી, ખૂબ ચાલાક ચોર છે આ પૂજારી. તેના પર કોઈને શક ન પડે તે માટે ગઈકાલે આપની સમક્ષ મૂર્તિની સલામતી માટે ડાહી ડાહી વાતો કરી અને આજે પેલા અજાણ્યા સ્વામીજી પર સૌ કોઈને શક પડે તે માટે તેણે ગઈકાલે રાત્રે જ મોકો ઝડપી લીધો."

"કયા સ્વામીજી?" મુકેશ વિરાણીએ ઝાલા સાહેબને પૂછ્યું.

"શેઠજી, છેલ્લા ત્રણ દિવસથી આ મંદિરમાં તેઓ રોકાયા હતા અને આજે વહેલી સવારે જ તે નીકળી ગયા છે." ઝાલા સાહેબે માહિતી આપતાં કહ્યું.

"ઓહ એનો અર્થ તો એ થયો કે પોલીસ પેલા અજાણ્યા સાધુને શોધ્યા કરે અને બધું ઠંડું પડી જાય એટલે તે સોનાની મૂર્તિનો બારોબાર વહીવટ કરી શકાય." મુકેશ વિરાણીએ કહ્યું.

"એકઝેક્ટ્લી શેઠજી" ઝાલા સાહેબે મુકેશ વિરાણીની વાતને સમર્થન આપતાં કહ્યું, "હવે આ ચોરના પ્લાનનો પર્દાફાશ થઈ ગયો છે અને ચોર પણ પકડાઈ ગયો છે તેથી હવે ચિંતાનું કોઈ કારણ નથી."

સૌ કોઈ ઝાલા સાહેબની સામે અહોભાવથી જોઈ રહ્યા. પોલીસોએ પૂજારીને ધક્કો મારીને જીપમાં બેસાડી દીધો.

ઝાલા સાહેબે આગળની સીટ પર બેસીને ડ્રાઇવરને જીપ સ્ટાર્ટ કરવાની સૂચના આપી. ગણતરીની ક્ષણોમાં જ જીપ ધૂળના ગોટેગોટા ઉડાડતી નીકળી ગઈ.

ઝાલા સાહેબના ચહેરા પર ગૌરવની લાગણી છવાઈ ગઈ હતી, પરંતુ તેમના મનમાં તો પેલા નિખિલાનંદ સ્વામી જ રમી રહ્યા હતા જે આજે વહેલી સવારે આજ હાઇવે પર તેમને અનાયાસે જ મળી ગયા હતા.

પ્રકરણ-5

પૂજારીને પકડીને જીપ શહેર તરફ જઈ રહી હતી. ઝાલા સાહેબ માત્ર પાંચ કલાક પહેલાંના ફ્લેશબેકમાં સરી પડ્યા હતા. વહેલી સવારે આ જ જગ્યાએથી ઝાલા સાહેબ જીપ જાતે ડ્રાઇવ કરીને એકલા શહેર તરફ જઈ રહ્યા હતા. તદ્દન નિર્જન રસ્તા પર કોઈક ભગવાધારી વસ્ત્રો પહેરેલી વ્યક્તિ ચાલીને જઈ રહી હતી. સૂર્યોદયને હજુ ખાસ્સી વાર હતી પરંતુ આછા ઉજાસમાં ઝાલા સાહેબનું ધ્યાન તે વ્યક્તિ પર પડી ગયું હતું. ઝાલા સાહેબે

સાધુ તો ચલતા ભલા 103

જીપ ઊભી રાખી હતી.

"સ્વામીજી કઈ તરફ?"

ઠંડીને કારણે નિખિલાનંદે માથા પર પહેરેલ વસ્ત્રનો છેડો મોઢા પર બાંધ્યો હતો. નિખિલાનંદે તે છેડો દૂર કરીને કહ્યું, "ઇન્સ્પેક્ટર સાહેબ, સારું થયું તમે મને અહીં જ મળી ગયા. મારે નજીકના શહેરમાં જઈને પોલીસ સ્ટેશને જ જવું હતું."

ઝાલા સાહેબ નિખિલાનંદના ચહેરા પરથી નજર હટાવી ન શક્યા.

ગોરો દાઢી વધેલો ગોળ ચહેરો, ભાવવાહી આંખો, બોલતી વખતે હોઠ પર રેલાઈ રહેલું સ્મિત, બિલકુલ નીરજની જ પ્રતિકૃતિ જેવો જ આ યુવાન સાધુ કોણ હશે? બે વ્યક્તિના ચહેરા આટલી હદે મળતા કઈ રીતે હોઈ શકે? શા માટે આ યુવાન સાધુને પોલીસ સ્ટેશને જવું હશે? ઝાલા સાહેબ પોતાના જ મનમાં ઉદ્‌ભવેલા વિચારોનાં વમળમાં ઘેરાઈ ગયા હતા, કારણકે નીરજ તો હવે આ દુનિયામાં હતો જ ક્યાં?

ઇન્સ્પેક્ટર સાહેબને વિચારમાં પડી ગયેલા જોઈને નિખિલાનંદે પોતાની વાત દોહરાવતાં કહ્યું, "ઇન્સ્પેક્ટર સાહેબ, મારે આપનું જ કામ છે. હું પોલીસ સ્ટેશને જ આવવા માંગું છું."

"આવો બેસી જાવ." ઝાલા સાહેબે બાજુનો દરવાજો ખોલીને કહ્યું.

નિખિલાનંદ ઝડપથી ઝાલા સાહેબની બાજુમાં બેસી ગયો.

"સ્વામીજી, વાસ્તવમાં તમારો ચહેરો બિલકુલ મારા એકના એક દીકરા નીરજને ગજબનો મળતો આવે છે."

"ઇન્સ્પેક્ટર સાહેબ, મારા ચહેરા પર તો લાંબી દાઢી છે અને માથા પર પણ લાંબા વાળ છે."

"હા સ્વામીજી, નીરજ પણ કાયમ દાઢી રાખતો હતો. લાંબા વાળનો પણ તેને શોખ હતો. જોકે તમારા કરતાં દાઢી અને વાળ થોડા નાના પરંતુ..." ઝાલા સાહેબ ગળગળા થઈ ગયા. આગળ કાંઈ જ ન બોલી શક્યા.

ઝાલા સાહેબે તેમના પાછળના ખિસ્સામાંથી વૉલેટ કાઢીને નીરજનો ફોટો બતાવ્યો. નિખિલાનંદ ફોટો જોઈને સ્તબ્ધ થઈ ગયા.

ઇન્સ્પેક્ટર સાહેબની વાત સાવ સાચી હતી.

"ઇન્સ્પેક્ટર સાહેબ, અત્યારે તમારો દીકરો નીરજ ક્યાં છે?"

"સ્વામીજી, આ જ હાઇવે પર ગયા વર્ષે તે બાઇક પર જતો હતો અને ટ્રકની અડફેટે આવી ગયો હતો."

"હરી...ઓમ." નિખિલાનંદથી બોલાઈ ગયું.

"સ્થળ પર જ ખલાસ થઈ ગયો હતો."

"હરી...ઓમ."

"સ્વામીજી, તમારું નામ શું છે?"

"નિખિલાનંદ" બંને વચ્ચે થોડીવાર માટે મૌન પથરાઈ ગયું.

નિખિલાનંદના ચહેરા પર ગ્લાનિની રેખા ફરી વળી હતી. સાચો સંન્યાસી ક્યારેય અન્યનું દુઃખ જોઈ શકતો નથી.

થોડીવાર બાદ ઝાલા સાહેબે સ્વસ્થ થઈને પૂછ્યું, "નિખિલાનંદ, તમારે શું કામ હતું પોલીસ સ્ટેશને?"

"ઇન્સ્પેક્ટર સાહેબ, હું પરિભ્રમણ માટે નીકળ્યો છું. સાત દિવસથી વધારે એક જ જગ્યાએ ન રોકાવાનો મારો નિયમ છે. બાજુના આશરા ગામ પાસેના મંદિરમાં છેલ્લા ત્રણ દિવસથી રોકાયો હતો. હજુ ગઈકાલે જ એક ધનવાન શેઠ દ્વારા મંદિરમાં સોનાની મૂર્તિની પ્રતિષ્ઠા કરાવવામાં આવી હતી. મોડી રાત્રે મારી ઊંઘ ઊડી અને મેં જોયું તો મંદિરનો જ પૂજારી મૂર્તિને મંદિરની પાછળ આવેલા ખેતરમાં દાટી રહ્યો હતો. પૂજારીને વ્હેમ ન પડે તે માટે હું ચૂપચાપ પાછો મારી જગ્યાએ ઓટલા પર આવીને ઓઢીને ઊંઘી ગયો હતો. આજે મળસ્કે હું મારા મનસૂબા પ્રમાણે ત્યાંથી જવા માટે નીકળી ગયો હતો, પરંતુ મને વિચાર આવ્યો કે મૂર્તિની ચોરીનું આળ મારા પર જ આવશે. મેં મનોમન નક્કી કર્યું કે હું જ સામેથી પોલીસ સ્ટેશને જઈને સાચી માહિતી આપી દઉં. ઈશ્વરકૃપાથી રસ્તામાં જ આપ મને મળી ગયા અને મારું કામ આસાન થઈ ગયું."

ઝાલા સાહેબે નિખિલાનંદની વાતમાં સચ્ચાઈનો રણકાર અનુભવ્યો.

જીપ પોલીસ સ્ટેશનના પ્રાંગણમાં પ્રવેશી એટલે ઝાલા સાહેબ અને નિખિલાનંદ ઊતરીને પોલીસ સ્ટેશનની અંદર પ્રવેશ્યા.

ઝાલા સાહેબે બે ચા મંગાવી. ચાને ન્યાય આપ્યા બાદ ઝાલા સાહેબે કહ્યું, "સ્વામીજી, તમે પોલીસ સ્ટેશને બેસજો. હું બનતી ત્વરાએ મારી કાર્યવાહી પૂરી કરીને પરત આવી જઈશ."

નિખિલાનંદે નોંધ્યું કે ઇન્સ્પેક્ટર સાહેબે પોતે કહેલી વાત પર ગજબનો વિશ્વાસ મૂક્યો છે. ત્યાં જ ટેલિફોનની રિંગ વાગી.

"હલ્લો, તિલકનગર પોલીસ સ્ટેશન." ઝાલા સાહેબે ફોન ઉપાડ્યો.

"ઝાલા સાહેબ, હું મુકેશ વિરાણી બોલું છું. હમણાં જ આશરા ગામથી સરપંચનો ફોન આવ્યો હતો. ગઈકાલે ત્યાં મેં જે સોનાની મૂર્તિની પ્રતિષ્ઠા કરાવી હતી તેની ચોરી થઈ ગઈ છે."

"શેઠ, તમે બિલકુલ ચિંતા ન કરો. હું હમણાં જ મારી ટીમ સાથે આશરા પહોંચું છું." ઝાલા સાહેબે ફોન પર વાત કરતાં કરતાં નિખિલાનંદ

સામે જોયું. નિખિલાનંદની વાત સોળે સોળ આના સાચી હતી તેનો ઝાલા સાહેબને હવે પાકો વિશ્વાસ બેસી ગયો હતો.

ઝાલા સાહેબ પ્રયત્ન કરવા છતાં પણ નિખિલાનંદના ચહેરા પરથી નજર હટાવી શકતા નહોતા. ઝાલા સાહેબ મનોમન વિચારી રહ્યા... અસલ નીરજ જેવા જ દેખાતા આ યુવાન સાધુને શું નીરજની ખોટ પૂરી કરવા માટે જ ઈશ્વરે તેમની પાસે મોકલ્યો હતો? હવે વિચારવાનો લાંબો સમય નહોતો. ઝાલા સાહેબે ચાર હવાલદારને જીપમાં બેસી જવાનો હુકમ કર્યો.

"નિખિલાનંદ, તમે મારી રાહ જોજો ક્યાંય જશો નહીં."

"જી ઇન્સ્પેક્ટર સાહેબ" નિખિલાનંદે સ્મિત કર્યું.

ઝાલા સાહેબે નોંધ્યું કે નીરજ પણ જ્યારે સ્મિત કરતો ત્યારે તેનો નીચલો હોઠ આ જ રીતે વંકાતો હતો.

ડ્રાઇવરે જીપ સ્ટાર્ટ કરી અને જીપ પોલીસ સ્ટેશનથી થોડે દૂર પહોંચી ત્યાં સુધી ઝાલા સાહેબ પોલીસ સ્ટેશનમાં જ સામે બેઠેલા નિખિલાનંદ પરથી નજર હટાવી શક્યા નહોતા!

તમામ હવાલદારોને પણ ઝાલા સાહેબનું વર્તન વિચિત્ર લાગી રહ્યું હતું. પરંતુ મૂર્તિની ચોરીની માહિતીમાં કોઈક મહત્ત્વની કડી આ યુવાન સાધુએ ચોક્કસ આપી હશે તેમ તેઓ સમજી ગયા હતા.

મંદિરે જતી વખતે જીપ જે ગતિએ ડ્રાઇવરે ચલાવી હતી તેના કરતાં પણ વધારે ગતિએ પૂજારીને પકડીને જ્યારે તિલકનગર પોલીસ સ્ટેશને પરત થઈ રહ્યા હતા ત્યારે ચલાવી હતી. કારણકે ઝાલા સાહેબે ડ્રાઇવરને બનતી ત્વરાએ તિલકનગર પોલીસ સ્ટેશને પરત પહોંચવાનો આદેશ આપ્યો હતો.

આજે નિખિલાનંદને મળ્યા બાદ ઝાલા સાહેબના દિમાગમાંથી નીરજનો ચહેરો હટવાનું નામ લેતો નહોતો.

જોગાનુજોગ નીરજને લગ્ન કરવા નહોતા. તે ઘણીવાર તેની મમ્મીને કહેતો, "મમ્મી, મારે તો સંસારના બંધનમાં રહેવું જ નથી. હું તો સંસાર છોડીને સાધુ થઈ જવા માંગું છું."

"નીરજ, તું અમને છોડીને જતો રહે તો અમારી દુનિયા કેટલી વેરાન થઈ જાય તેનું તને ભાન છે?"

"હા... મમ્મી એટલા માટે તો હું નથી જતો... બાકી મારી એકવીસ વર્ષની ઉંમર સંસાર છોડવા માટે ઉત્તમ કહેવાય."

"ખબરદાર દીકરા હવે પછી આવું બોલ્યો છે તો તારા પપ્પાને કહી દઈશ."

જોકે ઝાલા સાહેબે તે દિવસે મા-દીકરાનો સંવાદ બારણાની બહાર

ઊભા રહીને સાંભળી જ લીધો હતો.

બીજે દિવસે કૉલેજમાં મેનકા અને વિશ્વામિત્રનું 'તપોભંગ' નાટક ભજવાયું હતું, જેમાં નીરજે વિશ્વામિત્રનું પાત્ર ભજવીને ઑડિયન્સની ખૂબ તારીફ પણ મેળવી હતી!

અચાનક પોલીસ સ્ટેશનના પ્રાંગણમાં પહોંચીને ડ્રાઇવરે જીપને બ્રેક મારી એટલે ઝાલા સાહેબની વિચારયાત્રા અટકી ગઈ.

હવાલદારોએ પૂજારીને ઝાલા સાહેબની કૅબિનની પાછળ જ આવેલી નાનકડી કોટડીમાં તાત્કાલિક બંધ કરી દીધો.

નિખિલાનંદ હજુ ઝાલા સાહેબની સામેની ખુરશીમાં જ બેઠો હતો. નિખિલાનંદના ચહેરા પર સ્હેજ પણ ઉચાટ નહોતો. સંન્યાસીને વળી ઉચાટ કેવો?

ઝાલા સાહેબે ફરીથી ચાનો ઑર્ડર આપીને મૂર્તિની ચોરીની કાયદેસરની કાર્યવાહી કરી ફાઇલ બનાવવાનું શરૂ કરી દીધું.

ચાવાળો બે ચા મૂકી ગયો એટલે નિખિલાનંદ સાથે ઝાલા સાહેબે ફરીથી ચા પીધી.

"ઇન્સ્પેક્ટર સાહેબ, હવે હું રજા લઉં?"

"નિખિલાનંદ, તમે અહીંથી નહીં જઈ શકો. યુ આર અન્ડર ઍરેસ્ટ. અત્યારે જ તમારી ધરપકડ કરવામાં આવે છે." ઝાલા સાહેબે ગંભીર થઈને કહ્યું અને ડ્રૉઅરમાંથી હાથકડી કાઢી.

પ્રકરણ-6

"ઇન્સ્પેક્ટર સાહેબ, મારી ધરપકડ? કેમ?" નિખિલાનંદના ચહેરા પર વિસ્મયનો સાગર ઘૂઘવતો હતો.

"હા નિખિલાનંદ, તમારી ધરપકડ માત્ર સાત દિવસ માટે."

"સાત દિવસ?"

"કારણકે તમે જણાવ્યા પ્રમાણે સાત દિવસથી વધારે કોઈપણ એક જગ્યાએ ન રોકાવાનો તમારો નિયમ છે, બરોબર?"

"હા, ઇન્સ્પેક્ટર સાહેબ, એકદમ બરોબર પરંતુ મારો કાંઈ વાંકગુનો?"

"નિખિલાનંદ, તમારો એટલો જ વાંક છે કે તમારો ચહેરો મારા વહાલસોયા દીકરા નીરજને આબેહૂબ મળતો આવે છે."

નિખિલાનંદ નીચું જોઈ ગયો.

"નિખિલાનંદ, માત્ર દેખાવમાં જ નહીં બલ્કે હિંમતમાં પણ તમે નીરજ જેવા જ છો. સોનાની મૂર્તિ ચોરનાર પૂજારીને ઘડીના છઠ્ઠા ભાગમાં પકડાવી

દેવો તે કાંઈ નાનીસૂની વાત નથી."

"ઇન્સ્પેક્ટર સાહેબ, નિર્ભય માણસ જ સંન્યાસી થઈ શકે." નિખિલાનંદે એક જ વાક્યમાં ઘણું બધું કહી દીધું.

"નીરજના હૃદયના એક ખૂણામાં પણ સંન્યાસી થવાની ઇચ્છા ધરબાયેલી પડી હતી, કારણકે તે પણ તમારા જેવો જ નિર્ભય હતો. કોઈના બાપથી પણ ડરતો નહીં." ઝાલા સાહેબથી અનાયાસે જ બોલાઈ ગયું.

"શું વાત કરો છો ઇન્સ્પેક્ટર સાહેબ?" નિખિલાનંદનું મોઢું આશ્ચર્યથી પહોળું થઈ ગયું. "આટલી બધી સામ્યતા?"

"હા નિખિલાનંદ તેથી જ તો હું તમને સાત દિવસ મારા ઘરે લોક-અપમાં રાખવા માંગુ છું." ઝાલા સાહેબ ગળગળા થઈ ગયા. તેમણે અનાયાસે જ નિખિલાનંદનો જમણો હાથ પકડી લીધો.

"નિખિલાનંદ, આ એક લાચાર બાપની વિનંતી છે અને તે પણ નીરજની મા માટે."

"નીરજની મા?"

"હા, નીરજની મા રંજન એટલે કે મારી પત્ની છેલ્લા એક વર્ષથી દીકરાના વિયોગમાં ગુમસૂમ રહે છે. આજ સુધી નીરજના મૃત્યુને તે સ્વીકારી શકી નથી. તેની માનસિક હાલત ખૂબ જ ગંભીર અને ચિંતાજનક છે."

નિખિલાનંદ વાતની ગંભીરતા સમજી ગયો.

"ઇન્સ્પેક્ટર સાહેબ, તેમની સારવાર ચાલે છે?"

"હા નિખિલાનંદ, નીરજનો ખાસ મિત્ર પારસ ભાવસાર દર રવિવારે રંજન પાસે ખાસ્સો સમય બેસે છે અને કાઉન્સેલિંગ પણ કરે છે. પારસ સાઇકિયાટ્રિસ્ટના છેલ્લા વર્ષમાં ભણે છે."

"ઓહ" નિખિલાનંદ ઊંડા વિચારમાં પડી ગયા.

"નિખિલાનંદ, રંજનની આંખો દરરોજ ઘરના દરવાજા તરફ જ સતત પથરાયેલી હોય છે. તેને શ્રદ્ધા છે કે તેનો દીકરો નીરજ એક દિવસ જરૂર પાછો આવશે. રંજન દરરોજ સાંજે થાળી પીરસીને નીરજની રાહ જુએ છે." ઝાલા સાહેબે એકદમ ભાવુક થઈને કહ્યું.

"ઝાલા સાહેબ, તમારી વાત હું સમજી ગયો. મારે નીરજ બનીને તમારા ઘરે આવવાનું છે, એમ જ ને?"

"હા, નિખિલાનંદ. એક દુખિયારી માને આશ્વાસન મળશે, હૂંફ મળશે. કદાચ તે સાવ સાજી પણ થઈ જાય."

"સાહેબ, જેવી આપની મરજી અને ભગવાનની ઇચ્છા." નિખિલાનંદે ઉપર જોઈને કહ્યું.

નિખિલાનંદે સંમતિ આપી એટલે ઝાલા સાહેબ નિખિલાનંદને લઈને જાતે જ જીપ ડ્રાઇવ કરીને તેમના ઘર તરફ રવાના થયા.

રસ્તામાંથી ઝાલા સાહેબે મોબાઇલ દ્વારા પારસ સાથે પણ વાત કરી લીધી અને તેને તેમના ઘરે પહોંચવા જણાવ્યું.

શહેરથી થોડે દૂર આવેલ એક બેઠા ઘાટના બંગલાના પ્રાંગણમાં ઝાલા સાહેબ અને નિખિલાનંદ પ્રવેશ્યા ત્યારે ત્યાં એક અજીબ પ્રકારનો સન્નાટો ફેલાયેલો હતો. ન કોઈ અવાજ, ન કોઈ ચહલપહલ. બહાર પારસ બાઇક લઈને ઊભો જ હતો. તે ઝાલા સાહેબની પહેલા પહોંચી ગયો હતો. પારસની અને નિખિલાનંદની નજર એક થઈ એટલે નિખિલાનંદને અર્જુન યાદ આવી ગયો.

અર્જુન જેવું જ કસરતી શરીર ધરાવતો પારસ પણ પાંચ હાથ પૂરો અને એકદમ હેન્ડસમ દેખાતો હતો. બંને વચ્ચે તફાવત એટલો જ હતો કે અર્જુન નવમી ફેલ હતો જ્યારે પારસ મેડિકલ સ્ટુડન્ટ હતો.

"જો પારસ આ નિખિલાનંદ."

પારસે નિખિલાનંદ સામે સ્મિત કર્યું અને નિખિલાનંદને જોઈને નીરજની યાદમાં ખોવાઈ ગયો.

"પારસ, અત્યારે તો નિખિલાનંદને માત્ર રંજન સમક્ષ ઊભા જ કરી દઈએ છીએ. રંજનના રિએક્શન જોઈને આગળ શું કરવું અને કઈ રીતે તેનું કાઉન્સેલિંગ કરવું તે તારે નક્કી કરવાનું છે."

"જી અન્કલ" પારસે શાલિનતાથી કહ્યું.

પારસની વિવેકી રીતભાત નિખિલાનંદને ખૂબ જ સ્પર્શી ગઈ.

સૌ કોઈ ડ્રોઇંગરૂમમાં આવ્યા. પારસે નિખિલાનંદને એકલા જ આગળ જવા માટે ઇશારો કર્યો.

નિખિલાનંદ ધીમા પગલે સામે સોફા પર બેઠેલાં રંજનબા તરફ ગયો. રંજનબાની નજર પડી એટલે તે એકદમ ઊભાં થઈને નિખિલાનંદને વળગી પડ્યાં.

"અરે નીરજ, કેમ આવાં કપડાં પહેર્યાં છે મારા દીકરા?"

"મા, હું સંન્યાસી છું." નિખિલાનંદ પોતાનું નામ બોલવા ગયો પરંતુ પારસે તેને ઇશારાથી અત્યારે ચોખવટ કરવાની ના પાડી.

"જોયું ને નીરજના પપ્પા? હું કહેતી હતી ને કે મારો નીરજ જરૂર પાછો આવશે. ભગવાને મારી પ્રાર્થના સાંભળી લીધી છે."

નિખિલાનંદથી એક દુખિયારી માની વ્યથા જોવાતી નહોતી. તેનું સંન્યાસી હૃદય દ્રવી ઊઠ્યું હતું.

"રંજન, હવે તે સંન્યાસી બની ગયો છે. સાચા સંન્યાસીએ પૂર્વાશ્રમ

ભૂલીને જ મોક્ષના માર્ગે આગળ વધવાનું હોય છે."

"હા, એ તો મને ખબર છે. ચાલ દીકરા, પહેલાં જમવા બેસી જા. આજે તને ભાવતો શીરો બનાવ્યો છે."

નિખિલાનંદે ઝાલા સાહેબ અને પારસની સામે વારાફરતી જોયું. પારસે સજળ નેત્રે આંખ વડે જ નિખિલાનંદને રંજનબાની સૂચનાનું પાલન કરવાનું જણાવ્યું.

નિખિલાનંદને જમતી વખતે રંજનબા આગ્રહ કરીને જમાડતાં જ રહ્યાં. નિખિલાનંદને રંજનબાની નાજુક તબિયતનો પૂરેપૂરો ખ્યાલ આવી ચૂક્યો હતો. સામાન્ય રીતે એક મા જ પોતાના દીકરાને ઓળખી શકે પરંતુ રંજનબાની માનસિક સ્થિતિ એટલી હદે ખરાબ હતી કે તેઓ નિખિલાનંદને જ નીરજ માની બેઠાં હતાં! ઝાલા સાહેબની વાત સાવ સાચી હતી.

પારસે હવે ધીમે ધીમે બાજી પોતાના હાથમાં લેવા માંડી હતી.

"આન્ટી, આપણે નસીબદાર છીએ કે નીરજ સાધુ થઈ જવા છતાં આપણા ઘરે પધાર્યો છે. એક વાર સાધુ થઈ ગયા પછી કોઈ સાધુ પોતાના ઘરે પરત ફરે નહીં અને સગાસંબંધીને તો ઓળખે પણ નહીં."

"હા પારસ, ભગવાને મારા પર કૃપા વરસાવી છે."

"અને તે જ ભગવાનની ઇચ્છાને આપણે અનુસરવું જોઈએ."

"એટલે?"

"એટલે એમ કે મોક્ષના માર્ગે જઈ રહેલા દીકરાને તમારે રોકવો ન જોઈએ."

રંજનબા વિચારમાં પડી ગયાં. "પારસ, હમણાં તો હું મારા દીકરાને નહીં જ જવા દઉં."

"હા... આન્ટી, તે આપણી સાથે છ દિવસ રહેશે પરંતુ અહીં નહીં."

"તો?" રંજનબાની આંખમાં આશ્ચર્ય હતું.

"આપણા કમ્પાઉન્ડમાં જે ગેસ્ટરૂમ છે ત્યાં રહેશે. તે શરતે જ નીરજ અહીં આવવા તૈયાર થયો હતો."

"પારસ, મારો જ દીકરો મારો મહેમાન?"

"હા આન્ટી, હવે તે કોઈપણ સંસારીના ઘરે મહેમાન તરીકે જ જાય છે. પૃથ્વી પર આવનાર દરેક માણસ મહેમાન બનીને જ આવતો હોય છે, તે વાત સંન્યાસી સૌથી પહેલાં સમજી લે છે અને સ્વીકારી પણ લે છે."

રંજનબાએ મૂક સંમતિ આપી એટલે પારસ નિખિલાનંદને લઈને બાજુમાં જ આવેલ ગેસ્ટરૂમમાં લઈ ગયો અને દરવાજો અંદરથી બંધ કરી દીધો.

"પારસ, દરવાજો કેમ બંધ કર્યો?" નિખિલાનંદે આશ્ચર્યથી પૂછ્યું.

"નિખિલાનંદ, અમુક વાત બંધ દરવાજે જ કરવી જરૂરી હોય છે." પારસના ચહેરાનો રંગ બદલાઈ ગયો હતો.

"હું સમજ્યો નહીં, પારસ."

"નિખિલાનંદ, ઝાલા સાહેબ એક અત્યંત પ્રમાણિક પોલીસ ઑફિસર છે. તેઓ ગર્ભશ્રીમંત છે. આ વિશાળ જગ્યા, બંગલો તથા ગામની બહાર સો વીઘાં જમીન ઝાલા સાહેબને વારસામાં મળેલ છે."

"સરસ. મને એ જાણીને આનંદ થયો."

"નિખિલાનંદ, આ કરોડોની મિલકતના તમે એક માત્ર વારસદાર બની શકો તેમ છો. જો તમે આ પ્રૌઢ દંપતિની લાગણી જીતી લો અને ભગવાં ફગાવીને જિન્સ-ટીશર્ટ અપનાવી લો તો..."

પારસે નિખિલાનંદના ખભા પર હાથ મૂકીને ડાબી આંખ મિચકારી.

પ્રકરણ-7

પારસની વાત સાંભળીને નિખિલાનંદનો ગોરો ચહેરો ગુસ્સાથી લાલ થઈ ગયો.

"પારસ, આવી બેહુદી વાત કરતાં તને શરમ નથી આવતી? તું મને લાચાર અને દુઃખી માબાપની લાગણી સાથે રમત રમવાની વાત કરે છે? તે પણ ધન માટે? જેની કિંમત મારા માટે કોડીની પણ નથી."

"નિખિલાનંદ, શું રાખ્યું છે આ સાધુ જીવનમાં? મનુષ્યનો અવતાર એક જ વાર મળે છે તેમ આપણાં શાસ્ત્રો કહે છે, તો પછી શા માટે બધું ભોગવી ન લેવું?" પારસે ખંધું હસતાં હસતાં દલીલ કરી.

"પારસ, તને જોયો ત્યારે મને તારા પ્રત્યે ખૂબ જ માન ઊપજ્યું હતું. સંન્યસ્ત જીવનના માર્ગે ચાલવા માટે 'ત્યાગ'નું મહત્ત્વ વધારે હોય છે, જે તારા જેવા નિષ્ઠુર અને ખંધા માણસને નહીં સમજાય."

"નિખિલાનંદ, શાંતિથી વિચારી જુઓ. આખી જિંદગી બેઠા બેઠા ખાશો તો પણ નહીં ખૂટે એટલી લક્ષ્મી તમારો દરવાજો ખટખટાવી રહી છે."

"ના, પારસ મને ધનની લાલસા બિલકુલ નથી. હું અત્યારે જ આ સ્થળનો ત્યાગ કરું છું." નિખિલાનંદે નારાજ થઈને દરવાજો ખોલ્યો. સામે ઝાલા સાહેબ ઊભા હતા. તેમણે બંને હાથ વડે ત્રણ તાળી પાડીને કહ્યું, "નિખિલાનંદ, તમે અમારી પરીક્ષામાં પાસ થઈ ગયા છો. તમારી પ્રમાણિકતા અને ઇમાનદારી શુદ્ધ સોના જેવી છે તેનો મને વિશ્વાસ બેસી ગયો છે."

નિખિલાનંદે પાછળ ફરીને પારસ સામે જોયું.

પારસે નિખિલાનંદની નજીક આવીને કહ્યું, "નિખિલાનંદ, તમે સમજી શકો છો કે અજાણ્યા સાધુને ઘરમાં સાત દિવસ માટે રાખવાના હોય, માત્ર

એટલું જ નહીં પરંતુ જે સંજોગોમાં તેમની મદદ લેવાની હોય ત્યારે તેમની પરીક્ષા લેવાની અંકલની વાત વાજબી છે. સદ્નસીબે તમે તે પરીક્ષા એક ઝાટકે પાસ કરી નાખી છે." નિખિલાનંદે ઝાલા સાહેબ અને પારસની સામે વારાફરતી જોયું.

"નિખિલાનંદ, કાશ તમે નીરજ હોત." પારસે સજળ નેત્રે નિખિલાનંદની આંખમાં જોયું.

નિખિલાનંદે ભાવુક થઈને પારસને ગળે લગાડ્યો.

"પારસ, આ બધી ઈશ્વરની લીલા છે. મારા અને નીરજના દેખાવમાં આટલી હદે સામ્યતા હોવી... નીરજના અવસાન બાદ તેનાં માતાપિતાને આ રીતે મળવાનો સંયોગ ઊભો થવો તે જ નિયતિનો ખેલ છે."

"નિખિલાનંદ, અંકલ અને આન્ટીની સાથે મને પણ એવું લાગે છે કે મારો જીગરી નીરજ મારી પાસે પાછો આવી ગયો છે."

"પારસ, મારો સમય થશે એટલે હું તો અહીંથી નીકળી જઈશ. તારે જ ઝાલા સાહેબ અને રંજનબાનું એક પુત્રની જેમ ધ્યાન રાખવાનું છે."

પારસ ગળગળો થઈ ગયો. "નિખિલાનંદ, હું તમારો આભારી છું. એક ડૉક્ટર તરીકે અને નીરજના મિત્ર તરીકે પણ."

"પારસ, આભાર માનવાની કોઈ જ આવશ્યકતા નથી. માનવધર્મ જ શ્રેષ્ઠ ધર્મ છે, જે હું અત્યારે નિભાવી રહ્યો છું."

નિખિલાનંદે ઝાલા સાહેબ સામે જોઈને કહ્યું, "ઝાલા સાહેબ, રંજનબાને પણ સાચી હકીકતથી વાકેફ કરી જ દેવા જોઈએ. કારણકે કોઈપણ જહાજ હંમેશાં સત્યના સહારે જ કાયમ માટે ચાલી શકે અને ગમે તેવાં તોફાનો વચ્ચે પણ તે ડૂબે નહીં તેવું હું મારા ગુરુજી પાસેથી શીખ્યો છું."

"નિખિલાનંદ, આપણે સમય જોઈને આન્ટીને સાચી હકીકતથી ચોક્કસ વાકેફ કરી જ દઈશું." પારસે દરમ્યાનગીરી કરતાં કહ્યું.

"નિખિલાનંદ, તમારા ગુરુજી પાસેથી બીજું શું શીખ્યા છો?" ઝાલા સાહેબને નિખિલાનંદની વાતમાં રસ પડ્યો હતો.

"ઝાલા સાહેબ, સાચા સંન્યાસીનું લક્ષ્ય હંમેશાં માનવતા તથા સમાજસેવાનું પણ હોવું જોઈએ. સમાજને ગુમરાહ થતો અટકાવવાનું કાર્ય પણ તક મળે ત્યારે સંન્યાસીએ કરવું જ જોઈએ."

"વાહ નિખિલાનંદ તમારા ગુરુના આદર્શ વિચારો અદ્ભુત છે."

"હા... ઝાલા સાહેબ, મોક્ષના માર્ગે જતાં પહેલાં જો તક મળશે તો હું પણ અન્ય સંતોની જેમ સમાજને સાચો રાહ બતાવીને જવા માંગું છું."

પારસ નિખિલાનંદની વાત સાંભળીને તેને પગે લાગવા ગયો, પરંતુ

નિખિલાનંદ ફરીથી તેમને ભેટી પડ્યા. ઝાલા સાહેબે જોયું કે નિખિલાનંદની આંખમાંથી અશ્રુધારા વહી રહી હતી. આવી કરુણાનો ભાવ તો સાચા તપસ્વીની આંખમાં જ જોવા મળી શકે તે વાત ઝાલા સાહેબ સુપેરે જાણતા હતા.

સાતમા દિવસે જ્યારે નિખિલાનંદે નીકળવાની તૈયારી કરી ત્યારે રંજનબા ગળગળાં થઈ ગયાં હતાં, જોકે પારસ અને નિખિલાનંદના સામૂહિક કાઉન્સેલિંગથી તેઓ સાજાં થઈ ગયાં હતાં.

રંજનબાએ તેમના એકના એક પુત્ર નીરજના અવસાનનો કારમો ઘા મહદ્અંશે સ્વીકારી લીધો હતો અને નિખિલાનંદની પ્રાર્થના તથા સમજાવટને કારણે તેમણે પારસને તેમનો પુત્ર માની લીધો હતો.

આ બધું જોઈને નિખિલાનંદની ઈશ્વર પરની શ્રદ્ધા વધારે દૃઢ બની. જ્યારે ઝાલા સાહેબ અને રંજનબાની આસ્થા નિખિલાનંદ માટે વધારે દૃઢ બની હતી.

"ઝાલા સાહેબ, હું રજા લઉં?"

"નિખિલાનંદ, મને ખાતરી છે કે તમે સંસારમાં તો ક્યારેય પરત નહીં જ આવો. પરંતુ જો કદાચ પાછા આવવાના સંજોગો ઊભા થાય તો સૌ પ્રથમ મને યાદ કરજો. અમે તમને અમારા નીરજ તરીકે અપનાવી દઈશું."

ત્યાં જ ઝાલા સાહેબનો મોબાઇલ રણક્યો. ઝાલા સાહેબે ખૂબ જ ટૂંકમાં વાત પતાવી અને પછી એકદમ ગંભીર થઈ ગયા.

ઝાલા સાહેબનો ગંભીર ચહેરો જોઈને નિખિલાનંદથી અનાયાસે જ પુછાઈ ગયું, "ઝાલા સાહેબ, કાંઈ મુશ્કેલી છે?"

"નિખિલાનંદ, હવે ફરીથી તમારી મદદ માંગતા મારું મન પાછું પડે છે."

"ઝાલા સાહેબ, જો માનવતા કે સમાજ માટેનું કોઈ સારું કાર્ય હશે તો હું બનતી કોશિશ કરીશ."

ઝાલા સાહેબને નિખિલાનંદે તે દિવસે તેમના ગુરુજીની જે દિવ્યવાણી સંભળાવી હતી તે યાદ આવી ગઈ.

"નિખિલાનંદ, ધર્મના નામે ધતિંગ કરનાર એક ધુતારાની લીલાનો પર્દાફાશ કરવાનો છે. અહીંથી એંશી કિ.મી. દૂર હાઇવે પર તે ચમત્કારી બાબાનો આશ્રમ છે, જો તમે ત્યાં સાતેક દિવસ રહેવા માટે તૈયાર થાવ તો..."

"ઝાલા સાહેબ, હમણાં આપના મોબાઇલ પર કોનો ફોન હતો?"

"DSP સાહેબનો ફોન હતો. તે ચમત્કારી બાબાને કોઈ સાચો સંન્યાસી જ ખુલ્લો પાડી શકે તેવું તેમના કહેવાનું તાત્પર્ય હતું."

"ઝાલા સાહેબ, માંડીને વાત કરો."

ઝાલા સાહેબ પારસ અને નિખિલાનંદના ખભે હાથ રાખીને તેમને

ડ્રોઇંગરૂમમાં લઈ આવ્યા. સૌ કોઈ સોફા પર બેઠા એટલે ઝાલા સાહેબે વાતનો દોર પોતાના હાથમાં લેતા કહ્યું, "અહીંથી એંશી કિ.મી. દૂર ભૂમેશ્વર બાબાનો આશ્રમ છે, જેમને મોટાભાગના લોકો ચમત્કારી બાબા તરીકે જ ઓળખે છે. વિશાળ જમીનમાં પથરાયેલો આશ્રમ તો ખાસ્સાં વર્ષોથી છે જ પરંતુ છેલ્લા દસકામાં ત્યાં જે સંત હતા તેમનો દેહવિલય થયો એટલે આ ભૂમેશ્વર બાબા ક્યાંકથી ટપકી પડ્યા અને ત્યાં નાના મોટા ચમત્કાર કરીને તે આશ્રમની જગ્યાના માલિક બનીને બેસી ગયા છે.

છેલ્લા દસકામાં ગામડાના અબુધ માણસો તે બાબાના નાના મોટા ચમત્કારને કારણે બાબાથી પ્રભાવિત થતા ગયા અને ચમત્કારી બાબાનું સ્થાન ધીમે ધીમે ત્યાં મજબૂત બનતું ગયું. લોકો તો ત્યાં સુધી વાત કરે છે કે તે બાબા ઈશ્વરનો સાક્ષાત્કાર પણ કરાવી આપે છે. નવાઈની વાત તો એ છે કે તેમની મેલી વિદ્યાને કારણે કે કોઈ હાથચાલાકીને કારણે લોકો બાબાની વાણીથી એટલી હદે અંજાઈ જાય છે કે સોનાના દાગીના પણ બાબાને આપતા અચકાતા નથી.

અત્યારે DSP સાહેબે પણ ફોનમાં મને એમ જ કહ્યું કે "આવા આશ્રમમાં કોઈક ગેરકાયદેસર કામ ચાલતું હોવાની સંભાવના પૂરેપૂરી છે, પરંતુ જ્યાં સુધી કોઈ ચોક્કસ બાતમી ન મળે ત્યાં સુધી પોલીસ કાંઈ જ ન કરી શકે."

"અંકલ, બાતમી કે પુરાવા?" પારસે સવાલ કર્યો.

"પારસ, પુરાવાની જરૂર તો કોર્ટને પડે. અમારે તો જો બાતમી મળે તો પણ ચાલે."

"અંકલ, એ બાતમી નિખિલાનંદ તમને કઈ રીતે લાવીને આપે?"

"વેરી સિમ્પલ સાધુવેશમાં અન્ય કોઈ વ્યક્તિ ત્યાં જાય તો તે બાબા એટલા બધા ચાલાક છે કે પકડી પાડે, પરંતુ નિખિલાનંદ તો સાચા સાધુ જ છે તેથી તેઓ જો પહેરેલે કપડે જાય અને બાબાને તેમના જ્ઞાન વડે કે અન્ય કોઈ રીતે પ્રભાવિત કરીને બાબાનો વિશ્વાસ જીતી શકે તો ધર્મના નામે એ બાબા શું ધતિંગ કરે છે, તે વાતનો પર્દાફાશ થઈ શકે."

નિખિલાનંદ વિચારમાં પડી ગયો. ધર્મના નામે ધતિંગ કરનારનો પર્દાફાશ કરવાનું કાર્ય તો સમાજસેવા જ કહેવાય. વળી નિખિલાનંદને તો તેના મૂળ પરિવેષમાં જ જવાનું હતું, જે તેમને અનુકૂળ પણ હતું.

"ઝાલા સાહેબ, હું એ સાધુના સ્વાંગમાં છુપાયેલા પાખંડીના ચહેરાને બેનકાબ કરીશ." નિખિલાનંદના ચહેરા પર મક્કમતા હતી.

"નિખિલાનંદ, મારા પ્લાન મુજબ તમે પારસને સાથે રાખશો. તે સફેદ લેંઘા-ઝભ્ભામાં તમારા શિષ્ય તરીકે ત્યાં આવશે અને તમારો પરિચય વિદેશમાં

તમારા આશ્રમો છે તે રીતે આપશે, કારણકે ખોટાને પહોંચવા માટે આપણે પણ ખોટું જ કરવું પડશે."

"ના... ઝાલા સાહેબ, હું અસત્ય નહીં બોલું." નિર્ભય નિખિલાનંદે ધડાકો કર્યો.

પ્રકરણ-૪

નિખિલાનંદે અસત્ય બોલવાની ના પાડી એટલે ઝાલા સાહેબ વિચારમાં પડી ગયા.

થોડીવાર બાદ ઝાલા સાહેબે જ રસ્તો બતાવ્યો, "નિખિલાનંદ, મારી પાસે તેનો પણ ઉપાય છે."

"ઝાલા સાહેબ, એવો વળી કયો ઉપાય?"

"તમે પારસને લઈને ચમત્કારી બાબાના આશ્રમમાં જશો ત્યારે તમારે મૌનવ્રત હશે. પારસ આખી બાજી સંભાળી લેશે." નિખિલાનંદે પારસની સામે જોયું.

"હા, નિખિલાનંદ, મારી ફાઇનલ એક્ઝામ ગઈકાલે જ પૂરી થઈ છે. સમયનો સદુપયોગ થઈ જશે."

આખરે નિખિલાનંદ અને પારસ આશ્રમે જવા રવાના થયા. આશ્રમની થોડી ચહલપહલ જાણવા માટે આશ્રમથી સાતેક કિ.મી. પહેલાં સર્કિટ હાઉસ હતું ત્યાં બંનેએ રાત રોકાવાનું નક્કી કર્યું.

તે રાત્રે નિખિલાનંદને ઊંઘ ન આવી. તે મનોમન વિચારી રહ્યો... ભલે તે સાધુ થઈ ગયો હતો પરંતુ સો ટકા સાધુત્વને અપનાવી નહોતો શક્યો. અખંડ બ્રહ્મચર્ય પાળવાની ભીષ્મ પ્રતિજ્ઞા લીધી હતી, પરંતુ રાત્રિના એકાંતમાં ક્યારેક અમરગઢ અને નેહાની યાદ તેને સતાવી જતી હતી. મન, વચન અને કર્મથી બ્રહ્મચર્ય પાળવાનું નક્કી કર્યું હતું પરંતુ મનથી બ્રહ્મચર્ય પાળવાનું ક્યારેક દુષ્કર બની જતું હતું.

ગુરુજીની તપસ્યા અને બોધ યાદ કરીને નિખિલાનંદ મનને મારવાની કોશિશ કરતો હતો. જોકે ઝાલા સાહેબે સોંપેલા આ કાર્યમાં નિમિત્ત બનવાનું તેને ખૂબ જ પસંદ પડ્યું હતું. આવા કાર્યમાં તો ગુરુજીના આશીર્વાદ પણ તેની સાથે જ હતા તે વાત નિખિલાનંદ સારી રીતે જાણતો હતો. નિયત પ્રોગ્રામ મુજબ બીજે દિવસે સાંજે આશ્રમે પહોંચવાનું હતું. સર્કિટ હાઉસની આજુબાજુની વસ્તીમાં પારસ દિવસ દરમ્યાન ઘૂમી વળ્યો હતો. સૌ કોઈ ચમત્કારી બાબાને ઈશ્વરનો અંશ જ માનતા હતા તેવું તેમની વાત પરથી ફલિત થતું હતું.

નિખિલાનંદ અને પારસ આશ્રમે પહોંચ્યા ત્યારે સૂર્યાસ્ત થઈ રહ્યો હતો. આશ્રમનો તોતિંગ દરવાજો બંધ હતો. બાજુમાં એક નાની ઝાંપલી હતી. પારસે તે ઝાંપલી ખોલીને અંદર પ્રવેશવાની કોશિશ કરી ત્યાં તો સાયરન વાગવા માંડી. સલામતીની વ્યવસ્થા જડબેસલાક હતી. બાજુની ઓરડીમાંથી સલામતી ગાર્ડ તરત જ તે તરફ દોડી આવ્યો.

"શું કામ છે તમારે? કોણ છો?" સલામતી ગાર્ડે સવાલોનો તોપમારો ચાલુ કરી દીધો.

"આ સ્વામીજી ઇન્ડોનેશિયાથી આવ્યા છે, તેમને મૌનવ્રત છે. વિદેશમાં તેમના પાંચ આશ્રમો છે. ચમત્કારી બાબાને મળવા માંગે છે." પારસે હિંમતપૂર્વક કહ્યું.

સલામતી ગાર્ડે ઇન્ટરકોમ પર કોઈકની સાથે વાત કરી.

"મારે તમારી તલાશી લેવી પડશે." સલામતી ગાર્ડે એટલું બોલીને ઝડપથી બંનેના ખભા, હાથ, કમર તથા છેક ગોઠણ સુધી લાઇડિટેક્ટર વડે ત્વરિત ગતિએ તલાશી લઈ લીધી.

પારસે ઇરાદાપૂર્વક ખભે લટકાવેલા બગલથેલાની ચેન અડધી ખોલી નાખી હતી. સલામતી ગાર્ડનું ધ્યાન સ્વાભાવિક રીતે જ તેમાં પડ્યું. નોટોનાં બંડલો જોઈને તેણે તરત ફરીથી ઇન્ટરકોમ લગાવ્યો.

ઇન્ટરકોમ પર ખૂબ જ વિવેકપૂર્વક તેને વાત કરતો જોઈને પારસને ખ્યાલ આવી ગયો કે તે ચમત્કારી બાબા સાથે જ વાત કરી રહ્યો હતો. નિખિલાનંદ અને પારસે તે તરફ ધ્યાનપૂર્વક કાન માંડ્યા, પરંતુ કમનસીબે પેલો સિક્યોરિટી ગાર્ડ કાંઈક કોડવર્ડમાં વાત કરી રહ્યો હતો તેથી તે શું બોલે છે તે બિલકુલ સમજાતું નહોતું.

સલામતી ગાર્ડે રિસીવર ડાયલ પર મૂક્યા બાદ પૂછ્યું, "તમારે કેટલા દિવસ રોકાવાની ગણતરી છે?"

"આમ તો બે જ દિવસ રોકાવું છે, પરંતુ અમે સાંભળ્યું છે કે ચમત્કારી બાબા ઈશ્વરનો સાક્ષાત્કાર કરાવવા માટે પણ સક્ષમ છે." પારસે મમરો મૂક્યો.

"હા... તમને તેમનો તે લાભ પણ મળશે." બોલતી વખતે સલામતી ગાર્ડનું ધ્યાન પેલાં નોટોથી ભરેલા બગલથેલા પર હતું. જે બાબત પારસ અને નિખિલાનંદના ધ્યાન બહાર નહોતી.

"હા... જો સાક્ષાત્કારનો લાભ મળતો હોય તો વધારે રોકાવામાં પણ વાંધો નથી. ગુરુજી બરોબર ને?"

નિખિલાનંદે મંદ મંદ સ્મિત સાથે માથું હલાવ્યું.

ત્યાં જ ઇન્ટરકોમની રિંગ વાગી. સલામતી ગાર્ડે ધીમા અવાજે વાત કર્યા

બાદ પારસને કહ્યું, "તમે અંદર જઈ શકો છો. સ્વામીજી વિદેશથી આવ્યા છે તેથી તમને VIP ગેસ્ટરૂમ એલોટ કરવામાં આવ્યો છે. થોડે આગળ જઈને ડાબી બાજુએ પહોંચશો ત્યાં તમને આશ્રમના સ્ટાફનો કોઈક માણસ રિસીવ કરવા આવશે."

"ધન્યવાદ" પારસે નિખિલાનંદ સાથે આશ્રમના મેદાનની અંદર ધીમે ધીમે ચાલવાનું શરૂ કર્યું. વિશાળ જગ્યામાં પથરાયેલા આશ્રમમાં માણસોની વસ્તી ખૂબ ઓછી હતી.

સૂર્યાસ્ત થઈ ચૂક્યો હતો. અચાનક લોનની અંદર રહેલા રંગીન ફુવારા ચાલુ થઈ ગયા. વ્યવસ્થિત રીતે મેઇનટેઇન કરેલી વિશાળ લોનની વચ્ચે ફુવારા ઊંચે સુધી જઈને નીચે આવતા હતા અને પાણીની ધારનો અભિષેક નીચે રહેલ કલાત્મક મૂર્તિ પર થતો હતો.

આશ્રમની જાહોજલાલી કોઈ ફાઇવસ્ટાર હોટલ જેવી દીસતી હતી. બંને થોડા આગળ ગયા એટલે બીજા ફુવારા ચાલુ થઈ ગયા. રંગબેરંગી લાઇટના પ્રકાશમાં ફુવારાની બરોબર મિડલમાં ગોઠવવામાં આવેલી સ્ત્રી અને પુરુષની અર્ધનગ્ન મૂર્તિ કોઈનું પણ ધ્યાન ખેંચાય તે રીતે રાખવામાં આવી હતી.

થોડે દૂર મંદિરમાં આરતીનો ઘંટારવ સંભળાઈ રહ્યો હતો. અચાનક સામેથી બીજા બે સશસ્ત્ર સલામતી ગાર્ડ આવી પહોંચ્યા. પારસ અને નિખિલાનંદ સતર્ક થઈ ગયા. જોકે બંનેએ તેમની તલાશી ન લીધી, પરંતુ VIP ગેસ્ટરૂમ તરફ જવાનો રસ્તો બતાવ્યો.

નિખિલાનંદ અને પારસને હવે હાશકારો થયો. બંને આશ્રમની અંદર સલામત રીતે પહોંચી ગયા હતા જે તેમના પ્લાનનું પહેલું પગથિયું હતું.

થોડે દૂરથી બ્લેક જીન્સ અને કેસરી ટીશર્ટ પહેરેલી બોબ્ડ હેર વાળી એક યુવાન છોકરી આવતી દેખાઈ. અંધારાને કારણે તેનો ચહેરો નહોતો દેખાતો, પરંતુ લટકમટક ચાલવાળી આ યુવાન છોકરી નિખિલાનંદ અને પારસ તરફ જ આવી રહી હતી.

સાવ નજીક આવીને તે છોકરીએ પોતાના માથામાં સ્ટાઇલથી હાથ ફેરવીને બંનેને ઉદ્દેશીને કહ્યું, "તમારે VIP ગેસ્ટરૂમમાં જવું છે ને?"

હવે ચમકવાનો વારો પારસ અને નિખિલાનંદનો હતો. આ છોકરી જેવી દેખાતી વ્યક્તિનો અવાજ તો છોકરાનો હતો.

"જી, મારું નામ શિખંડી છે."

"શિખંડી?" પારસથી પુછાઈ ગયું.

"જી, ચમત્કારી બાબાએ જ મારું નામ શિખંડી પાડ્યું છે."

મહાભારતના પાત્ર શિખંડી વિશે નિખિલાનંદ તો જાણતો જ હતો, તેથી

તે સમજી ગયો કે આ છોકરો સંપૂર્ણ પુરુષ નથી અને તેથી જ બાબાએ તેનું નામ શિખંડી પાડ્યું હશે.

પારસ ધ્યાનપૂર્વક શિખંડીનું નિરીક્ષણ કરી રહ્યો.

લાંબા વાળ, ગોરો અને નમણો ચહેરો. ચાલ તો બિલકુલ છોકરી જેવી તથા ટીશર્ટના આગલા ખિસ્સા પાસેનો ઉભાર અને છતાં અવાજ છોકરા જેવો. પારસથી અનાયાસે જ હસી પડાયું.

"હું ચમત્કારી બાબાનો પર્સનલ આસિસ્ટન્ટ છું." શિખંડીએ સસ્મિત ચહેરે કહ્યું.

પારસ મજાક કરવાના મૂડમાં હતો પરંતુ નિખિલાનંદે તેને આંખનાં ઇશારા વડે જ તેમ ન કરવા જણાવ્યું. નિખિલાનંદની સિક્સ્થ સૅન્સ કહી રહી હતી કે આ શિખંડીનું કૅરેક્ટર તેમના પ્લાનમાં ખૂબ જ મદદરૂપ થઈ શકે તેમ છે.

"ચાલો મારી પાછળ." શિખંડીએ આદેશના સૂરમાં કહ્યું.

પારસ અને નિખિલાનંદ તેની પાછળ દોરવાયા.

શિખંડીની ચાલવાની સ્ટાઇલ જોઈને પારસને ગમ્મત પડતી હતી. તે તેની નકલ કરવા ગયો પરંતુ નિખિલાનંદે તેને ગમ્મત કરવાની ઇશારાથી ફરીથી ના પાડી. રખેને અહીં CCTV કૅમેરા ગોઠવેલા હોય તો?

VIP ગેસ્ટરૂમનું લોક ખોલીને શિખંડી બંનેને અંદર લઈ ગયો. શિખંડીએ તેની સ્ત્રૈણ સ્ટાઇલમાં રૂમ હીટર, ગરમ ઠંડા પાણીની સગવડ, ઇન્ટરકોમ વગેરે દરેક સગવડ પારસને ઝડપથી સમજાવી દીધી.

"શિખંડી, સ્વામીજી આ તમામ સગવડથી ખૂબ જ પ્રસન્ન થયા છે. આ તેનું ઇનામ છે." એટલું બોલીને પારસે શિખંડીના ટીશર્ટના ઉપલા ખિસ્સામાં હજારની નોટ ધીમેથી સેરવી દીધી.

શિખંડી પારસના સ્પર્શથી એકદમ શરમાઈને સંકોચાઈ ગયો. જોકે તેના ચહેરા પર ખુશી છવાઈ ગઈ હતી. પારસને એમ કે હજારની નોટ જોઈને શિખંડી ખુશ થઈ ગયો છે, વાસ્તવમાં શિખંડી તો પારસના સ્પર્શ માત્રથી જ ખુશ થઈ ગયો હતો!

શિખંડી ગયો એટલે એક વેલડ્રેસ્ડ નોકર મોટી કલાત્મક ટ્રેમાં ફ્રૂટ અને દૂધ મૂકી ગયો. જેની સાથે સૂકો મેવો પણ રાખવામાં આવ્યો હતો.

નોકર ગયો એટલે નિખિલાનંદે પારસને ધીમેથી કહ્યું, "આ શિખંડી જ આપણને મદદરૂપ થશે."

"હા... પણ આવું વિચિત્ર કૅરેક્ટર ચમત્કારી બાબાએ આશ્રમમાં કેમ રાખ્યું હશે?" પારસે હસતાં હસતાં કહ્યું.

"પારસ, કુદરતે આવા પાત્રો સાથે ફિઝિકલી એટલો બધો અન્યાય કર્યો

હોય છે, જેનો ઉપાય પૃથ્વી પર કોઈની પાસે નથી. ચમત્કારી બાબા પાસે પણ નહીં." નિખિલાનંદના ચહેરા પર કરુણા હતી.

ત્યાં જ બહાર કોઈ પડ્યું હોય તેવો 'ધડામ' અવાજ થયો જે સાંભળીને નિખિલાનંદ અને પારસ બંને ચમક્યા.

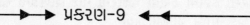

પ્રકરણ-9

'ધડામ' બહાર કોઈના પડવાનો અવાજ સાંભળીને પારસે તરત જ દરવાજો ખોલ્યો.

કોઈક દોડીને ભાગી ગયું હતું તેવો પારસને ભાસ થયો, પરંતુ તેને કોઈ દેખાયું નહીં તેથી તેણે દરવાજો બંધ કરી દીધો. મોડી રાત્રે પારસને ઊંઘ આવતી નહોતી. તેણે રૂમમાં લાઇટ કર્યા વગર જ સ્ટૂલ પર ચડીને દરવાજા પરનું વૅન્ટિલેટર ઊંચું કર્યું. બહાર ફુવારા, લાઇટો બધું જ બંધ હતું. ચંદ્રના પ્રકાશમાં ખુલ્લા મેદાન વચ્ચે આવેલી લોનમાં બે પડછાયા કાંઈક લેવડદેવડ કરી રહ્યા હોય તેવું ઝાંખું ઝાંખું દૃષ્ટિમાન થતું હતું. એ બંને પડછાયા ગયા એટલે પારસે નિખિલાનંદને કહ્યું, "અંકલની શંકા સાવ સાચી છે. આ આશ્રમમાં કાંઈક છૂપી પ્રવૃત્તિ ચોક્કસ ચાલે છે."

"ડ્રગ્સની હેરાફેરી ચાલે છે." નિખિલાનંદે ધડાકો કર્યો.

"તમને કેવી રીતે ખબર પડી?"

"પારસ, તારા ઊંઘી ગયા બાદ પેલો જે કોઈના પડવાનો અવાજ આવ્યો હતો તે દિશામાં હું જોવા માટે બહાર નીકળ્યો હતો. ત્યાં મેદાનમાંથી જ મને આ પડીકી મળી. નિખિલાનંદે બૅડની નીચે સંતાડીને રાખેલ સફેદ પ્લાસ્ટિકની પડીકી બહાર કાઢી. પેલો માણસ દોડીને ભાગ્યો ત્યારે તેની પાસેથી આ નાનકડી પડીકી પડી ગઈ હોવી જોઈએ.

પારસે તરત જ મોબાઇલ વડે તે પડીકીનો ફોટો પાડીને ઝાલા સાહેબને ફૉરવર્ડ કરી દીધો. હજુ સુધી ચમત્કારી બાબાને મળવાનો મેળ નથી પડ્યો તે પણ પારસે મૅસેજમાં લખી નાખ્યું.

બીજે દિવસે સવારે સર્વિસ ટ્રેમાં નોકર ચા મૂકી ગયો. થોડીવાર બાદ લટકાળી ચાલવાળો શિખંડી આવી પહોંચ્યો.

નિખિલાનંદ તેના રોજના નિયમ પ્રમાણે સ્નાન કરીને માળા લઈને પૂજા કરવા બેસી ગયો હતો. પારસ શેવિંગ કરી રહ્યો હતો.

"આવો શિખંડી" પારસે શિખંડીને આવકાર આપ્યો.

"મને લાગે છે તમારું નસીબ સારું છે. ચમત્કારી બાબાએ તમને કલાક પછી મળવા માટેનો સમય ફાળવ્યો છે."

પારસે ખુશ થઈને કહ્યું, "વાહ શિખંડી, તમે તો બાબા સાથે સ્વામીજીની મુલાકાત ગોઠવી આપીને મને ખુશ કરી દીધો."

શિખંડીએ ધીમેથી કહ્યું, "તમે બક્ષિસ આપતાં રહેશો તો હું હજુ પણ તમને મદદરૂપ થતો રહીશ."

પારસે ઝડપથી ફરીથી હજારની નોટ શિખંડીના હાથમાં પકડાવી દીધી. શિખંડી ખુશ થઈને નીકળી ગયો.

નિખિલાનંદની પૂજા પૂરી થઈ એટલે પારસે પૂછ્યું, "નિખિલાનંદ, આ શિખંડી આપણી સાથે નાટક કરીને કોઈ મોટી ગરબડ તો ઊભી નહીં કરે ને?"

"ના... ના પારસ, તેને બક્ષિસમાં જ રસ છે અને તે પણ તારા હાથે મળતી બક્ષિસમાં જ."

"નિખિલાનંદ, તમને કેવી રીતે ખબર પડી?"

"હું કોઈપણ માણસની આંખ જોઈને તેના મનમાં શું ચાલતું હશે તે પામી જઉં છું."

ત્યાં અચાનક ઇન્ટરકોમની રિંગ વાગી. પારસે રિસીવર ઉપાડ્યું. કોઈક અજાણ્યા અગાઉથી ટેપ કરેલા અવાજ દ્વારા ચમત્કારી બાબાનાં દર્શન માટે પહોંચવાની સ્પષ્ટ સૂચના તેમાંથી પ્રસારિત થઈ રહી હતી.

પારસે નોટો ભરેલો બગલથેલો ખભે લટકાવી દીધો.

દસેક મિનિટ ચાલ્યા બાદ ગોળાકાર બેઠાઘાટનું બિલ્ડિંગ આવ્યું. ત્રણેક પગથિયાં ચડીને નિખિલાનંદ અને પારસ એક હૉલમાં પ્રવેશ્યા. લાલ જાજમ પાથરેલો આ વિશાળ હૉલ વેઇટિંગ રૂમ હતો જેમાં પચાસેક માણસ બેસી શકે તેવી રીતે સોફા મૂકવામાં આવ્યા હતા. જોકે આજે એકપણ દર્શનાર્થી વેઇટિંગમાં નહોતો. બાબાની મુખ્ય બેઠક હજુ અંદર હતી. દરવાજો બંધ હતો અને તેના પર લાલ લાઇટ ઝબકતી હતી.

દસેક મિનિટ બાદ લાલ લાઇટની જગ્યાએ ગ્રીન સિગ્નલ ઝબકવા માંડ્યું. દરવાજો ખૂલ્યો અને અંદરથી શિખંડી બહાર નીકળ્યો. શિખંડીએ ઇશારાથી બંનેને અંદર આવવા જણાવ્યું. પારસ અને નિખિલાનંદ અંદર પ્રવેશ્યા. ઝાંખી લાઇટના પ્રકાશમાં ધૂપસળીની પવિત્ર સુગંધથી આખો ખંડ સુગંધિત હતો.

દસેક ફૂટ દૂર પચાસેક વર્ષના ચમત્કારી બાબા એક કલાત્મક સિંહાસન પર બિરાજમાન હતા. ભરાવદાર ચહેરો, ભરાવદાર શરીર, વધેલી સફેદ દાઢી અને બે ચમકતી પાણીદાર આંખો ત્રાટક કરતી હોય તેમ નિખિલાનંદને નિહાળી રહી. નિખિલાનંદ પણ ચમત્કારી બાબાની સામે એકીટસે નિહાળી રહ્યો.

"હરી...ઓમ" ચમત્કારી બાબાએ જાણે કે નાભિમાંથી અવાજ કાઢ્યો.

બાબાએ ઉદ્ગારેલા શબ્દોના સમગ્ર ખંડમાં પડઘા પડવા લાગ્યા. પારસે

ચારે તરફ ખંડમાં નજર કરી તે સમજી ગયો કે આ પડઘા પાડવાની કાંઈક વ્યવસ્થા બાબાએ અગાઉથી જ કરી રાખી લાગે છે.

"પધારો સ્વામી, ભલે વિદેશમાં તમે આશ્રમ ધરાવતા હો પરંતુ ઈશ્વરનો સાક્ષાત્કાર તમે નહીં કર્યો હોય."

"સ્વામીજીને મૌનવ્રત છે. ઈશ્વરનો સાક્ષાત્કાર આપ કરાવી શકો છો તે જાણીને જ તેઓ અહીં પધાર્યા છે. આપના જેવી વિદ્યા જો તેઓ હસ્તગત કરી લે તો સાક્ષાત્કારનો પ્રયોગ તેઓ વિદેશમાં પણ કરશે." પારસે ધીમે ધીમે બાજી ગોઠવવા માંડી.

"ગુરુદક્ષિણામાં શું આપશો?" ચમત્કારી બાબાએ મુદ્દાનો પ્રશ્ન કર્યો.

પારસે બગલથેલો ખોલીને નોટોનો ઢગલો ચમત્કારી બાબાના પગ પાસે કરી દીધો. લગભગ લાખ રૂપિયાની નોટો હતી.

"બસ?" ચમત્કારી બાબા બોલ્યા.

"બાબા, આ તો ટોકન છે. આનાથી દસ ગણી રકમ સ્વામીજી આપવા તૈયાર છે."

"રકમ ક્યાં છે?"

"સ્વામીજીના અન્ય બે શિષ્યો તે રકમ લઈને આવતીકાલે અહીં આવી જશે. અત્યારે તો સ્વામીજી બસ તે પ્રયોગ નિહાળવા માંગે છે."

"આવો" ચમત્કારી બાબા ઊભા થયા.

બાબાની પાછળ દીવાલ હતી જેના પર મોટું પેઇન્ટિંગ હતું. શિખંડીએ કોઈક બટન દબાવ્યું એટલે વિશાળ પેઇન્ટિંગ એકદમ ખસવા લાગ્યું. દીવાલમાં દરવાજો થઈ ગયો. સૌ કોઈ નીચે ભોંયરામાં ઊતર્યા. ભોંયરામાં ધૂણી ધખાવેલી હતી. લાઇટની કોઈ જ વ્યવસ્થા નહોતી. ધૂણીના ધુમાડામાં સામેની સ્ક્રીન પર જાણે કે બ્રહ્માંડ દેખાતું હોય તેવું ડિજિટલ દૃશ્ય મૂકેલું હતું. પારસે કોઈને પણ ખ્યાલ ન આવે તે રીતે તેના મોબાઇલનો ગુપ્ત કૅમેરો ચાલુ કરી દીધો હતો જેમાં ઑડિયો વીડિયો શૂટિંગ ચાલુ થઈ ગયું હતું.

અચાનક પેલું બ્રહ્માંડવાળું દૃશ્ય ગાયબ થઈ ગયું. પારસને અને નિખિલાનંદને ઘેન જેવું લાગવા માંડ્યું. બંને ટ્રાન્સમાં આવવા લાગ્યા. સામેના સ્ક્રીન પર ગળામાં સાપ સાથે મહાદેવજીનો ફૂલ સાઇઝનો ફોટો દેખાયો. બૅકગ્રાઉન્ડમાં કૈલાસનું દૃશ્ય હતું. લાઇટ ઍન્ડ સાઉન્ડ સિસ્ટમ એટલી પરફેક્ટ અને પાવરફુલ હતી કે પારસ અને નિખિલાનંદને મહાદેવજીના પગ પાસે ઊભા હોય તેવું જ લાગવા માંડ્યું.

થોડીવાર બાદ ચમત્કારી બાબાની સાથે બંને બહાર આવ્યા ત્યારે તે અદ્ભુત દૃશ્યથી પ્રભાવિત થઈ ગયા હતા. હજુ પણ બંને ટ્રાન્સમાં જ હોય

તેવું અનુભવી રહ્યા હતા. શિખંડી બંનેને રૂમ પર મૂકી ગયો.

લગભગ ચારેક કલાક ઊંઘી લીધા બાદ બંને ઊઠ્યા ત્યારે તેમને ખ્યાલ આવ્યો કે ધૂણીના ધુમાડામાં જ કાંઈક એવું હતું જેની સુગંધથી બંને અર્ધબેભાન જેવા થઈ ગયા હતા.

પારસે પેલો છુપાવીને રાખેલો મોબાઇલ કૅમેરામાં સમગ્ર વીડિયો શૂટિંગ જોયું તો ખ્યાલ આવી ગયો કે પાછળથી શિખંડી લાઇટનું એડ્જસ્ટમૅન્ટ કરતો હતો અને બાબાના હાથમાં પણ રિમોટ હતો જેના વડે તેઓ મહાદેવજીના અવાજનું કંટ્રોલિંગ કરતા હતા. આખો હાથચાલાકી અને ટ્રાન્સનો જ ખેલ હતો જેને અંધશ્રદ્ધાથી પ્રેરાઈને લોકો ભગવાનનો સાક્ષાત્કાર માની લેતા હતા.

રાત્રે રૂમ પર જ નોકર જમવાની બે થાળી મૂકી ગયો.

જમ્યા બાદ પારસે પેલું વીડિયો શૂટિંગ ઝાલા સાહેબને ફૉરવર્ડ કરી દીધું.

બીજે દિવસે સવારે શિખંડી આવી પહોંચ્યો.

નિખિલાનંદે ઇશારો કર્યો એટલે પારસે તેના ખિસ્સામાંથી હજારની પાંચ નોટો શિખંડીને પકડાવી દીધી.

"હું અહીંથી છૂટવા માંગું છું." શિખંડી ધીમેથી બોલ્યો.

"કેમ?"

"આ બધું નાટક છે. લોકોને બનાવવાના ધંધા છે. ચમત્કારી બાબાને પૈસા સિવાય કશામાં રસ નથી."

"શિખંડી, તને તો સારો પગાર આપતાં હશે ને?"

"હા... પણ હવે મારે આ પાપમાં ભાગીદાર નથી થવું. ભગવાનની માફી માંગીને મારે બહુચરાજી જતું રહેવું છે."

"તો તું ભાગી કેમ નથી જતો?"

"તમને ખબર નથી, આ બાબાના હાથ ખૂબ લાંબા છે. તેના ડ્રગ્સના ધંધાવાળા માફિયાઓ મને જીવતો ન મૂકે."

"શિખંડી, તું અમારા પર આટલો બધો વિશ્વાસ શા માટે મૂકે છે?"

"કારણકે મને ખબર છે કે આ સ્વામીજી વિદેશથી નથી આવ્યા. તમે બંને અહીં ચમત્કારી બાબાની પોલ ખોલવા માટે જ આવ્યા છો." શિખંડીએ ધડાકો કર્યો.

પ્રકરણ-10

શિખંડીની વાત સાંભળીને પારસ અને નિખિલાનંદને એકસો આઠ વૉલ્ટનો આંચકો લાગ્યો હોય તેમ ચમક્યા.

"શિખંડી, તને કેવી રીતે ખબર પડી?"

"રાત્રે પેલા માણસથી અજાણતાં ડ્રગ્સનું પૅકેટ તમારા રૂમની બહાર પડી

ગયું હતું, જે ઉપાડીને સ્વામીજીને મેં રૂમમાં આવતા જોયા હતા." શિખંડીએ ચોખવટ કરી.

"આ ડ્રગ્સની હેરાફેરી દરરોજ થાય છે?" પારસે શિખંડીના ખભા પર હાથ રાખીને પૂછ્યું.

"ના, ક્યારેક જ થાય છે. ડ્રગ્સના માફિયાઓ વેશપરિવર્તન કરીને આશ્રમમાં ક્યારેક આશરો પણ લેતા હોય છે."

"આવું અહીં ક્યારથી ચાલે છે?"

"એકાદ મહિનાથી જ ચાલુ થયું છે તેથી હજુ પોલીસને પણ ખબર નથી. મારે પણ હવે અહીંથી આ જ કારણસર છટકી જવું છે." શિખંડીએ ઢીલા પડીને કહ્યું.

"શિખંડી, બાબાને તારી ઉપર તો ખૂબ જ ભરોસો છે." નિખિલાનંદે મૌન તોડતાં કહ્યું.

"હા... સ્વામીજી, પરંતુ લોકોને મૂરખ બનાવીને રૂપિયા રળવા કરતાં મારા જેવી વ્યક્તિ તો બહુચરાજીના આશરે જાય તો પણ બે ટંક જમવાનું તો મળી જ જાય. નાહકનાં પાપનાં પોટલાં શા માટે બાંધવા?"

નિખિલાનંદે નોંધ્યું કે શિખંડીની વાતમાં સચ્ચાઈનો રણકાર હતો. તેનું ખરેખર હૃદય પરિવર્તન થયું હતું.

શિખંડી બોલતો હતો ત્યારે પારસે ગુપ્ત રીતે તેનું ઓડિયો રેકોર્ડિંગ કરી લીધું હતું. અચાનક ઇન્ટરકોમની રિંગ વાગી. પારસે ફોન ઉપાડ્યો. સામેથી બાબાનો અવાજ ગુંજી ઊઠ્યો.

"તારા સ્વામીજીને 'સાક્ષાત્કાર'ની વિદ્યા ખરેખર શીખવી જ છે ને?"

"હા... હા... આવતીકાલે સવારે જ તેમની તો શીખવાની ઇચ્છા છે."

"ગુરુદક્ષિણાની બાકીની રકમ કાલે સવારે મળી જશે ને?"

"અવશ્ય બાબા... વ્યવસ્થા થઈ જશે." પારસે શાલિનતાથી કહ્યું.

"શિખંડી તમારા રૂમમાં છે? જો હોય તો તેને તાત્કાલિક મારી પાસે મોકલો." બાબાએ આદેશ આપીને ફોન કટ કરી નાખ્યો.

"જા શિખંડી જલ્દી બાબા પાસે પહોંચી જા. તેમને શક પડશે તો ઉપાધિ થશે." પારસે ગભરાયેલા અવાજે કહ્યું.

શિખંડી સાંજે પરત આવવાનું કહીને ઝડપથી જતો રહ્યો.

પારસે શિખંડીનું ઓડિયો રેકોર્ડિંગ ઝાલા સાહેબને ફૉરવર્ડ કરી દીધું. પારસે ઝાલા સાહેબને બનતી ત્વરાએ રેડ પાડવાનું પણ મૅસેજ દ્વારા જણાવી દીધું, કારણકે હવે અહીં વધારે રહેવામાં જોખમ હતું.

સૂર્યાસ્ત થયો કે તરત જ આશ્રમની બહાર પોલીસની અઢળક ખટારીઓ

સાધુ તો ચલતા ભલા 123

ખડકાવાની ચાલુ થઈ ગઈ હતી. આશ્રમ ચારેબાજુથી ઘેરાઈ ચૂક્યો હતો.

જીપમાં ઝાલા સાહેબ DSPને લઈને આવી પહોંચ્યા હતા. આશ્રમના તોતિંગ દરવાજાની અંદર બેઠેલા સલામતી ગાર્ડને ગંધ આવી ગઈ હતી. તેણે તરત જ ઇન્ટરકોમથી બાબાને જાણ કરી દીધી.

ચમત્કારી બાબાએ ગર્જના કરી, "પોલીસ મારો વાળ પણ વાંકો નહીં કરી શકે, કારણકે તેમના બે જાસૂસ મારા કબજામાં છે."

ચમત્કારી બાબાએ શિખંડીને જ VIP રૂમને તાળું મારવા મોકલ્યો હતો, જે તેમની સૌથી ગંભીર ભૂલ હતી. શિખંડીએ નિખિલાનંદ અને પારસને સતર્ક કરીને VIP ગેસ્ટરૂમના પાછળના ભાગેથી આશ્રમની બહાર છટકી જવાનો રસ્તો બતાવવાનું ઉમદા કામ ગણતરીની ક્ષણોમાં જ કરી નાખ્યું હતું અને તેમની સાથે શિખંડી પણ હિંમતપૂર્વક છટકી ગયો હતો.

ચમત્કારી બાબાને વહેમ પડ્યો એટલે તેમણે તેમના સલામતી ગાર્ડ્સને VIP ગેસ્ટરૂમને ઘેરી લેવાની સૂચના આપી.

VIP ગેસ્ટરૂમમાં કોઈ જ નથી તે માહિતી સલામતી ગાર્ડ્સ દ્વારા બાબાને મળી ત્યારે ખૂબ મોડું થઈ ગયું હતું. પોલીસનાં સશસ્ત્રદળો હવામાં ગોળીબાર કરતાં કરતાં બાબાના હૉલ સુધી પહોંચી ગયા હતા. પોલીસની આટલી મોટી ફોજ જોઈને બાબાના સલામતી ગાર્ડ્સે તરત જ શરણાગતિ સ્વીકારી લીધી. કોઈપણ જાતના ખૂનખરાબા વગર ચમત્કારી બાબાની ધરપકડ કરવામાં આવી.

"શાબાશ, મિસ્ટર ઝાલા" DSP સાહેબે ઝાલા સાહેબની પીઠ થાબડી.

"DSP સાહેબ, આ અભિનંદનના સાચા હક્કદાર તો આ બે યુવાનો છે." ઝાલા સાહેબે નિખિલાનંદ અને પારસની ઓળખાણ કરાવતાં કહ્યું.

પારસે ઝાલા સાહેબ સાથે શિખંડીની ઓળખાણ કરાવી. શિખંડી તાજનો સાક્ષી બની ગયો.

બીજા દિવસના અખબારની હેડલાઇનમાં ચમત્કારી બાબાની ધરપકડના સમાચાર ચમક્યા હતા, જેના કારણે સમગ્ર જિલ્લામાં અંધશ્રદ્ધાનું આવરણ દૂર થયું હતું.

"બાપુ, હું રજા લઉં?" નિખિલાનંદે પહેલીવાર ઝાલા સાહેબને 'બાપુ'નું સંબોધન કરીને રજા માંગી હતી.

"હા... નિખિલાનંદ હવે તમે સિધાવો." ઝાલા સાહેબે સજળ નેત્રે રજા આપી ત્યારે પારસની આંખ પણ ભીની થઈ ગઈ હતી. પારસને થયું માયાનો ત્યાગ કરનાર આ સાધુ પોતાની ખુદની માયા લગાડીને જઈ રહ્યો હતો!

નિખિલાનંદે પારસની આંખમાં જોયું. "પારસ, આ બધી પ્રભુની જ માયા છે. દરેક મિલન અને વિયોગ ઋણાનુબંધનો જ ખેલ છે. રંજનબા

અને બાપુનું ધ્યાન રાખજે.”

પારસ સજળ નેત્રે નિખિલાનંદને ભેટી પડ્યો.

થોડે દૂર સફેદ સાડી પહેરેલાં રંજનબા ઊભાં હતાં.

“મૈયા, હું રજા લઉં છું. સાધુ તો ચલતા ભલા.”

નિખિલાનંદે કોઈની પણ સામે જોયા વગર પીઠ ફેરવી લીધી. બરોબર એવી જ રીતે જેવી રીતે થોડાંક વર્ષો પહેલાં તેનાં સગાં મા-બાપથી પીઠ ફેરવી લીધી હતી. જોકે ત્યારે તો નિખિલાનંદ કોઈને કહેવા ક્યાં રોકાયો જ હતો?

સમયનું ચક્ર ફરતું ગયું તેમ સમગ્ર ભારતમાં નિખિલાનંદનું પરિભ્રમણ પણ વધતું ગયું હતું. નિખિલાનંદને જ્યાં જ્યાં તક મળી ત્યાં ત્યાં અંધશ્રદ્ધાની જગ્યાએ શ્રદ્ધાનો દીપક પ્રગટાવવાનું કાર્ય ખૂબ જ ખંતથી કર્યું.

નિખિલાનંદના તેજથી અને તેની દિવ્યવાણીથી નિખિલાનંદ જ્યાં જાય ત્યાં લોકો તેના પગમાં પડીને આશીર્વાદ માંગતા.

નિખિલાનંદ અવશ્ય તેમની સાથે વાર્તાલાપ કરતો. નિખિલાનંદની વાણીમાં સાકર જેવી મીઠાશ હતી.

નિખિલાનંદને પ્રણામ કરીને કોઈ પણ વ્યક્તિ આશીર્વાદ માંગે ત્યારે તે તેની સાથે અવશ્ય વાર્તાલાપ કરતો. નિખિલાનંદની વાણીમાં સાકર જેવી મીઠાશ હતી. તે કોઈની પણ સમક્ષ ત્રણ વાક્યો તો ચોક્કસ બોલતો. જેમાંથી એકાદ વાક્ય અનાયાસે જ સામેની વ્યક્તિને લાગુ પડી જતું. જેમ કે તમારા નસીબમાં જશ નથી, તમે ગમે તેટલી મહેનત કરશો તો પણ જશ તો બીજા જ લઈ જશે. આજે તમારી પાસે જે લક્ષ્મી છે તે તમારાં પત્નીનાં નસીબની છે. તમારા ઘરે એકવાર તો ભગવાન ચોક્કસ પધારશે જ. તે ગમે તે સ્વાંગમાં આવશે, તમે તેને ઓળખી નહીં શકો. પરંતુ તેના ગયા બાદ જ તેના અસ્તિત્વનો તમને અહેસાસ થશે... વગેરે બ્રહ્મ વાક્યો સાંભળીને લોકો ગદ્‌ગદીત થઈ જતાં અને નિખિલાનંદના પગમાં ધનનો ઢગલો કરતા પણ અચકાતા નહીં.

નિખિલાનંદે ધાર્યું હોત તો પોતાની દિવ્યવાણી વડે અઢળક ધન ભેગું કરી લીધું હોત અને કોઈ પણ એક જગ્યાએ આશ્રમ સ્થાપીને સ્થાયી થઈ શક્યો હોત, પરંતુ સાત દિવસથી વધારે એક જ સ્થળે ન રહેવાના તેના સંકલ્પને તે વળગી રહ્યો હતો. ‘સાધુ તો ચલતા ભલા’ જાણે કે તેનો જીવનમંત્ર બની ચૂક્યો હતો! નિખિલાનંદ તેની ઝોળીમાં એક દિવસ ચાલે તેટલું જ સીધું કે ફળફળાદિ રાખતો. બીજા દિવસની ચિંતા તેણે ક્યારેય કરી નહોતી. જો કે નિખિલાનંદ પોતાના ખોળિયાને સો ટકા સાધુત્વમાં ગોઠવી શક્યો નહોતો. કદાચ આ જ કારણસર ક્યારેક યુવાનીના આવેગનો ઘોડો બેલગામ

થઈને નિખિલાનંદના મનનો કબજો લઈ લેતો ત્યારે તેના મનોજગતમાં તેની મનપસંદ નેહા વીજળીની જેમ ચમકી જતી. જેની યાદોના મેઘધનુષમાં ખોવાઈને નિખિલાનંદ મનના આવેગોને શાંત કરવાની કોશિશ કરતો. જો કે નિખિલાનંદે ક્યારેય કોઈ સ્ત્રીને સ્પર્શ કર્યો નહોતો, તેથી તે દૃષ્ટિએ તો તે બ્રહ્મચારી જ હતો!

અવિરત પરિભ્રમણ કર્યું હોવાથી નિખિલાનંદની ઝોળીમાં અનુભવનું ભાથું પણ ખૂબ જ હતું. દેશમાં ફેલાયેલી અંધશ્રદ્ધા માટે પ્રજાની માનસિકતા પણ ખૂબ જ જવાબદાર છે, તે નિખિલાનંદે જાતઅનુભવ દ્વારા જાણ્યું હતું.

ઉત્તરભારતના એક ગામમાં એક ધનવાન શેઠે ખૂબ જ ભક્તિભાવથી નિખિલાનંદને તેમના બંગલામાં ઉતારો આપ્યો હતો. ચાર દિવસની અદ્ભુત મહેમાનગતિથી ખુદ નિખિલાનંદ પણ દંગ રહી ગયો હતો.

લગ્ન જીવનનાં બાર વર્ષ બાદ પણ શેઠ નિઃસંતાન હતા. દોરા, ધાગા, માદળિયા કામ લાગ્યા નહોતા તેથી કોઈકે શેઠના દિમાગમાં ઠસાવી દીધું કે જો કોઈક સાચા તપસ્વીના આશીર્વાદ મળી જાય તો શેર માટીની ખોટ પુરાઈ જાય. અચાનક શેઠને બહારગામ જવાનું થયું હતું, નિખિલાનંદના આશ્ચર્ય વચ્ચે તે રાત્રે શેઠાણી સોળ શણગાર સજીને નિખિલાનંદના રૂમમાં આવી પહોંચ્યાં હતાં.

પ્રકરણ-11

"બાપજી, કૃપા કરો, દાસીનો સ્વીકાર કરો, આપના જેવો જ પુત્ર મેળવવાની ઝંખના છે." સજીધજીને આવેલાં શેઠાણી તેમનું સર્વસ્વ ઑફર કરી રહ્યાં હતાં જે સાંભળીને નિખિલાનંદ ચમક્યો હતો.

હા... નિખિલાનંદનું આધ્યાત્મિક લેવલ જો સ્વામી વિવેકાનંદ જેટલું હોત તો તેણે ચોક્કસ કહી દીધું હોત કે મા, હું તારો પુત્ર છું. મને જ પુત્ર માની લો. જો કે નિખિલાનંદે ક્ષણ સાચવીને પોતાનું બ્રહ્મચર્ય સાચવી લીધું હતું. ગણતરીની ક્ષણોમાં જ તેણે તે સ્થળનો ત્યાગ કરી દીધો હતો.

ગામ છોડ્યા પછી રસ્તામાં નિખિલાનંદને સતત તે બનાવના જ વિચારો આવતા હતા. જો થોડીક હિંમત કરી હોત તો પકડાઈ જવાનો બિલકુલ ચાન્સ નહોતો, વળી બ્રહ્મચર્યના ભોગે પણ કાર્ય તો પરોપકારનું જ કરવાનું હતું ને? કોઈ પણ માણસ માટે સૌથી સરળ કાર્ય પોતાના અંતરાત્માને છેતરવાનું હોય છે, પછી તે સંસારી હોય કે સાધુ! જેમ સંસાર છોડીને સાધુ થવાનું દુષ્કર હોય છે, તેમ સાધુમાંથી સંસારી થવા માટે પણ ઘણી ગડમથલનો સામનો કરવો પડતો હોય છે. આજે નિખિલાનંદ પણ ઘણી ગડમથલ પછી

જ નિખિલ થવા માટે વતનમાં પાછો જઈ રહ્યો હતો.

ગામની સીમમાં પ્રવેશતાં જ વતનની માટીની મહેકથી નિખિલનું હૈયું ભરાઈ આવ્યું. તેની આંખમાં આંસુ તગતગ્યાં. બાળપણનાં અનેક સંસ્મરણો તાજાં થવા લાગ્યાં. નિખિલ તળાવની પાળે બેઠો, બપોરનો સમય હતો તેથી પક્ષીઓની ચહલપહલ સિવાય તદ્દન શાંતિ પથરાયેલી હતી. નિખિલ પાણીમાં ઝિલાતું પોતાનું સાધુવેશનું પ્રતિબિંબ નિહાળી રહ્યો. ઘરે પહોંચીને ભગવા કપડાંનો ત્યાગ કરવાનો તેનો મનસૂબો હતો. 'ધરતીનો છેડો ઘર' કહેવત નિખિલને બરાબર સમજાઈ ચૂકી હતી.

અચાનક તળાવમાં કાચબો દેખાયો. નિખિલે તેની ઝોળીમાંથી રોટલી કાઢીને તેના નાના ટુકડા કરીને પાણીમાં ફેંક્યા. જે ખાવા માટે માછલીઓ કૂદાકૂદ કરવા લાગી. નિખિલ ભલે સંપૂર્ણ સંન્યાસી બની શક્યો નહોતો, પરંતુ સાધુના પરિવેશ માત્રથી તેના હૃદયમાં કાયમ કરુણાનું ઝરણું તો વહેતું જ હતું! ક્યારેક જો રસ્તા વચ્ચે અકસ્માતે ઘવાયેલ કૂતરા તરફ તેનું ધ્યાન પડતું તો પણ તેનું હૃદય દ્રવી ઊઠતું. ખાસ્સો સમય વીતી ગયો. નિખિલને નેહા યાદ આવી ગઈ. આ જ તળાવની પાળે તે એકવાર નેહા સાથે બેઠો હતો, અલકમલકની વાતો કરી હતી પરંતુ તે નેહાનું મન કળી શક્યો નહોતો. પરિણામે તે નેહાને પ્રપોઝ કરવાની હિંમત પણ કરી શક્યો નહોતો. બરોબર તે જ સમયે અર્જુન લંગોટી પહેરીને તળાવમાં નહાવા પડ્યો હતો. નિખિલે નોંધ્યું હતું કે નેહાનું ધ્યાન નિખિલની વાતો કરતાં વધારે ઉઘાડા શરીરે સ્વિમિંગ કરી રહેલાં અર્જુન પર કેન્દ્રિત થઈ ગયું હતું, નિખિલને ત્યારે પહેલી વાર અર્જુનની ઈર્ષ્યા થઈ આવી હતી. જોકે નિખિલને વિશ્વાસ હતો કે જો અર્જુનને ખબર પડશે કે નિખિલને નેહા પસંદ છે, તો તે સામે ચાલીને નેહાનો હાથ નિખિલના હાથમાં સોંપીને ખસી જશે. કારણકે ગમે તેમ તો પણ અર્જુન નિખિલનો લંગોટિયો યાર હતો.

અચાનક પાછળ કાંઈક અવાજ થયો. નિખિલની વિચારયાત્રા તૂટી. તેણે પાછળ જોયું તો અર્જુન ઊભો હતો.

"અરે, નિખિલ તું? આટલાં વર્ષે? આ વેષમાં?"

"હા, અર્જુન. બાપાએ દારૂના નશામાં મારા પર હાથ ઉપાડ્યો હતો, તેથી રિસાઈને સાધુ મંડળી સાથે ભાગી ગયો હતો અને નિખિલમાંથી નિખિલાનંદ બની ગયો."

અર્જુન નિખિલને ભેટી પડ્યો. બંને મિત્રોની આંખમાંથી અશ્રુધારા વહી રહી. થોડીવાર પછી અર્જુનના ચહેરા પર વિષાદનું વાદળ છવાઈ ગયું જે નિખિલના ધ્યાનમાં આવી ગયું.

સાધુ તો ચલતા ભલા   127

"અર્જુન, શું વાત છે?"

"નિખિલ, તું ભાગી ગયો તે જ દિવસે ગામમાં બીજો પણ એક મહત્ત્વનો બનાવ બની ગયો હતો."

"કયો બનાવ?"

"આ જ તળાવની પાળે મુખીના છોકરાએ નેહા પર બળાત્કાર કરવાની કોશિશ કરી હતી. જોગાનુજોગ હું તળાવમાં નહાવા પડ્યો હતો જેની તેને ખબર નહોતી. નેહાની ચીસોના અવાજથી હું લંગોટી ભેર બહાર દોડી આવ્યો હતો અને પેલા રાક્ષસને પકડીને તેનું ગળું દાબી દીધું હતું. પરિણામે તેના રામ રમી ગયા હતા." વાત કરતાં કરતાં અર્જુનની આંખમાં ખુન્નસ આવી ગયું હતું.

"પછી?"

"પછી તો હું ખૂબ જ ગભરાઈ ગયો હતો. નેહા તો ગભરાયેલી હતી જ. શહેરમાંથી પોલીસ આવી પહોંચી હતી અને લાશનો કબ્જો લીધો હતો. ગામમાં સોપો પડી ગયો હતો. નેહાએ મને બચાવવા માટે પોલીસ સમક્ષ એવું નિવેદન આપ્યું હતું કે તેની આબરૂ બચાવવા માટે નિખિલે મુખીના દીકરાને મારી નાખ્યો છે અને ફરાર થઈ ગયો છે. તે સમયે તું એકલો જ ગામમાંથી ગાયબ હતો તેથી સ્વાભાવિક રીતે જ શંકાની સોય તારા તરફ તકાયેલી તો હતી જ."

"ઓહ," નિખિલથી સો મણનો નિસાસો નંખાઈ ગયો.

"નિખિલ, નેહા મને મનોમન ચાહતી હતી તેનો તો મને ખ્યાલ પણ નહોતો. આ બનાવ પછી તેની માનસિક હાલત ખૂબ જ ખરાબ હતી, પરિણામે મેં તેની સાથે લગ્ન કરી લીધા હતા. અમારે બે દીકરા પણ છે."

નિખિલને આંચકો લાગ્યો પરંતુ તેણે અર્જુનને કળાવા ન દીધું.

"નિખિલ, પ્લીઝ તું ગામમાં ન આવતો. જો તું ગામમાં આવીશ તો પેલો મુખીના દીકરાનો જૂનો ખૂનકેસ ફરીથી ખૂલશે અને તારે જેલમાં જવાનો વારો આવશે."

"અર્જુન, જે ખૂન મેં કર્યું જ નથી તેના માટે હું શા માટે જેલમાં જઉં?"

"કેમ, તને પોલીસનો ડર નથી લાગતો?"

"ડર?" નિખિલ ખડખડાટ હસી પડ્યો.

"કેમ હસે છે?" અર્જુને પૂછ્યું.

"અર્જુન, ભલે હું ઘર છોડીને ભાગી ગયો તે મારો પલાયનવાદ હતો, પરંતુ ગુરુજીની કૃપાથી હું તદ્દન નિર્ભય બની ગયો છું. ઈશ્વરના શરણે હંમેશાં નિર્ભય વ્યક્તિ જ જઈ શકે છે. વળી તેં ખૂન કર્યું હોય તો મારે શા માટે જેલમાં જવું પડે?" નિખિલે ધારદાર નજરે અર્જુનની સામે જોયું.

કહાની મેં ટ્વિસ્ટ

"દોસ્ત, તારી વાત સાચી છે. તારે શા માટે જેલમાં જવું પડે? મારે મારો ગુનો કબુલવો પડશે અને મારે જ જેલમાં જવાનો વારો આવશે. મારા છોકરા રખડી પડશે." અર્જુન ધ્રુસકે ધ્રુસકે રડી પડ્યો.

બંને મિત્રો વચ્ચે મૌન પથરાઈ ગયું.

અર્જુનને રડતો જોઈને નિખિલાનંદનું હૃદય પીગળી ગયું. તેણે અર્જુનનો જમણો હાથ પકડીને કહ્યું, "દોસ્ત, હું તને વચન આપું છું કે ક્યારેય ગામમાં પગ નહીં મૂકું."

અર્જુન નિખિલાનંદના પગમાં પડી ગયો. નિખિલાનંદે અર્જુનને ધીમેથી ઊભો કર્યો અને સજળ નેત્રે જવા માટે પગ ઉપાડ્યો. અર્જુનથી પુછાઈ ગયું, "દોસ્ત, તારા ઘરના સભ્યો વિશે કાંઈ જાણવું નથી?"

"ના, દોસ્ત. હવે હું માત્ર ગામમાં જ નહીં પરંતુ સંસારમાં પણ પાછો પગ મૂકવા માંગતો નથી. કોઈ પણ વ્યક્તિએ સાધુ થયા બાદ પૂર્વાશ્રમ ભૂલીને જ સંન્યાસ્તાશ્રમ સ્વીકારવાનો હોય છે. તે વાત હું ભૂલી ગયો હતો પરિણામે અહીં આવી ચડ્યો હતો. હું અહીંથી ચાલી નીકળું તેમાં જ મારું કલ્યાણ છે. સાધુ તો ચલતા ભલા."

અર્જુન ભક્તિભાવથી નિખિલાનંદને મક્કમ પગલે જતો જોઈ રહ્યો. જે હવે ખરેખર પોતાના ખોળિયાને સાધુત્વમાં ઓગાળવા જઈ રહ્યો હતો. નિખિલાનંદે આત્મબળ અને શ્રદ્ધાનાં મજબૂત હલેસાં વડે તેની જાતને હિમાલય તરફ વહેતી મૂકી દીધી હતી. હવે દુનિયાની કોઈ તાકાત નિખિલાનંદને સાચો તપસ્વી થવા માટે રોકી શકે તેમ નહોતી.

નિખિલાનંદે ઉપર જોયું. ઘેરાયેલાં વાદળાં વરસ્યાં વગર જ વિખૂટાં પડી રહ્યાં હતાં અને આકાશને ખુલ્લું કરી રહ્યાં હતાં. બિલકુલ તેવી જ રીતે જે રીતે અત્યારે નિખિલાનંદનું મન ખુલ્લું થઈ ગયું હતું. ખુલ્લા આકાશમાંથી જાણે કે ગુરુજીનો તેજસ્વી ચહેરો મેઘધનુષની જેમ ખીલીને નિખિલાનંદને મોક્ષના માર્ગે જવા માટે આશીર્વાદ આપી રહ્યો હતો!

નિખિલાનંદ દ્વારા બોલાયેલા છેલ્લા શબ્દો 'સાધુ તો ચલતા ભલા'ના પડઘા અર્જુનના કાનમાં અથડાઈ રહ્યા હતા

■

શરૂઆત એક સંબંધની

પ્રકરણ-1

'કૉન્ગ્રેચ્યુલેશન્સ યૂ આર સિલેક્ટેડ એઝ મેડિકલ રિપ્રેઝન્ટેટિવ' રૂપાળી રિસેપ્શનિસ્ટે સાહિલને એપૉઇન્ટમૅન્ટ લેટર હાથમાં આપતાં સસ્મિત કહ્યું. ત્યારે સાહિલ જાણે કે સાતમા આસમાનમાં વિહરી રહ્યો હતો! એકવીસ વર્ષની ઉંમરમાં આટલો બધો આનંદનો અનુભવ તે પ્રથમવાર જ કરી રહ્યો હતો. B.Sc. થયા બાદ આટલી મોટી પ્રતિષ્ઠિત કંપનીમાં નોકરી મળે અને તે પણ એવા સમયમાં જ્યારે ખિસ્સામાં દસ-પંદર રૂપિયા અને ચર્ચગેટથી અંધેરી સુધીનો માત્ર પાસ જ હોય ત્યારે આનાથી વધારે આનંદ કયો હોઈ શકે?

"થૅન્ક્યૂ મેડમ" સાહિલના ઉદાસ ચહેરા ઉપર ઘણાં સમય બાદ આનંદની લહેર દોડી રહી હતી. દસમા માળેથી લિફ્ટમાં નીચે ઊતરીને સાહિલે ઉપર ખુલ્લા આકાશ સામે જોઈને ભગવાનનો આભાર માન્યો. ધવલે પહેરવા માટે આપેલી ટાઇની નૉબ ઢીલી કરીને તેણે ઊંડો શ્વાસ લીધો. સામે જ V.T. સ્ટેશન હતું. સાહિલ રસ્તો ઓળંગીને સ્ટેશનની અંદર આવ્યો અને કિડિયારાની જેમ ઊભરાતા માનવ મહેરામણને એક નજરે તાકી રહ્યો. હજુ એકાદ માસ પહેલાં જ આતંકવાદીઓએ અહીં બ્લડ બાથ મચાવીને ભયનું સામ્રાજ્ય ઊભું કરી દીધું હતું. અત્યારે જાણે કે લોકો બધું ભૂલીને રોજી-રોટી માટે દોડી રહ્યા હતા. સાહિલે મનોમન મુંબઈગરા કોમનમેનને સલામ કરી! ખૂણામાં એક અપંગ છાપાવાળો બેઠો હતો. સાહિલને વાંચવા કરતાં વધારે પેલા અપંગ માણસને મદદ કરવાની ભાવના હતી. કારણ કે તેને દુનિયાભરનાં તમામ છાપાં વેચવાવાળાઓ પ્રત્યે ખૂબ જ સ્નેહભાવ હતો. તેમ હોવું સ્વાભાવિક હતું કારણ કે સાહિલે દશ વર્ષની ઉંમરથી ઘરે ઘરે છાપાં નાખીને પોતાનાં કપડાં તથા સ્કૂલ-કૉલેજની ફીનો તમામ ખર્ચ ઉઠાવ્યો હતો.

V.T.થી ચર્ચગેટ સુધી ચાલીને સાહિલે અંધેરીની ફાસ્ટ ટ્રેન પકડી. જેટલી ફાસ્ટ ટ્રેન હતી તેટલી જ ફાસ્ટ સાહિલના વિચારોની ગતિ હતી! નોકરી મળ્યાના સારા સમાચાર સૌ પ્રથમ તો ધવલને જ આપવા પડશે. ગમે તેમ તોય ધવલ તેનો બાળપણનો એકમાત્ર ગોઠિયો હતો. ઘરમાં તો સાહિલને

ક્યાં કોઈની સાથે આત્મીયતા હતી? દારૂડિયો બાપ, સાવકી મા અને કાયમ સાહિલથી દૂર ભાગતાં સાવકી માના બે સગા પુત્રો દીપક અને ચિંટુ, જેમને સાવકી માએ પહેલેથી જ સાહિલની નજીક ફરકવા નહોતા દીધા. વળી, પિતા રમણલાલ પણ સાહિલથી દૂર જ રહે તેની પૂરેપૂરી તકેદારી સાવકી માએ રાખી હતી! બાળપણમાં મા ગુમાવનાર બાળકના જીવનમાં પ્રારંભથી જ પાનખર બેસી જતી હોય છે! આજે દાદી હયાત હોત તો સૌ પ્રથમ નોકરી મળ્યાના સમાચાર ચોક્કસ તેને આપત.

સગી માએ જ્યારે દુનિયા છોડી ત્યારે સાહિલ ત્રણેક વર્ષનો હતો. થોડા સમય પછી પિતા રમણલાલે દીકરાને મા મળે તે હેતુથી સવિતા સાથે બીજા લગ્ન કર્યા હતા. સવિતાનું સ્મરણ થતાં જ સાહિલ ટ્રેનની બારીમાંથી બહાર જોરથી થૂંક્યો અને મનોમન વિચારી રહ્યો કે ઈશ્વર ભલે બધું જ લઈ લે પણ કોઈ બાળકની મા તો ક્યારેય ન જ લે અને જો લે તો સાવકી મા તો ક્યારેય ન જ આપે. સવિતા પરણીને ઘરમાં આવી ત્યારે શરૂઆતમાં તો બધું બરોબર ચાલ્યું પણ તેણે ધીમે ધીમે જોયું કે રમણલાલને તેમની મા પ્રત્યે વધારે લગાવ હતો. વળી ત્યારે તો રમણલાલ દારૂ પણ નહોતા પીતા. એક સજ્જન વ્યક્તિ હતા અને સારી રીતે સમજતા હતા કે આખી દુનિયાની તમામ પત્નીઓ ભેગી થાય તો પણ એક માની તોલે ન આવી શકે! રમણલાલનો મા પ્રત્યેનો આવો અહોભાવ જ સવિતા સાથે નાના-મોટા ઝઘડાઓ માટે કારણભૂત થવા લાગ્યો. સવિતા હવે ઈર્ષ્યાની આગમાં શેકાવા લાગી હતી અને તેણે પહેલું નિશાન દાદીને જ બનાવી હતી.

દાદીને પૂરતું ખાવાનું ન આપવું, જેટલું આપવું તેટલું થાળી પછાડીને આપવું, શિયાળામાં ગરમ પાણી ન આપવું, આવું તો ઘણું લાંબું લિસ્ટ હતું. દાદીનું અપમાન કરવાનો એક પણ મોકો સવિતા જવા દેતી નહોતી, પણ દાદી ખાનદાન હતી. દીકરાની એક પત્ની તો માંદગીમાં મરી ગઈ હતી અને જો બીજી સાથે ઝઘડા થાય તો દીકરાની સુખશાંતિ જોખમાશે તેમ માનીને અપમાનના ઘૂંટડા પીધે જતી હતી!

એકાએક ટ્રેન ગ્રાન્ટ રોડ સ્ટેશને આંચકા સાથે ઊભી રહી અને સાહિલે પણ વિચારોને બ્રેક લગાવી. ડબ્બામાં ચીકી વેચવાવાળો આવ્યો. સાહિલને ભૂખ તો લાગી હતી પણ ખિસ્સામાં વધારે પૈસા નથી તે યાદ આવ્યું એટલે ચીકી લેવાનું માંડી વાળ્યું. ચીકી ઉપરથી જ સાહિલને તેર-ચૌદ વર્ષ પહેલાં બનેલી ઘટના યાદ આવી ગઈ. હા... તે દિવસે દાદીએ સાહિલને ચીકીનો એક ટુકડો આપ્યો હતો અને તેમ કરતાં સવિતા જોઈ ગઈ હતી. રમણલાલ ઘરે આવ્યા ત્યારે સવિતાએ ત્રાગા ચાલુ કર્યા હતા.

"કહું છું, આપણા ઘરમાં નાનું કોણ?"

રમણલાલે જવાબ આપ્યો, "દીપક અને સાહિલ."

"પણ એ બેમાં કોણ નાનું?" સવિતાનો અવાજ તરડાઈ ગયો હતો.

હવે રમણલાલના મગજમાં ચમકારો થયો એટલે તેમણે પ્રતિપ્રશ્ન કર્યો, "બંને વચ્ચે ચારેક વર્ષનો જ ફેર છે ને સવિતા?''

"પણ ચાર વર્ષ દીપક નાનો છે તે તો હકીકત છે ને?'' સવિતાએ ક્રોધથી પૂછ્યું.

"હા... સવિતા... પણ તું સમજ..."

હજુ રમણલાલ કાંઈ આગળ બોલે તે પહેલાં જ સવિતા તાડૂકી:

"મને સમજાવવાને બદલે તમારી માને સમજાવો કે પહેલાં ચીકી દીપકને અપાય પછી પેલા કપાતરને અપાય."

સવિતા કાયમ સાહિલને ગુસ્સામાં કપાતર જ કહેતી.

દાદીએ જાણે કે કેટલોય મોટો અપરાધ કરી નાખ્યો હોય તેમ સવિતાએ ઝઘડાને મોટું સ્વરૂપ આપી દીધું હતું. ચાલીમાં રહેતા માણસોને મફતમાં તમાશો જોવા મળી રહ્યો હતો. રમણલાલે પોતાની મા થકી થયેલી નાનકડી ભૂલને બચાવવાના મરણિયા પ્રયાસો ચાલુ કર્યા હતા, પણ સવિતા ખમૈયા કરવાનાં મૂડમાં નહોતી. ચાલીમાં ભેગા થયેલા માણસોને જોઈને તેને ચાનક ચડતી હતી!

"મા... મા... મા... જો મા જ સાચી લાગતી હોય તો રહેવું હતું ને કાયમ મા સાથે. એ તમારા આ કપાતરને પણ સારી રીતે સાચવત. મારી સાથે લગ્ન જ શું કામ કર્યાં? અરે રે ભગવાન મારે મારા દીકરાને થતો હળાહળ અન્યાય જોવાનો વારો આવ્યો." સવિતાએ મગરના આંસુ ચાલુ કર્યાં. એકાએક સવિતાએ ઘોડિયામાંથી ચિંટુને તેડી લીધો અને દીપકને આંગળીએ વળગાડીને ચાલીમાંથી છેક નીચે પહોંચી ગઈ. દાદી નાનકડા સાહિલને ભેટીને ધ્રૂજી રહ્યાં હતાં. "જા... બેટા જલદી સવિતાને મનાવીને ઉપર લઈ આવ. કંઈક કરી બેસશે તો સમાજને આપણે શું મોઢું બતાવીશું?"

"ના... મા... તેને જવા દે. આપણે શાંતિથી રહીશું."

"અરે બેટા, સમાજમાં એવું સારું ન લાગે."

"કેવું સારું ન લાગે?" રમણલાલે મગજ ઉપરનો કન્ટ્રોલ ગુમાવ્યો હતો તેથી તે મા સામે પણ તાડૂક્યા.

"મા-દીકરો સાથે રહે અને વહુ અલગ રહે તેવું સારું ન લાગે." દાદીએ સ્વસ્થતાપૂર્વક દીકરાને સમજાવ્યો હતો.

આખરે માના દુરાગ્રહ સામે ઝૂકીને રમણલાલ ચાલીમાં નીચે જઈને

સવિતાને હાથે પગે લાગીને સમજાવીને ઉપર ઓરડીમાં લઈ આવ્યા હતા!

આખરે સાસુ-વહુના ઝઘડામાં જેમ સદીઓથી ચાલતું આવ્યું છે તેમ છેવટે દાદીએ ગૃહત્યાગ કરી દીધો હતો. એકાદ વર્ષમાં જ ગામડાના નાનકડા કાચા મકાનમાં દાદી અવસાન પામ્યાં હતાં. રમણલાલનું ઘર છોડ્યા પછી દાદી ક્યારેય ચાલીના ઘરે આવ્યાં નહોતાં. રમણલાલ હવે અપરાધભાવથી પિડાતા હતા. વિધવા માને પોતાની સાથે રાખી ન શકવાનો અફસોસ તેમને કોરી ખાતો હતો અને સવિતાના કજિયાખોર સ્વભાવને કારણે તે દારૂની લતે ચઢી ગયા હતા.

સવિતાનું બીજું નિશાન સાહિલ હતો. ડગલે ને પગલે તેણે સાહિલને હેરાન કરવામાં બાકી નહોતો રાખ્યો. ઓરડીના બહારની ચાલીની કોમન લાઇટમાં સાહિલ મોડી રાત સુધી ભણતો અને ત્યાં જ સૂઈ જતો. રાત્રે ખુલ્લા આકાશમાં દેખાતાં લબૂક ઝબૂક થતાં તારલાઓમાં તે ઘણીવાર સગી માનો ચહેરો શોધવાની કોશિષ કરતો પણ તેમાં તે નિષ્ફળ જતો. હા ક્યારેક દાદીનો ચહેરો તેને જરૂર દેખાઈ જતો અને તેની આંખમાં ઊંઘનું સ્થાન આંસુ લઈ લેતાં. વહેલી સવારે પાંચ વાગે સાહિલ છાપાં નાંખવા નીકળી જતો અને મુંબઈના ધબકતા જીવનમાં મનની એકલતા દૂર કરીને પોતાની જાતને પરોવી દેતો.

અંધેરી આવ્યું એટલે સાહિલે ટ્રેનમાંથી ઊતરી સ્ટેશનની બહાર નીકળી અને ધવલના ઘર તરફ ચાલવાનું શરૂ કર્યું. ત્યાં તો કોઈકના મધુર અવાજે પાછળથી બૂમ પાડી "બસ ને સાહિલ, ઓળખવાનું પણ નહિ ને?" સાહિલે પાછળ જોયું તો એકદમ ચમક્યો.

પ્રકરણ-2

સાહિલે પાછા વળીને જોયું તો સસ્મિત ચહેરે અનુષ્કા ઊભી હતી.

"અરે અનુ... તું ઘણાં વર્ષે?"

"હા... લગભગ પાંચેક વર્ષે... છેલ્લે દશમામાં આપણે સાથે હતાં. પછી તો પપ્પાએ બોરીવલીમાં ફ્લૅટ લીધો અને મેં સ્કૂલ બદલાવી. ત્યારબાદ આજે પહેલીવાર જ અંધેરી આવી છું જૂની ચાલીના જૂનાં સંસ્મરણો તાજાં કરવા."

"જઈ આવી ચાલીમાં... કરી આવી સંસ્મરણો તાજાં?" સાહિલે ઉદાસિનતાથી પૂછ્યું.

"તું તો હજુ એવો ને એવો જ ગંભીર રહ્યો. ભગવાન જે પરિસ્થિતિ આપે તેમાં માણસે આનંદમાં રહેવું જોઈએ પછી ચાલી હોય કે ફ્લૅટ."

"અનુ, તને કિસ્મતે સાથ આપ્યો છે એટલે તું આસાનીથી આવું બોલી

શકે છે. તારે મમ્મી છે, પપ્પા છે અને તે બંનેનું તું એક માત્ર સંતાન છો. તને ક્યાં કોઈ વાતની કમી છે?"

અનુષ્કાનો ખીલેલો ચહેરો એકદમ ગંભીર થઈ ગયો અને તે રડમસ અવાજે બોલી : "સાહિલ, મારા પપ્પાનું ત્રણ વર્ષ પહેલાં જ હાર્ટએટેકને કારણે અવસાન થયું છે. કોઈપણ દીકરીના બાપનું જ્યારે અવસાન થાય ત્યારે માથા ઉપરથી છાપરું નહિ પણ આકાશ ઊડી ગયું હોય તેવો અહેસાસ થાય છે."

"ઓહ... સૉરી... ચાલ આપણે સામે બેસીએ."

બંને જણાં સામે આવેલી ચાની કિટલીની પાસે રાખેલા મૂંઢા ઉપર બેઠાં. સાહિલે મનોમન ગણતરી કરી લીધી કે બે ચા જેટલા પૈસા તો ખિસ્સામાં છે જ!

ચા પીતાં પીતાં બંને જણાંએ સ્કૂલની ઘણી વાતો યાદ કરી. ધવલ પણ સાથે ભણતો હતો તેથી સાહિલે ઘણું કહ્યું કે "ચાલને આટલે આવી છો તો ધવલને પણ મળતી જા."

"ના, સાહિલ. અત્યારે મારે મોડું થાય છે પછી ક્યારેક. અત્યારે તને મળાયું એટલે બધું આવી ગયું."

અનુષ્કાને દૂર સુધી જતી સાહિલ જોઈ રહ્યો. સાહિલ જાણતો હતો કે ધવલને તે વખતે અનુષ્કા બહુ પસંદ હતી, પણ તે ઉંમરે અનુષ્કા પ્રત્યે પ્રેમનો એકરાર કરવો તે બહુ હિંમત માંગી લે તેવું કામ હતું. જે હિંમત ધવલમાં નહોતી. ચાલતાં ચાલતાં ધવલનું ઘર આવ્યું એટલે સાહિલની વિચારોની હારમાળા તૂટી. નીચેથી જ તેણે ધવલને બૂમ પાડી. ધવલ તરત નીચે આવ્યો. સાહિલે ખિસ્સામાંથી ટાઇ કાઢીને ધવલને પરત આપતાં કહ્યું, "મને નોકરી મળી ગઈ યાર."

"વેરી ગૂડ... કૉન્ગ્રેચ્યુલેશન્સ..." ધવલ સાહિલને ભેટી પડ્યો.

"આનાથી વધારે સારા સમાચાર પણ છે." સાહિલે કહ્યું.

"શું?" ધવલને નવાઈ લાગી.

"હમણાં જ મને અનુષ્કા મળી હતી."

"કોણ અનુ ડાર્લિંગ?" ધવલે શરારતી ચહેરે પૂછ્યું.

"ભઈ, ડાર્લિંગ હશે તારી... મારે શું લેવા દેવા?" સાહિલે મજાક કરી.

"તું મને માંડીને વાત કર." ધવલ રોમૅન્ટિક મૂડમાં આવી ગયો હતો. તેના મનમાં એક સાથે હજ્જારો પતંગિયાં ઊડી રહ્યાં હતાં. ભલે ધવલે અનુષ્કા સાથે પ્રેમનો એકરાર નહોતો કર્યો પણ ચૌદ-પંદર વર્ષની ઉંમરે જે છોકરી પસંદ હોય અને તેની યાદ માત્રથી એકવીસ વર્ષે છોકરો જે રોમાંચ અનુભવે તેવો જ રોમાંચ ધવલના ચહેરા ઉપર દેખાઈ આવતો હતો.

સાહિલે અનુષ્કા સાથે થયેલી તમામ વાતચીત શબ્દશઃ કહી સંભળાવી.

"અરે યાર, તેં તો મારી હવા કાઢી નાંખી. અનુએ મને મળવાની ઇચ્છા પણ વ્યક્ત ન કરી?"

"કદાચ તે ઉતાવળમાં હતી, પણ તું ચિંતા શા માટે કરે છે. તેનું બોરીવલીનું એડ્રેસ મેં લઈ લીધું છે."

"બોલ ક્યારે આપણે તેના ઘરે જવું છે?" ધવલે ઉત્કંઠાથી પૂછ્યું.

"બસ, આ રવિવારે સાંજે આપણે અનુના ઘરે પહોંચી જઈશું."

બંને મિત્રો છૂટા પડ્યા અને સાહિલે પોતાના ઘર તરફ જવા માટે પગ ઉપાડ્યા. એ ઘર... જ્યાં જવા માટે સાહિલને ક્યારેય ઉત્સાહ નહોતો થયો.

* * *

આખરે રવિવારની સાંજ આવી ગઈ. બંને મિત્રો અનુષ્કાના ઘરે પહોંચી ગયા. અનુની મમ્મી કોઈકની ખબર જોવા બહાર ગયેલી હતી. પરિણામે બંનેને મોકળું મેદાન મળી ગયું! શરબત પી લીધા પછી ધવલે પહેલ કરી, "ચાલોને આપણે જૂહુ બીચ ઉપર લટાર મારતાં આવીએ."

અનુ નિરુત્તર રહી એટલે ધવલે અનુને જ ઉદ્દેશીને કહ્યું, "અનુ, જૂહુના તોફાની દરિયાને જોઈને કદાચ સાહિલનો ઉદાસ ચહેરો ખીલી પણ ઊઠે."

અનુએ સાહિલનું નામ પડ્યું એટલે તરત જ સંમતિ આપી દીધી. જૂહુ બીચના કિનારે ત્રણે જણાં સ્કૂલ લાઇફની ખાટી-મીઠી યાદ કરતાં કરતાં માનસિક રીતે ક્યારે વધારે નજીક આવી ગયાં અને વીતી ગયેલાં પાંચ-છ વર્ષનો સમય ક્યાં ધુમાડો બનીને ઓગળી ગયો તેનો કોઈને ખ્યાલ ન રહ્યો! અનુને ઘરે મૂકીને બંને મિત્રો ઘર તરફ જઈ રહ્યા હતા ત્યારે ધવલ સાતમા આસમાનમાં ઊડી રહ્યો હતો. સાહિલ બરોબર સમજતો હતો કે જો પોતાની હાજરી ન હોત તો અનુષ્કા ધવલની સાથે કોઈ પણ સંજોગોમાં જૂહુ બીચ ઉપર ન જાત!

એકાએક ધવલે પૂછ્યું, "યાર, અનુ મારી સાથે લગ્ન કરવાની હા તો પાડશે ને?"

"હા... હા... તારી સાથે લગ્ન કરવાની ના પાડનાર વ્યક્તિને તો કમનસીબ કહેવાય."

"એટલે?"

"એટલે કે તને જે પરણે તે છોકરી નસીબદાર જ હોય, જેણે પાંચે આંગળીએ શંકર ભગવાનને પૂજ્યા હોય તેને તારા જેવો પતિ મળે."

"બસ, બસ હવે મસ્કા મારવાનું રહેવા દે. તારે જ અનુષ્કા સાથે મારી વાત ચલાવવાની છે."

શરૂઆત એક સંબંધની 135

"વાત ચલાવવાની છે એટલે?"

ધવલને ચૂપ થઈ ગયેલો જોઈને સાહિલને મજાક સૂઝી,

"હું તો યાર, 'શોલે'માં જય જે રીતે વીરૂ માટે બસંતીનું માગું લઈને જાય છે, તે રીતે વાત ચલાવીશ."

ધવલ મજાકના મૂડમાં નહોતો. "સાહિલ, તું 'શોલે'ની વાત કરે છે, પણ મને તો અત્યારે સંગમનો રાજ કપૂર યાદ આવે છે. જિંદગી કે દો હી તો સહારે હૈ... ગોપાલ જૈસા દોસ્ત ઔર રાધા જૈસી મહેબૂબા." સાહિલે સુધાર્યું. "સાહિલ જૈસા દોસ્ત ઔર અનુષ્કા જૈસી મહેબૂબા."

બંને મિત્રો હસતાં હસતાં છૂટા પડ્યા.

હા... સાહિલના ખભા ઉપર ધવલના પ્રેમના એકરારની વાત અનુષ્કાને પહોંચાડવાનો એક નવો ભાર આવી પડ્યો હતો!

બસ માત્ર યોગ્ય સમય અને તકની રાહ જોવાની હતી. અલબત્ત સાહિલને બહુ રાહ ન જોવી પડી. યોગ્ય તક તરત જ આવી ગઈ!

સાહિલ ઑફિસમાં કમ્પ્યૂટર ઉપર માર્કેટિંગના ફિગર નાંખવામાં કાર્યરત હતો ત્યાં જ રિસેપ્શનિસ્ટે તેને બૂમ પાડી. ચમકીને સાહિલે જોયું તો કાચના દરવાજાની બહાર અનુષ્કા ઊભી હતી.

સાહિલ તરત જ બહાર આવ્યો. "અનુ... તું અહીં?"

"હા... સાહિલ. તને સરપ્રાઇઝ આપવાની ઇચ્છા થઈ ગઈ." સાહિલે નોંધ્યું કે લાલ ડ્રેસમાં અનુષ્કા આજે તાજા ખીલેલા ગુલાબ જેવી તાજગીસભર લાગતી હતી. તેની સાદગી તેની સુંદરતામાં વધારો કરતી હતી.

"ચાલ અનુ, આપણે કેન્ટીનમાં બેસીએ."

"તું તો કહેતો હતો ને કે તારે માર્કેટિંગમાં બહાર વધારે ફરવાનું હોય છે."

"હા, બસ થોડીવારમાં મારે નીકળવાનું જ હતું. તું બેસ, હું હમણાં આવ્યો." ઝડપથી કામ આટોપીને સાહિલ અનુષ્કા સાથે લિફ્ટમાં નીચે આવ્યો. રસ્તા ઉપર પુષ્કળ ટ્રાફિક હતો. રસ્તો ક્રૉસ કરવા માટે અનુષ્કાએ સાહિલનો હાથ પકડી લીધો ત્યાં એકાએક સામેથી આવનાર વ્યક્તિને જોઈને બંને ચમક્યાં!

પ્રકરણ-3

સાહિલ અને અનુષ્કાએ જોયું કે સામેથી ધવલ રસ્તો ક્રૉસ કરીને તેમના તરફ આવી રહ્યો હતો. ધવલને જોઈને અનુષ્કાના હાથની પક્કડ વધુ મજબૂત થઈ ગઈ હતી. સાહિલે પોતાનો હાથ અનુષ્કાના હાથમાંથી છોડાવવાનો પ્રયત્ન કર્યો પણ તેમાં તેને સફળતા ન મળી.

"શું વાત છે... બંને ક્યાં ઊપડ્યાં?" ધવલે મજાકના મૂડથી પૂછ્યું.

"બસ યાર, આજે અનુષ્કા સરપ્રાઇઝ આપવા માટે ઑફિસે આવી ગઈ અને જસ્ટ અમે નીચે ઊતર્યાં જ... સારું થયું ધવલ તું મળી ગયો. આપણે સાથે જ બહાર જઈએ."

"ના યાર, મારે તો ઉતાવળ છે. સામેના બિલ્ડિંગમાં જ મારે ઇન્ટરવ્યૂ આપવા જવાનું છે, પણ મેં સોંપેલું કામ તને યાદ છે ને?" ધવલે આંખ મિચકારી.

"હા... હા... આજે જ થઈ જશે." સાહિલે પોતાના ઉદાસ ચહેરા ઉપર સ્મિત લાવવાની કોશિશ કરી.

"OK બાય... અનુ" ધવલ ઝડપથી અદૃશ્ય થઈ ગયો. અનુષ્કાને જાણે કે હાશ થઈ.

"બોલ ક્યાં જઈશું?" સાહિલે પોતાનો હાથ અનુની ઢીલી પડેલ પકડમાંથી છોડાવતાં પૂછ્યું.

"એ જ જગ્યાએ જૂહુ બીચ ઉપર, જ્યાં આપણે છેલ્લે બેઠાં હતાં."

"OK" સાહિલે ટૂંકમાં પતાવ્યું.

એકાદ કલાકમાં તો જૂહુ બીચ પર બંને પહોંચી ગયાં. ઊછળતા સમુદ્રને તાકીને અનુષ્કા ધીમેથી બોલી, "સાહિલ, મને એક રોગ થયો છે."

"કેવો રોગ?" સાહિલ ચમક્યો.

"પ્રેમરોગ" અનુષ્કાએ સાહિલના ખભા ઉપર માથું ઢાળી દીધું.

સાહિલને અત્યારે ધવલ યાદ આવતો હતો. તેણે થોડો ખસવાનો પ્રયત્ન કર્યો. પોતે હજુ ધવલ માટે વાતની કંઈક શરૂઆત કરે તે પહેલાં જ અનુષ્કાએ આક્રમણ કરી દીધું હતું.

"સાહિલ, હું તારી સાથે લગ્ન કરવા માગું છું."

સાહિલનો ઉદાસ ચહેરો વધુ ઉદાસ થઈ ગયો. "અનુ, પ્રેમ એ કોઈ રોગ નથી અને લગ્ન તેની દવા નથી, અન્ડરસ્ટેન્ડ?"

"પણ મને લાગે છે કે લગ્ન જ મારા રોગની દવા છે."

"તો પછી એક કામ કર, જો લગ્ન જ તને દવા લાગતી હોય તો ધવલ સાથે લગ્ન કરી લે."

"ધવલ સાથે કેમ?" અનુષ્કાએ મોં ફુલાવ્યું.

"કારણ કે નાનપણથી જ તે તને દિલોજાનથી ચાહે છે."

"અને તું?" અનુષ્કાએ સાહિલની આંખમાં આંખ પરોવી.

સાહિલે ઊછળતા સમુદ્ર સામેથી નજર હટાવ્યા વિના કહ્યું, "મેં તને ક્યારેય એ નજરે જોઈ જ નથી."

"તો હવે જોવાનું શરૂ કરી દે." અનુષ્કાએ રોમૅન્ટિક અદાથી કહ્યું.

શરૂઆત એક સંબંધની 137

"અનુષ્કા, મારા જીવનમાં નાનપણથી જ ઘણી સમસ્યાઓ છે. હવે હું કોઈ નવી સમસ્યા ઊભી કરવા માંગતો નથી."

અનુષ્કાનો ચહેરો ગુસ્સાથી લાલ થઈ ગયો. "જો સાહિલ, સમસ્યા દરેકના જીવનમાં હોય જ છે. માણસે સમસ્યા સાથે જીવતાં શીખી લેવું જોઈએ. ઉદાસીનતાની ચાદર ઓઢીને જીવવાનો અર્થ પણ શું છે?"

"પણ ધવલ તને દિલથી ચાહે છે. તે તને ખરેખર સુખી કરી શકશે. માણસે સુખી થવા માટે લગ્ન તો તેની સાથે જ કરાય જે પોતાને ચાહતું હોય!"

"મારે તારી સલાહની જરૂર નથી." અનુષ્કાએ મોઢું ચડાવ્યું.

સૂર્યાસ્ત થઈ રહ્યો હતો. બંને વચ્ચે અતૂટ મૌન પથરાઈ ચૂક્યું હતું. બંનેનાં હૃદયમાં ભારેલો અગ્નિ હતો જે સમુદ્રનાં ઊછળતાં મોજાં કરતાં વધારે તેજ હતો!

* * *

"અરે, ઓ સાહિલ... છેલ્લા ચાર દિવસથી ક્યાં ગાયબ હતો?" ધવલનો અવાજ સાંભળીને સાહિલ ઊભો રહ્યો. "શું કરું યાર... ઓફિસમાં સખત કામ અને માર્કેટિંગની દોડધામને કારણે દિવસ ક્યાં પૂરો થઈ જાય છે, તેની ખબર જ નથી પડતી."

"ચાલ આપણે સામે બેસીએ." સામે આવેલી ચાની લારી પાસેના બાંકડા ઉપર બંને બેઠા.

સાહિલને ગુમસૂમ જોઈને ધવલને અંદાજ તો આવી જ ગયો કે કદાચ અનુષ્કાએ પોતાની પ્રપોઝલ ઠુકરાવી હશે.

"શું થયું સાહિલ પેલી વાતનું?"

"મને લાગે છે કે હવે તું અનુષ્કાને ડાયરેક્ટ પ્રપોઝ કરી જો, કદાચ તે માની જાય તો..."

"વાંધો નહીં, આવતા અઠવાડિયે વાત. આજે રાત્રે તો હું મામાના ઘરે અમદાવાદ જઉં છું. નોકરીનું પણ પાકું થઈ જાય તેવી શક્યતા છે."

"વેરી ગૂડ..." સાહિલે ચાનો કપ નીચે મૂક્યો અને ઉદાસ ચહેરે ધવલની સામે જોઈ રહ્યો.

"યાર, તું વેરી ગૂડ શબ્દ બોલે છે. તારા અવાજમાં સહેજ પણ ઉત્સાહ દેખાતો નથી. ક્યાં સુધી આટલા સોહામણા ચહેરાને ઉદાસ બનાવીને ફર્યા કરીશ?" ધવલે સાહિલની આંખમાં જોયું. સાહિલ શૂન્યમસ્ક નજરે તેને તાકી રહ્યો.

"યાર, સાચું કહું તારી આટલી બધી ઉદાસીનતા મારાથી જોવાતી નથી. બાળપણમાં પડેલ દુ:ખને ભૂલીને નવેસરથી જિંદગી આનંદથી જીવવાની કોશિશ

કર. વેદના છોડી સંવેદનાનો માણસ બને તો સારું... બને તો સારી છોકરીના પ્રેમમાં પડી જા... તારી દુનિયા જ બદલાઈ જશે."

"એટલે?" સાહિલે પૂછ્યું.

"એટલે એમ કે જો હું અનુને પ્રેમ કરું છું તો કેટલો આનંદમાં રહું છું. હજુ તો મેં મારી પ્રપોઝલ અનુ સુધી રૂબરૂમાં આમને સામને આવીને પહોંચાડી પણ નથી, તો પણ મને લાગે છે કે આ દુનિયામાં મને સમજે તેવું કોઈક મળી ગયું છે."

"સાહિલ, તારી બાબતમાં પણ મને લાગે છે કે તારા દુઃખમાં દુઃખી થાય તેવું પાત્ર તારા જીવનમાં પ્રવેશે તો તને જીવન માણવા જેવું લાગશે."

"એમ તો ધવલ, તું મારા સુખદુઃખનો સાથી છો જ ને?"

"અરે યાર, હું તો છું જ પણ યુવાનીમાં કોઈપણ છોકરીનું આગમન જ છોકરાના જીવનમાં વસંત લાવી શકે!"

"મારે તો તું છે તે જ કાફી છે."

"તો શું તારે મારી સાથે લગ્ન કરવા છે?" ધવલે મજાક કરી, "તો પછી અનુ ડાર્લિંગનું શું થશે?"

"ધવલ, તું અનુ સાથે લગ્ન કર અને મારો સહારો બનીને અત્યારે જેમ છો તેમ જ રહેજે."

"હા... યાર હવે તો કાયદો પણ તેમ કરવાની છૂટ આપે છે!" ધવલ હવે ખરેખર મજાક કરવાના મૂડમાં હતો.

"યાર, તું મજાક કરે છે પણ હું સિરિયસલી કહું છું. કોઈ પણ પુરુષના જીવનમાં સ્ત્રી આવે એટલે અપેક્ષાઓની આંધી આવતી હોય છે. પુરુષ તેની અપેક્ષા સંતોષવામાં સહેજ પણ કાચો પડે તો તે આંધી વાવાઝોડું બનીને પુરુષ ઉપર ત્રાટકે છે અને પુરુષને પાયમાલ કરી નાંખે છે! પરિણામે સમસ્યાઓની વણજાર શરૂ થાય છે. તું તો જાણે જ છે ને કે મારા બાપની જિંદગી પાયમાલ કરનાર મારી નવી મા જ છે. તેને કારણે જ મારો બાપ દારૂના રવાડે ચડી ગયો."

સાહિલને વધારે પડતો ઢીલો પડી ગયેલો જોઈને ધવલે કહ્યું, "યાર માર્કેટિંગ માટે આટલાં બધાં દવાખાનાંમાં અને ઓફિસોમાં ફરતો હોય છે, કોઈ સ્ટાફની રૂપાળી છોકરી તને દેખાતી જ નથી જે તને સમજી શકે?"

"દેખાય છે, પણ મારા જીવનમાં વસંતનું આગમન લાવી દે તેવી કોઈ નથી દેખાતી." સાહિલે ધવલના ખભા ઉપર ધબ્બો માર્યો.

"મળશે... મળશે... શોધવાથી તો ભક્તને ભગવાન પણ મળી જતા

હોય છે.” ધવલે પૂરેપૂરા આત્મવિશ્વાસ સાથે સાહિલ સાથે હાથ મિલાવ્યા.

બંને મિત્રો છૂટા પડ્યા. સાહિલને સ્વપ્નમાં પણ ખ્યાલ નહોતો કે તેના જીવનમાં વસંત બેસાડવા માટે કોઈક સુંદર વ્યક્તિનું આવતીકાલે જ આગમન થવાનું છે!

પ્રકરણ-4

આજે સાહિલ સવારથી જ બૅગ લઈને માર્કેટિંગ માટે નીકળી પડ્યો હતો. વિરાર પાસે બનેલાં નવાં મકાનોથી આગળ એક લેડી ડૉક્ટરનું બેઠા ઘાટનું દવાખાનું હતું. કંપનીએ આપેલું નામ ડૉ. પ્રતિભાબહેન વૈષ્ણવ. તેણે બૉર્ડ પર કન્ફર્મ કર્યું અને દવાખાનાની અંદર પ્રવેશ્યો. બહાર એક બોખો માણસ બેઠો હતો. સાહિલે પોતાનું કાર્ડ તેને આપ્યું એટલે તે તરત કૅબિનમાં જઈને લેડી ડૉક્ટરને આપી આવ્યો. દસેક મિનિટ પછી બેલ વગાડીને મેડમે પેલા બોખા પટાવાળાને સાહિલને અંદર મોકલવાની સૂચના આપી. સાહિલ બૅગ સાથે કૅબિનમાં પ્રવેશ્યો ત્યારે તેણે જોયું કે A.C. કૅબિનમાં ડૉક્ટરની ખુરશી ઉપર જાણે કે સંગેમરમરની કોઈ મૂર્તિ બેઠેલ હતી. ઉંમર હશે કદાચ પચ્ચીસ... પાંત્રીસ કે ચાલીસ... તેમના ચહેરા ઉપરથી સાચી ઉંમરનો કોઈ ક્યાસ કાઢી શકાય તેમ નહોતો. ગોરો વર્ણ, નમણો ખૂબસૂરત ચહેરો અને ડાર્ક બ્લ્યુ કલરના ડ્રેસમાં ડૉક્ટર ખરેખર કોઈ પરી જેવાં લાગતાં હતાં! સાહિલને ઇશારાથી મેડમે બેસવાનું કહ્યું ત્યારે સાહિલે A.C. કૅબિનમાં પણ જાણે કે પરસેવો વળી ગયો હતો!

“બોલો...” મેડમે સસ્મિત ચહેરે સાહિલનું કાર્ડ હાથમાં રમાડતાં રમાડતાં કહ્યું.

સાહિલે નોંધ્યું કે મેડમનું જેવું રૂપ હતું તેના કરતાં તો અનેકગણો વધારે મીઠો અવાજ હતો. ‘બોલો’ શબ્દમાં આત્મીયતાનો રણકાર હતો.

સાહિલે બૅગમાંથી બ્રોશર અને દવાનાં સૅમ્પલ કાઢીને પ્રોડક્ટ વિશે સમજાવવાનું ચાલુ કર્યું.

સાહિલે ખાસ નોંધ લીધી કે મેડમ પોતાની સામે એકીટશે જોઈ રહ્યાં હતાં. સાહિલે દશેક મિનિટમાં માંડ માંડ પોતાની દવાની પ્રોડક્ટ વિશેનું વકતવ્ય પૂરું કર્યું. દવાનાં સૅમ્પલ મેડમને આપીને સાહિલ આખરે દવાખાનાની બહાર નીકળીને ટાઇ થોડી ઢીલી કરીને ‘હાશ’ એમ બોલ્યો અને તેની નજર દવાખાનાની ખુલ્લી બારી ઉપર પડી તો મેડમ તેની સામે જ જોઈ રહ્યાં હતાં! હવે સાહિલનું હૃદય ખરેખર એક નહીં પણ અનેક ધબકારા ચૂકી રહ્યું હતું. આવો અનુભવ સાહિલ માટે પ્રથમ હતો. તે રાત્રે સાહિલ ઊંઘી ન શક્યો. જે

મેડમને તેણે પહેલી જ વાર જોયા હતા તે આટલી આત્મીયતાપૂર્વક પોતાની સામે આંખમાં આંખ મેળવીને શા માટે જોતા હતા? સવાર સુધી સાહિલને ઊંઘ ન આવી પણ મેડમના ત્રાટકને સમજવા માટે તે અસમર્થ હતો! બે-ત્રણ દિવસ વીતી ગયા. પછી સાહિલને ફરીથી વિરારમાં માર્કેટિંગ માટે જવાનું થયું ત્યારે ડૉ. પ્રતિભાબહેન વૈષ્ણવના દવાખાને પણ ગયો. અંદર કોઈ પેશન્ટ હતું. બહાર બોખો પટાવાળો હાજર હતો. સાહિલે તેની સાથે વાત કરવાની કોશિશ કરી જોઈ અને નોંધ્યું કે બોખો પટાવાળો વાતોડિયો હતો. વાત વાતમાં સાહિલે જાણી લીધું કે છેલ્લાં ચારેક વર્ષથી મેડમે અહીં દવાખાનું કર્યું છે. મૂળ વડોદરામાં મેડમના લગ્ન થોડાં વર્ષ પહેલાં એક નાગર ડૉક્ટર સાથે થયાં હતા. ડૉક્ટરને અમેરિકાનું ઘેલું લાગ્યું હતું અને મેડમને ઇન્ડિયામાં જ સેવા કરવાની ઇચ્છા હતી. આ વાતનું ઘર્ષણ જ છેવટે બંને વચ્ચે છૂટાછેડાનું કારણ બન્યું હતું અને ડૉક્ટર અમેરિકામાં સ્થાઈ થઈ ગયા હતા. મેડમ વિરારમાં જ રહેતાં હતાં અને દવાખાનું પણ ખાસ ગરીબ દર્દીઓને મદદરૂપ થવાય તેવી ભાવનાથી તદ્દન વાજબી ભાવે દવા આપીને ચલાવતાં હતાં.

પેશન્ટ નીકળ્યું એટલે મેડમે બેલ મારી. બોખાએ તરત સાહિલને ઇશારાથી અંદર જવાનું કહ્યું. સાહિલ મેડમની A.C. કૅબિનમાં ગયો એટલે મેડમે તેમના દાડમની કળી જેવા દાંત દેખાય તે રીતે સ્મિત કર્યું અને સાહિલને બેસવા માટે ઇશારો કર્યો.

સાહિલે એક પછી એક બ્રોશર અને દવાઓનાં સેમ્પલ મેડમના ટેબલ ઉપર મૂકતાં મૂકતાં ડેમોન્સ્ટ્રેશન કર્યું. સાહિલે આ વખતે ખાસ નોંધ્યું કે મેડમનું ધ્યાન પોતાના ચહેરા ઉપરથી એક ક્ષણ માટે પણ હટતું નહોતું. જાણે કે મેડમ પોતાની આંખમાં જોઈને રીતસરનું ત્રાટક જ કરી રહ્યાં હતાં! દશેક મિનિટમાં સાહિલે દશેક વાર પોતાની નજર ફેરવી લીધી પણ મેડમે એક પણ વાર તેમ કર્યું નહિ. મેડમના ચહેરા ઉપરથી નજર હટાવવી સાહિલ માટે પણ અઘરું જ હતું, પણ સુરુચિનો ભંગ થાય તે હેતુથી પોતે સામું ત્રાટક કરવા માટે અસમર્થ હતો. બાકી સાહિલનું ચાલે તો ચોવીસ કલાક મેડમના લાવણ્યભર્યા ચહેરાને નજરથી માણ્યા કરે!

વળી, આ વખતે મેડમે બીજી પણ એક હદ કરી નાખી. તેમણે સાહિલને પાછળ મૂકેલા જગમાંથી બે કપમાં કૉફી કાઢીને એક કપ કૉફીની ઑફર કરી. સાહિલ માટે આ વધારે અચરજની વાત હતી. કારણ કે છેલ્લા ત્રણેક માસથી તેને MR તરીકને અનુભવ હતો. હજુ સુધી કોઈ ડૉક્ટરે ચા-કૉફી તો બહુ દૂરની વાત, પણ પાણીનું પણ પૂછ્યું નહોતું.

સાહિલે વિવેક કરવાના ના પાડી તો...

મેડમે આગ્રહ કરતાં કહ્યું, "કૉફી પીવાનો મારો સમય થયો જ છે. આપણે સાથે પીએ."

હવે સાહિલ ના ન પાડી શક્યો.

કૉફી પીતાં પીતાં મેડમે સાહિલને જે પ્રશ્નો પૂછ્યા તે વધારે અચરજ પમાડે તેવા હતા.

સાહિલ કઈ સ્કૂલમાં ભણ્યો છે, B.Sc. કઈ કૉલેજમાં કર્યું, આ કંપનીમાં ક્યારથી જોઇન થયો છે વગેરે એવા પ્રશ્નો હતા, જે સામાન્ય રીતે કોઈ ડૉક્ટર પોતાને ત્યાં આવેલ MRને ક્યારેય ન પૂછે!

વળી આ પ્રશ્નોતરી દરમિયાન મેડમનું ત્રાટક તો ચાલુ જ હતું. સાહિલને એટલો તો ખ્યાલ આવી જ ગયો કે કે મેડમને કોઈ પણ પ્રોડક્ટ કરતાં સાહિલના ચહેરામાં અને કદાચ આંખોમાં જ વધારે રસ હતો! સાહિલ ઝડપથી બહાર નીકળ્યો ત્યારે પેલો બોખો પટાવાળો તેની સામે રહસ્યમય રીતે હસ્યો.

સાહિલને માટે તે રાત્રે તો ઊંઘવું તદ્દન અશક્ય હતું. તેને ધવલની સખત ખોટ લાગતી હતી. ધવલ હોત તો મેડમની વાત તેની સાથે શેર કરી શકાત. ફોન ઉપર આવી વાત કરવાની મજા ન આવે.

સાહિલે ઊંઘવાનો ઘણો પ્રયત્ન કર્યો, પણ જ્યાં આંખ બંધ કરી નથી કે મેડમનો રૂપાળો ચહેરો દેખાયો નથી!

સાહિલને તો તે વાતની પણ નવાઈ લાગતી હતી કે આટલો સુંદર તાજમહાલ છોડીને તેમના પતિ માત્ર પૈસા માટે અમેરિકા ભાગી ગયા? કેટલા માણસો નસીબદાર હશે જેમને આવી સુંદર પત્ની મળતી હશે? વળી જ્યારે બોલે ત્યારે તો જાણે કે રૂપાની ઘંટડીઓ વાગતી હોય તેવું જ લાગે!

સાહિલે બેચેનીમાં ત્રણેક દિવસ ગાળ્યા ત્યાં તો એકવાર અચાનક તેના આશ્ચર્યમાં વધારો થાય તેવો બનાવ બન્યો.

તે દિવસે કંપનીમાં સાહિલ કાર્યરત હતો ત્યાં જ રૂપાળી રિસેપ્શનિસ્ટે તેને ફોનનું રિસીવર આપતાં કહ્યું, "સાહિલ, તારો ફોન છે."

સાહિલે રિસીવર કાને લગાડ્યું તો રૂપાની અનેક ઘંટડીઓનો નાદ તેમાં સંભળાઈ રહ્યો હતો. સાહિલ યંત્રવત હા... હા... કર્યે જતો હતો અને તેના પગ નીચેથી જાણે કે ધરતી સરકી રહી હતી. રિસીવર ક્રેડલ ઉપર મૂકીને સાહિલ પોતાની જગ્યાએ આવ્યો અને મનને માંડ માંડ શાંત કર્યું. ત્યારે તેને ખ્યાલ આવ્યો કે ડૉ. પ્રતિભા મેડમનો ફોન હતો અને આ રવિવારે સવારે પોતાના ઘરે આવવાનું આમંત્રણ આપ્યું હતું. કયા રસ્તે દવાખાના પાછળના ભાગમાંથી ઘરે આવી શકાશે તેનો પરફેક્ટ રસ્તો તેમણે ફોનમાં સમજાવ્યો હતો!

મેડમે પોતાના ઘરે શા માટે બોલાવ્યો હશે? સાહિલના મનમાં અનેક વમળો ઊભરાઈ રહ્યા હતા!

પ્રકરણ-5

આજે શનિવાર હતો. મંગળવારે મેડમનો સાહિલ ઉપર ફોન આવ્યો અને તેને મળવા માટે રવિવારે પોતાના ઘરે બોલાવ્યો હતો ત્યાર પછી સાહિલની મનોદશા બગડી ગઈ હતી. છેલ્લા ચાર દિવસથી સાહિલની ઊંઘ અને ભૂખ બંને ગાયબ થઈ ગયાં હતાં. પ્રેમમાં કદાચ આવું જ થતું હશે? આજે સવારે ધવલ પણ મુંબઈ પરત આવી ગયો હતો અને તેના આગ્રહથી સાહિલે અનુષ્કાને ફોન લગાવ્યો હતો. સદ્નસીબે ધવલ પાસે પૉઝિટિવ વિચારવા માટે અનુષ્કા સંમત થઈ ગઈ હતી, કારણ કે હવે તેને ખાતરી થઈ ગઈ હતી કે સાહિલ પીગળવાનો નથી. આખરે ત્રણે જણાં સાંજે જૂહુ બીચ ઉપર તેમના ફેવરિટ સ્થળે ઊછળતા સમુદ્રની સાક્ષીએ ભેગાં થયાં હતાં. ત્રણેની મનોદશા સમુદ્રમાં ઊછળતાં મોજાં કરતાં અનેકગણી વધારે ઊછળતી હતી!

ધવલને મનમાં લાગી રહ્યું હતું કે સાહિલે તેના માટે ઘણું કર્યું. સાહિલના મનમાં તો મેડમ સિવાય અત્યારે કશું હતું નહીં. તે માનસિક રીતે અહીં હતો જ નહીં, પરંતુ મેડમના વિચારોમાં જ ખોવાયેલો હતો. જ્યારે અનુષ્કાનું મન વિચારી રહ્યું હતું કે પોતે સાહિલ જેવો મિત્ર મેળવી શકી પરંતુ તેને જીવનસાથી ન બનાવી શકી. અલબત્ત, ધવલમાં કશું જ કહેવાપણું નહોતું પરંતુ સાહિલના બદલે ધવલ તેના જીવનનું મોટામાં મોટું સમાધાન હતું! જોકે અનુષ્કા જાણતી હતી કે જે વ્યક્તિને પ્રથમ દૃષ્ટિએ પ્રેમ કર્યો હોય તે કોઈક ભાગ્યશાળીને જ મળતી હોય છે, બાકી પ્રેમ એ સમાધાનનું બીજું નામ છે! લાખો કપલોનો જો સર્વે કરવામાં આવે તો મોટાભાગે દરેકના જીવનમાં એક એવું પાત્ર આવી ચૂક્યું હોય છે, જેની યાદને દફનાવીને જ દરેક યુગલો એકબીજાં સાથે જોડાયાં હોય છે! દામ્પત્યજીવન આવાં સમાધાનો ઉપર જ ટકી રહેતું હોય છે! જે વ્યક્તિ પ્રથમ પ્રેમને જેટલો વધારે ઊંડો દફનાવી શકે તે વ્યક્તિનું દામ્પત્ય તેટલું વધારે સુખી! ત્રણેય વચ્ચે મૌન પથરાયેલું હતું. હા સંભળાતો હતો માત્ર સાગરનો ઘૂઘવાટ!

ધવલે મૌન તોડતાં કહ્યું, “યાર, સાહિલ હવે તારે પણ અનુ જેવી જ સારી છોકરી પસંદ કરીને અમને સરપ્રાઇઝ આપવાની છે.”

સાહિલ વાત બદલવાના ઇરાદાથી બોલ્યો, “અત્યારે તો મને ભૂખ લાગી છે.” સાહિલ અત્યારે મેડમ વિશે કોઈ જ વાત કરવા નહોતો માગતો. કારણ કે મેડમ પોતાના કરતાં ઉંમરમાં મોટાં છે અને આવતીકાલે મળે, કેવોક રિસ્પોન્સ આપે, લગ્ન માટે તૈયાર થાય છે કે નહીં તે કન્ફર્મ કર્યા પછી જ આ વાત જાહેર થઈ શકે તેમ હતી.

મેડમની યાદ માત્રથી સાહિલના ચહેરા ઉપર લાલી અને આંખોમાં ચમક

આવી ગઈ. હા, એ જ આંખો જેની સામું જોઈને મેડમ ત્રાટક કરતાં હતાં! કાલે તો કદાચ મેડમ તે આંખોને ચૂમી પણ લે... જો તેમ થશે તો સાહિલ આગળ વધવાની એક પણ તક જતી નહીં કરે. માણસ જ્યારે વિચારોના ઘોડાને લગામ ન દે તો વાસનાના ઘોડાપૂર તેના ચિત્તતંત્રને કેટલી હદે ભરડો લઈ લેતાં હોય છે, તેનો અહેસાસ અત્યારે સાહિલને થઈ રહ્યો હતો! એકવીસ વર્ષની ઉંમરે આ વાત તદ્દન સામાન્ય પણ હતી!

આખરે રવિવારની સવાર પડી ખરી. આજે સાહિલે સ્નાન કરવામાં વધારે સમય લીધો. પોતે મેડમ પાસે ઉંમરમાં મોટો દેખાય તે માટે જીન્સના પેન્ટને બદલે ટેરિકોનનું ખૂલતું પેન્ટ અને પ્લેન સફેદ શર્ટ પહેર્યું. અરીસા સામે ઊભો રહીને પોતાના છેલ્લા બર્થ-ડે વખતે ધવલે ગિફ્ટમાં આપેલ પરફ્યુમની બૉટલ અત્યારે સાહિલે ખાલી કરી નાંખી. અરીસામાં ડોકાઈ રહેલા મેડમના પ્રતિબિંબના આભાસને કારણે પોતે ઉત્તેજિત થઈ રહ્યો હતો કે પરફ્યુમની સુગંધને કારણે તે અત્યારે નક્કી કરવું મુશ્કેલ હતું!

ફાસ્ટ ટ્રેન પકડીને સાહિલ વિરાર સ્ટેશને ઊતર્યો ત્યારે સાડા નવ વાગી ચૂક્યા હતા. વરસાદી વાતાવરણ હતું તેથી તડકો ખાસ નહોતો. રવિવારને હિસાબે ટ્રેનમાં ભીડ ઓછી હતી, પરિણામે કપડાંની ક્રિઝ અને પરફ્યુમની સુવાસ અકબંધ હતાં! મેડમે ફોનમાં સમજાવેલ એડ્રેસ તરફ જવા માટે જેટલી ગતિથી તેણે પગ ઉપાડ્યા, તેના કરતાં અનેકગણી વધારે ગતિએ તે મનથી મેડમ પાસે પહોંચી ચૂક્યો હતો! જાણે કે મેડમનો રૂપાળો ચહેરો તેની હથેળીમાં હતો અને સંગેમરમર જેવું રૂપ પોતાને બાહુપાશમાં જકડી લેવા માટે તલપાપડ હતું! એકવીસ વર્ષનો યુવાન જે અત્યાર સુધી સ્ત્રી સ્પર્શથી વંચિત હતો તે સ્પર્શની કલ્પના માત્રથી રોમાંચિત અને ઉત્તેજિત થતો જતો હતો! અત્યારે વિચારોને બ્રેક લગાવવી સાહિલ માટે અઘરું કામ હતું! આખરે એક બેઠાઘાટના મકાન પાસે પહોંચીને સાહિલે નેઇમપ્લેટ વાંચી ત્યારે જ વિચારોને બ્રેક લાગી. સાહિલ બેલ વગાડવા આગળ વધ્યો ત્યાં જ મેડમે દરવાજો ખોલ્યો. જાણે કે તે સાહિલની જ રાહ જોઈ રહ્યા હતા!

"આવ સાહિલ..." રૂપાની ઘંટડીઓ વાગી. મેડમે સફેદ કલરનો ડ્રેસ પહેર્યો હતો.

ડ્રોઇંગરૂમમાં સોફા ઉપર બેસવાનો ઇશારો કરીને મેડમ અંદર ગયાં.

સાહિલ ડ્રોઇંગરૂમના સાદગીભર્યા પરંતુ સુંદર રીતે સજાવેલું ફર્નિચર જોઈ રહ્યો.

મેડમ ટ્રેમાં પાણી લઈને આવ્યાં અને ટિપાઈ ઉપર ટ્રે મૂકીને સામેના સોફા ઉપર બેઠાં.

સાહિલ સમજી ગયો કે કોઈ નોકર હાજર નથી. કદાચ મેડમે આજે

રજા આપી હશે જેથી કોઈ વિક્ષેપ ન પડે.

સાહિલે અડધો ગ્લાસ પાણી પીધું... દરમિયાનમાં નોંધ્યું કે મેડમનું ત્રાટક ચાલુ થઈ ચૂક્યું હતું. આ વખતે સાહિલે પણ શરમ મૂકીને મેડમની સામે જોવાનું ચાલુ રાખ્યું. કોણ નજર પહેલાં ઝુકાવશે કે હટાવશે તે નક્કી કરવું મુશ્કેલ થઈ ચૂક્યું હતું. અચાનક મેડમે જ નજર હટાવી અને સાહિલને પોતાની પાછળ અંદરના રૂમમાં આવવા જણાવ્યું. સાહિલ રોમાંચિત અવસ્થામાં યંત્રવત્ મેડમની પાછળ દોરવાયો. અંદરના રૂમમાં જઈને જોયું તો સાહિલ સ્તબ્ધ થઈ ગયો. સામેની દીવાલે આબેહૂબ પોતાના જેવા જ ચહેરાવાળો મોટો ફોટોગ્રાફ દીવાલમાં લગાવેલ હતો. તેની ઉપર હાર ચઢાવેલ હતો.

આ મારા અઢાર વર્ષના પુત્ર પૂજનનો ફોટો છે, જે પાંચ વર્ષ પહેલાં રોડ અકસ્માતમાં મૃત્યુ પામ્યો છે. હવે તું સમજી ગયો હોઈશ સાહિલ કે હું કેમ તારા ચહેરા સામેથી નજર નહોતી હટાવી શકતી?

સાહિલે જોયું કે ફોટામાંનો ચહેરો નાક, નકશો... ભાવવાહી આંખો આબેહૂબ પોતાના ચહેરાને મળતું જ બધું આવતું હતું. તે સમજી ગયો કે મેડમ પોતાનામાં પોતાના મૃત પુત્ર પૂજનને જોઈ રહ્યાં હતાં!

"સાહિલ, તું મને એટલો હક્ક આપીશ કે હું તને મારો પુત્ર માની શકું?" મેડમે સજળ નેત્રે પૂછ્યું.

સાહિલને ધરતી માર્ગ આપે તો સમાઈ જવાની ઇચ્છા થઈ ગઈ. સાહિલ પોતાના હલકા વાસનાસભર વિચારોને કારણે પોતાની જાતને મનોમન ધિક્કારવા લાગ્યો. પોતે જીવનમાં ક્યારેય માનો પ્રેમ મેળવ્યો નહોતો. પરિણામે એક માના પવિત્ર પ્રેમને સમજવામાં કેટલી મોટી ગેરસમજ કરી બેઠો હતો તેનો તેને અહેસાસ થવા લાગ્યો. સાહિલ એક શબ્દ પણ બોલવા માટે અસમર્થ હતો. તે ઝડપથી મેડમના પગમાં પડ્યો. મેડમે તેને પકડીને ઊભો કર્યો અને તેની આંખમાં જોયું ત્યારે મેડમની આંખમાં ગુમાવેલા પુત્રની યાદમાં થીજી ગયેલાં આંસુ હતાં, જ્યારે સાહિલની આંખમાં વર્ષો પછી મળેલ 'મા' માટેના આંસુ કરતાં વધારે પશ્ચાત્તાપના આંસુ હતા! મેડમે ફોટા પાસે અગરબત્તી સળગાવી, જેની પવિત્ર સુવાસમાં સાહિલે છાંટેલા પરફ્યુમની સુવાસ ઓગળી ચૂકી હતી! એક પવિત્ર વાતાવરણમાં માતા-પુત્રના પવિત્ર સંબંધની શરૂઆત થઈ ચૂકી હતી!

■

જન્મટીપ

પ્રકરણ-1

આજે સમગ્ર દેશની જનતાને અને ખાસ કરીને મોહમયી મુંબઈ નગરીની પ્રજાને ઉત્કંઠા હતી, જિજ્ઞાસા હતી કોર્ટનાં ચુકાદા અંગેની! હા... આજે હિન્દી ફિલ્મોના સુપરસ્ટાર રાજદીપની કિસ્મતનો ફેંસલો હતો! પત્ની સીમાના ખૂનનો એકરાર તેણે કરી લીધો હતો. છેલ્લાં પાંચ વર્ષથી હિન્દી ફિલ્મ ક્ષેત્રે રાજદીપનું એકચક્રી શાસન હતું. લાખો યુવા દિલોની તે ધડકન હતી! રાજદીપની સ્ટાઇલનાં કપડાં પહેરવાનાં હોય કે તેની સ્ટાઇલમાં ઊઠવું, બેસવું, બોલવું યુવાનો એ જાણે કે દિલોજાનથી સ્વીકારી લીધું હતું! યુવાન છોકરીઓને પણ રાજદીપનો એટલો જ ક્રેઝ હતો લગભગ દરેક કૉલેજિયન છોકરીના સ્વપ્નનો રાજકુમાર રાજદીપ બની ચૂક્યો હતો! કદાચ એટલા માટે જ તો જ્યારે એક માસ પહેલાં રાજદીપના સીમા સાથેના લગ્નના સમાચાર પ્રેસવાળાઓએ છાપ્યા ત્યારે લાખો છોકરીઓએ ધરતીકંપનો આંચકો અનુભવ્યો હતો! વળી તેમના માટે રાજદીપના લગ્નનો આઘાત જેટલો મોટો હતો તેના કરતાં અનેકગણો મોટો આઘાત રાજદીપનાં લગ્ન સીમા જેવી સામાન્ય દેખાવવાળી, અજાણી અને બિન ફિલ્મી હસ્તિ સાથે થયો તે બાબતનો હતો! જો કે પાછળથી પત્રકારોએ ઘણી જહેમત ઉઠાવીને ફિલ્મી મૅગેઝિનોમાં એવી માહિતી પીરસી હતી કે લગભગ દશ-બાર વર્ષ પહેલાં સીમા રાજદીપ સાથે જ સ્કૂલમાં ભણતી હતી. કિશોર વયનો પ્રેમ હતો વગેરે... વગેરે...

અચાનક એક માસમાં એવું તો શું બની ગયું કે રાજદીપ જેવા સુપરસ્ટારને પત્નીનું ખૂન કરવું પડે. ફિલ્મી દુનિયામાં રાજદીપની છાપ એક સજ્જન વ્યક્તિ તરીકેની જ હતી. કોઈ જ હીરોઇન સાથે પણ તેનું નામ ક્યારેય ચગ્યું નહોતું. અરે તેની એક પણ ફિલ્મમાં રાજદીપે નૅગેટિવ રોલ નહોતો કર્યો. દરેક ફિલ્મમાં રાજદીપ સિદ્ધાંતવાદી, સત્યપ્રિય તથા સ્ત્રીદાક્ષિણ્યની ભાવનાવાળો જ હોય, પરિણામે જનતાના માનસપટ પર રાજદીપની ઇમેજ એક આદર્શ પુરુષની જ હતી! લગભગ એકાદ વર્ષ પહેલાં રાજદીપની 'અંતિમ ઇચ્છા' ફિલ્મ રિલીઝ થઈ હતી – જેના અંતમાં તેને ખોટી રીતે ફાંસીની સજા થાય છે અને ફાંસી

ઉપર લટકાવી પણ દેવામાં આવે છે. પ્રેક્ષકોને રાજદીપનું આ રીતનું મૃત્યુ પસંદ નહોતું. પરિણામે ઘણાં થિયેટરોમાં ભાંગફોડના બનાવ બન્યા હતા. ના છૂટકે તે ફિલ્મનો અંત બદલવો પડ્યો હતો! બદલાયેલા અંતવાળી ફિલ્મ જ્યારે ફરીથી રિલીઝ કરવામાં આવી ત્યારે બૉક્સ ઑફિસ પર સુપરહીટ નીવડી હતી! જો ફિલ્મમાં પણ પ્રેક્ષકો રાજદીપને ફાંસી પર લટકતો ન જોઈ શકે તો વાસ્તવિક જીવનમાં રાજદીપને ફાંસી થાય કે જન્મટીપની સજા થાય તે પબ્લિક કેવી રીતે સહન કરી શકે?

કોર્ટની બહાર આજે હજારો માણસોની ભીડ જમા થઈ છે. સવારના લગભગ દશ વાગ્યાનો સમય છે. TV ન્યૂઝ ચૅનલવાળા અને પ્રેસ ફોટોગ્રાફરો પણ યોગ્ય સ્થાન લઈને ગોઠવાઈ ગયા છે. અચાનક આગળ-પાછળ પોલીસની મોબાઇલ વાન વચ્ચે બંધ જીપમાં રાજદીપને લાવવામાં આવે છે. જીપની બહાર નીકળીને રાજદીપે ખુલ્લા આકાશ સામે જોયું. શિયાળાની સવારનાં સોનેરી કિરણોને કારણે ત્રણ-ચાર દિવસની વધેલી દાઢી હોવા છતાં રાજદીપનો ગોરો ચહેરો વધારે આકર્ષક અને સોહામણો લાગતો હતો! ભયંકર ધક્કામુક્કી વચ્ચેથી લગભગ પચાસ જેટલા પોલીસો દ્વારા રાજદીપને કૉર્ડન કરીને કોર્ટનું પ્રાંગણ વટાવીને કોર્ટ રૂમમાં આરોપીના કઠેડા સુધી પહોંચાડવામાં આવે છે. એકાએક જજ સાહેબ આવે છે. કોર્ટ રૂમમાં બેઠેલા તમામ લોકો ઊભા થઈને તેમને માન આપે છે. જજ સાહેબ સ્થાન ગ્રહણ કરે છે અને બધા પોતપોતાની સીટ ઉપર બેસી જાય છે. સમગ્ર કોર્ટ રૂમમાં સ્મશાનવત શાંતિનો સન્નાટો ફેલાઈ જાય છે! રાજદીપ જજ સાહેબની પાછળ લટકાવેલી લોલક વાળી ઘડિયાળ સામે શૂન્યમસ્ક નજરે તાકી રહે છે. ઘડિયાળનો ટીક-ટીક અવાજ અત્યારે ઘણો જ મોટો લાગી રહ્યો છે. કોર્ટ રૂમના સન્નાટાની વચ્ચે ઘડિયાળનો આવો અવાજ રાજદીપ આજે તેના જીવનમાં બીજી વાર અનુભવી રહ્યો છે. પહેલી વાર પણ તેણે આ અવાજ અધ્ધર શ્વાસે સાંભળ્યો હતો, જ્યારે તેની ઉંમર માત્ર સાત વર્ષની હતી! હા... તે વખતે પણ આવી જ એક કોર્ટ હતી. આવા જ એક જજ સાહેબ હતા અને આવી જ એક ઘડિયાળ હતી.

કોર્ટરૂમની ઘડિયાળના કાંટા ઊંધા ફરતાં-ફરતાં જાણે કે રાજદીપને વીસ વર્ષ પહેલાંના અતીતમાં લઈ જવા માટે મજબૂર કરી રહ્યા છે! એ સમયે માતા-પિતાના છૂટાછેડાનો કેસ હતો. એકાએક જજ સાહેબે છૂટાછેડા મંજૂર રાખ્યાનો ચુકાદો આપ્યો હતો. પિતા ખુશખુશાલ હતા કારણકે તેમને બીજા લગ્ન કરવા હતા. માતાને કંઈક અન્યાય થયો હતો. કોર્ટે ભરણપોષણ માટે અમુક રકમ આપવાનો પિતાને આદેશ કર્યો હતો – જે લેવાનો સ્વમાની

માતાએ સ્પષ્ટ ઇન્કાર કર્યો હતો! વિધુર હરિમામાના ખોળામાં બેઠો-બેઠો નાનકડો રાજદીપ માતાની આંખમાં આવેલાં આંસુનાં પૂરને જોઈ રહ્યો હતો. માતાની આંખના આંસુની ભિનાશ આજ-દિન સુધી રાજદીપના હૃદયમાં અકબંધ હતી! કોર્ટની બહાર નીકળતાં હરિમામા માતાને આશ્વાસન આપી રહ્યા હતા... "હશે, બહેન બધી લ્હેણા-દેણીની વાત છે, સમય જશે તેમ બધું સારું થઈ જશે. કાલે સવારે રાજ મોટો થઈ જશે." રસ્તો ક્રૉસ કરતાં માતાએ હરિમામાની આંગળીએથી રાજને પોતાની આંગળીએ લેવાનો પ્રયત્ન કર્યો. ત્યાં તો અચાનક એક ટ્રક પૂર ઝડપે આવી. માતાએ રાજને બીજી બાજુ ધક્કો મારીને દૂર હડસેલી દીધો અને ટ્રકની અડફેટના કારણે ઘાયલ માતાના માથામાંથી લોહી વહી રહ્યું હતું. હરિમામા હાંફળા-ફાંફળા દોડીને રાજને તેડીને માતા પાસે બેસી પડ્યા હતા. હરિમામાના ચહેરા ઉપર ગભરાટ સ્પષ્ટપણે વર્તાઈ રહ્યો હતો. માતાએ જોરથી તેમનો હાથ પકડી લીધો હતો અને મહા-પરાણે માત્ર એટલું જ બોલી શકી હતી, "રાજને તેના પિતાના પડછાયાથી પણ દૂર રાખજો ભાઈ." અને માતાએ દેહ છોડ્યો હતો!

દિવસો વીતતા ગયા. હરિમામા ટાઉનહૉલમાં પડદો પાડવાની સામાન્ય આવકવાળી નોકરી કરતાં હતા. મુંબઈમાં નાટકનો તે વખતે સુવર્ણયુગ ચાલી રહ્યો હતો. શાળા જીવન દરમ્યાન નાનપણથી જ રાજદીપ ટાઉનહૉલ ઉપર આવતો જતો અને વિસ્મયપૂર્વક નાટકના કલાકારોની સ્ટેજ ઉપરની અને પડદા પાછળની એમ બે અલગ-અલગ જિંદગીને નીરખી રહેતો! સ્ટેજ ઉપર મહાન બનનાર પાત્રને વાસ્તવિક જિંદગીમાં પડદા પાછળ દારૂના નશામાં એલફેલ બફાટ કરતા જોઈને રાજદીપને ચીતરી ચડતી હતી. સ્ટેજનું અને અભિનયનું આકર્ષણ તેને નાનપણથી જ થઈ ચૂક્યું હતું. તેણે મનોમન નક્કી કર્યું હતું કે જો કિસ્મત સાથ આપશે અને ભવિષ્યમાં પોતે સ્ટેજનો કે ફિલ્મનો કલાકાર બનશે તો ખરાબ કે નૅગેટિવ રોલ ક્યારેય નહીં જ કરે અને વાસ્તવિક જીવનમાં પણ હંમેશાં સારો જ રોલ કરશે, જેથી જીવનમાં દંભને કોઈ સ્થાન જ ન રહે! કિશોર વયના રાજદીપને ત્યારે તો ખ્યાલ નહોતો કે માણસ સંજોગોને નથી ઘડતો પરંતુ સંજોગો માણસને ઘડે છે! માણસને સારો કે ખરાબ બનાવવામાં સંજોગો કેટલો મોટો ભાગ ભજવી શકે છે તેનો અનુભવ તો રાજદીપને ભવિષ્યમાં લેવાનો હતો.

પ્રકરણ-2

"હરિમામા... હરિમામા" દરવાજાની બહારથી બૂમ પાડતો રાજદીપ ઘરમાં પ્રવેશે છે. હાથમાં નાનકડી ટ્રૉફી છે. ખાટલા ઉપર બેઠા બેઠા હરિમામા

રામાયણ વાંચી રહ્યા હતા. "જુઓ મામા, આ ટ્રૉફી મને સ્કૂલમાં નાટકમાં બેસ્ટ ઍક્ટરના રોલ માટે મળી છે." રાજદીપના ચહેરા ઉપરના આનંદને જોઈને મામા બોલ્યા, "ચાલો બેટા સરસ થયું પણ ભણવાનું છે હોં ને? માત્ર નાટક ચેટક કરવામાં કાંઈ દિ નહીં વળે."

રાજદીપે જવાબ આપ્યો, "મામા, નાટકના કલાકારો કરતાં હિન્દી ફિલ્મોના કલાકારોને ઘણાં વધારે પૈસા મળે છે. હું મોટો થઈને હિન્દી ફિલ્મોનો ઍક્ટર બનીશ." હરિમામાએ રામાયણ બંધ કરીને પોથીમાં મૂકતાં મૂકતાં કહ્યું, "બેટા, એ લાઇન બહુ સારી તો ન જ કહેવાય."

મામાની વાત વચ્ચેથી કાપતાં રાજદીપ બોલી ઊઠ્યો, "મામા, આપણે ક્યાં સુધી આ ખોલીમાં રહીશું? એકવાર જો હું અભિનેતા બની જઉં તો સારું મકાન અને સુખસાહ્યબીની બધી જ સગવડો આપણે મેળવી શકીશું." હરિમામાએ જોયું કે રાજદીપની નિર્દોષ આંખોમાં ઘણાં સપનાંઓ છે. વાતનો દોર આગળ વધારતાં રાજ બોલ્યો, "મામા, આજે હું તમારી રજા લેવા આવ્યો છું, પૂનામાં સ્કૂલ ઑફ ઍક્ટિંગ છે, તેમાં મને અમારા માતોંડકર સરની મદદથી ઍડમિશન મળી ગયું છે. તમારે મને હા જ પાડવાની છે માત્ર બે વર્ષનો જ સવાલ છે."

હરિમામાએ મૃત બહેનની તસ્વીર સામે સજળ નેત્રે જોયું અને પરવાનગી આપી દીધી.

બે વર્ષ તો ઘણાં જલ્દી પસાર થઈ ગયાં. રાજદીપ પૂના સ્કૂલ ઑફ ઍક્ટિંગમાં ફર્સ્ટ આવ્યો હતો. તેની પાસેની મુખ્ય મૂડીમાં આકર્ષક દેખાવ હતો. સુડોળ શરીર હતું. આંખોમાં એક ચમક હતી અને આ બધાથી વિશેષ તેની પાસે સફળ થવા બાબતનો આત્મવિશ્વાસ હતો!

હવે રાજદીપે મુંબઈ આવીને લેટેસ્ટ ડિઝાઇનનાં કપડાં સીવડાવ્યાં હતાં. દરેક સ્ટુડિયોમાં ચક્કર મારવાના શરૂ કર્યા હતા. ફિલ્મો જોવી અને સ્ટુડિયોમાં ચક્કરો લગાવવા એ તેની મુખ્ય પ્રવૃત્તિ બની ચૂકી હતી! એકવાર તેનો ભેટો પ્રખ્યાત નિર્માતા-દિગ્દર્શક રવિ કપૂર સાથે થઈ ગયો. રવિ કપૂરને તેની નવી ફિલ્મ માટે કોઈ નવા ચહેરાની તલાશ હતી. રવિ કપૂરની નજરમાં રાજદીપ પહેલી જ નજરે વસી ગયો હતો. તેમણે રાજદીપને પોતાની ફિલ્મ 'ડૉક્ટર'માં મુખ્ય રોલ તરીકે કરારબદ્ધ કરી લીધો. એક સિદ્ધાંતવાદી ડૉક્ટર મેડિકલ ક્ષેત્રમાં ચાલતાં ભ્રષ્ટાચારનો પર્દાફાશ કરે છે તેવી થીમ વાળી ફિલ્મ તે સમયે નવી જ હતી. પ્રેક્ષકોને ફિલ્મ અને રાજદીપ બંને પસંદ પડી ગયાં. ત્યારબાદ રાજદીપને અલગ-અલગ ફિલ્મો મળતી ગઈ. શિક્ષણક્ષેત્રમાં

આદર્શવાદી પ્રોફેસરનો રોલ હોય, કાનૂનના ક્ષેત્રમાં આદર્શવાદી વકીલનો રોલ હોય, જુલ્મ સામે ટક્કર લેતો આદર્શવાદી ઇન્સ્પેક્ટર હોય કે વૉર ફિલ્મના નીડર કર્નલનો રોલ હોય... રાજદીપને પ્રેક્ષકો સ્વીકારતા ગયા. જનતાનો અલગ-અલગ બાબતોનો આક્રોશ પડદા ઉપર રાજદીપે જીવંત રીતે પોતાના સશક્ત અભિનય દ્વારા રજૂ કર્યો હતો, જેના કારણે સમગ્ર દેશમાં તેની લોકપ્રિયતાનું વાવાઝોડું આવ્યું હતું!

હરિમામા સાથે રાજદીપ હવે લોખંડવાલા કૉમ્પ્લેક્સમાં રહેવા આવી ગયો હતો. આજે રવિવાર હતો. હરિમામા હવે ઘણાં વૃદ્ધ લાગતા હતા. તેમની નાજુક તબિયતના કારણે રાજદીપે આજે સાંજ સુધી ઘરમાં રહેવાનું નક્કી કર્યું હતું, જેથી તેમને થોડું સારું લાગે. હરિમામા સોફા ઉપર આરામથી બેઠા-બેઠા માળા કરતાં હતા. રાજદીપ અખબારોની હેડલાઇન જોઈ રહ્યો હતો. ત્યાં બહારથી નોકર એક વ્યક્તિનું વિઝિટિંગ કાર્ડ લઈને અંદર આવ્યો. રાજદીપે તે કાર્ડમાં નામ જોયું અને ચમકી ગયો. તેણે મામા સામે કાર્ડ ધર્યું. મામા પણ ચમકી ગયા. રાજદીપ નોકર દ્વારા આગંતુકને અંદર આવવાની ના પાડવા જતો હતો ત્યાં હરિમામાએ તેને અટકાવ્યો, "બેટા આવવા દે, જો તો ખરો તેમની શું ઇચ્છા છે?"

રાજદીપના ચહેરાના હાવભાવ એકદમ તંગ થઈ ગયા હતા. વડીલ બીમાર મામાની ઇચ્છાને તે અવગણી ન શક્યો. હા... તે વિઝિટિંગ કાર્ડ રાજદીપના પિતા જે હાલ કોલ્હાપુરમાં રહેતા હતા તેમનું હતું!

લગભગ પંચાવન વર્ષની ઉંમરના સફેદ લેઘા-ઝભ્ભામાં સજ્જ અને સફેદ વાળ તથા સફેદ દાઢીવાળી વ્યક્તિએ ડ્રૉઇંગહૉલમાં પ્રવેશ કર્યો. અંદર આવીને તેમણે હરિમામાને વંદન કર્યા અને બોલ્યા:

"હરિભાઈ, મારા કર્મનો બદલો મને મળી ગયો છે. હું જે સ્ત્રી પાછળ પાગલ થયો હતો તે મને છોડીને ઘણાં વર્ષોથી જતી રહી છે. આટલાં વર્ષો મેં માત્ર એકલતામાં જ કાઢ્યાં છે. કોલ્હાપુરમાં ટ્રાવેલ એજન્ટ તરીકે નાના પાયે બિઝનેસ કરું છું. જો તમો મને સ્વીકારી લો તો હું મારા પુત્રની સાથે રહી શકું. તેને પડદા ઉપર જોઈને કે તેના પોસ્ટરો જોઈને મારું હૈયું ભરાઈ આવે છે."

રાજદીપને કોર્ટ રૂમમાં માતાની આંખમાં આવેલા આંસુ અને ત્યારબાદનું કમોત યાદ આવી ગયું. તેણે મક્કમતાથી પિતા સામે જોયું.

"જેણે મારી માને આટલું બધું દુઃખ પહોંચાડ્યું હોય તે વ્યક્તિને હું બાપ તરીકે સ્વીકારવા જ તૈયાર નથી. વળી મારો બાપ તો તે દિવસે જ

મારા માટે મૃત્યુ પામ્યો હતો, જે દિવસે કોર્ટમાં મારી મા સાથેના છૂટાછેડાની મહોર લાગી ગઈ હતી! માનસિક રીતે તે ક્ષણે જ તમારા અગ્નિસંસ્કાર મેં કરી નાંખ્યા હતાં."

સામે બેઠેલા હરિમામાનો હાથ પકડીને રાજદીપ મોટેથી બોલ્યો, "આ જ મારો બાપ છે." બીજો હાથ બારણા તરફ લાંબો કરીને બોલ્યો, "બહાર જવાનો રસ્તો આ તરફ છે. ગેટ આઉટ એન્ડ ગેટ લોસ્ટ."

ધીમા પગલે રાજદીપના પિતા દરવાજાની બહાર નીકળી જાય છે. સોફા ઉપર બેઠેલા હરિમામાના પગ પાસે રાજદીપ બેસી જાય છે. ક્રોધથી તેનો ગોરો ચહેરો એકદમ લાલ થઈ ગયો હતો. હરિમામા રાજદીપના માથા ઉપર હાથ ફેરવે છે અને દીવાનખંડમાં લગાવેલી બહેનની ફૂલ સાઇઝની હાર ચડાવેલી તસ્વીર સામે જોઈ રહે છે. બહેને મરતાં પહેલાં લીધેલાં વચન "રાજને તેના પિતાના પડછાયાથી પણ દૂર રાખજો ભાઈ"ના જાણે કે પડઘા ડ્રોઇંગહોલમાં પડી રહ્યા છે! તે પડઘાના આભાસમાં હરિમામા અને રાજદીપ અશ્રુ ભીની આંખે એકબીજાની સામું જોઈ રહે છે. કેટલીક વાર મૌન એક હજ્જાર સંવાદ કરતાં પણ વધારે મોટું કામ કરી જતું હોય છે!

ત્યાં એકાએક ફોનની ઘંટડી વાગે છે. રાજદીપ મામાના પગ પાસેથી ઊભો થઈને આંખમાં આવેલા આંસુને લૂછીને ફોન ઉપાડે છે. સામે છેડેથી મધુર અવાજ સંભળાય છે... "હાય રાજ, હું સીમા... ઓળખાણ પડી?"

પ્રકરણ-૩

"હાય રાજ, હું સીમા ઓળખાણ પડી?"નો મધુર અવાજ સાંભળીને રાજદીપના દિમાગમાં ચમકારો થયો. તેણે જવાબમાં કહ્યું, "સીમા...? અરે એ સીમા તો નહીં જે મેઘદીપ સ્કૂલમાં નવમા ધોરણમાં મારી સાથે ભણતી હતી?"

સામે છેડેથી અવાજ આવ્યો, "મને તો એમ કે આટલો મોટો સ્ટાર મને ઓળખશે કે કેમ?"

રાજદીપે હસતાં હસતાં જવાબ આપ્યો, "માણસ ગમે તેટલો સફળ થયો હોય તો પણ નાનપણના કેટલાંક મનગમતાં સંસ્મરણો તે ક્યારેય ભૂલતો નથી. બોલ આસામથી મુંબઈ ક્યારે આવી? ક્યારે મને મળે છે?"

"અરે... અરે... તેં તો પ્રશ્નની ઝડી વરસાવી દીધી. આજે સાંજે તું કહે ત્યાં મળી શકું તેમ છું."

"તો એક કામ કર. સાંજે સાત વાગે હોટલ તાજમાં નીચે રેસ્ટોરન્ટ છે ત્યાં મળીએ, કારણકે ચારથી છ મારે એક નવી ફિલ્મની સ્ટોરી સમજવા

માટે તાજની બાજુમાં હોટલ ઓબેરોયમાં એક ડાયરેક્ટર સાથે મિટિંગ છે."

"OK" સામે છેડેથી ફોન કપાઈ ગયો.

રાજદીપનો મૂડ બદલાઈ ગયો. એકદમ રંગીન મૂડમાં તે આવી ગયો. હરિમામા તેના ચહેરા પર બદલાતા હાવભાવ જોઈ રહ્યા!

"બેટા, હવે ઘરમાં વહુ લઈ આવ તો સારું."

"મામા, આ પહેલાં પણ મેં તમને કહ્યું છે કે કોઈક છોકરી મને પસંદ તો પડવી જોઈએ ને?"

હરિમામા બોલ્યા, "બેટા, ઓછામાં ઓછી દશ લાખ છોકરીઓ તારી પ્રશંસક હશે. તેમાંથી જ એકને પસંદ કરી લે તો કેવું?"

શરારતી હસતાં-હસતાં રાજદીપ બોલી ઊઠ્યો, "અરે મામા જો તેમાંથી એકને પસંદ કરી લઉં તો બાકીની નવ લાખ નવ્વાણું હજાર નવસો નવ્વાણુંને ખોટું ન લાગે?"

બ્રેકફાસ્ટ પૂરો કરીને રાજદીપ તરત પોતાના બૅડરૂમમાં પહોંચી ગયો. કિશોરાવસ્થાની રંગીન યાદો તેનાં દિલ અને દિમાગનો કબજો લઈ બેઠી હતી! સીમા સાથે માત્ર બે વર્ષ જ તે ભણ્યો હતો. પોતાનું મન સીમા તરફ પ્રથમ નજરે જ ઢળી ચૂક્યું હતું. પરંતુ સીમાનું મન જાણવા માટે તે હંમેશાં નિષ્ફળ રહ્યો હતો. સ્કૂલની પિકનિકમાં ગયા ત્યારે પણ બધા મિત્રો રાજદીપના નાટકના, અભિનયનાં વખાણ કરતાં ત્યારે સીમા હંમેશાં મૌન જ રહેતી. એકાએક તેને સીમા સાથેની છેલ્લી મુલાકાત યાદ આવી ગઈ. સીમાના પપ્પા ONGCમાં હતા. તેમની ટ્રાન્સફર મુંબઈથી આસામ થઈ હતી. તે વાત જાણીને રાજદીપે જિંદગીનો પ્રથમ પ્રેમપત્ર સીમાને લખ્યો હતો અને બંધ કવરમાં સીમાને હાથોહાથ આપી દીધો હતો. તેનું છેલ્લું વાક્ય રાજદીપને આજે પણ યાદ હતું.

"પ્લીઝ સીમા, તું મને પસંદ ન કરતી હોય તો પણ આ પત્ર મારી સામે ફાડતી નહીં. બની શકે કે ભવિષ્યમાં કોઈ મોડ ઉપર આપણે મળીએ અને તું મને પસંદ કરવા મંડે."

સીમાએ પત્ર ફાડ્યો નહોતો પરંતુ તેણે કંઈ જ જવાબ પણ આપ્યો નહોતો. બંને છૂટાં પડી ગયાં હતાં અને સીમાનું અકળ મન રાજદીપ માટે કોયડો જ રહી ગયું હતું. દર વર્ષે વર્ષાઋતુના પ્રથમ વરસાદમાં એકવાર રાજદીપ સીમાને અચૂક યાદ કરી લેતો. ઘણીવાર ઑટોગ્રાફ લેવા આવતી છોકરીઓમાં રાજની નજર સીમાના ચહેરાને શોધવાની નિષ્ફળ કોશિશ કરતી! તેના હૃદયનો કોઈ એક અજાણ્યો ખૂણો સીમાની મધુર યાદે રોકી લીધો

હતો! રાજદીપને ઘણીવાર થતું કે પોતાના સ્ટારડમને કારણે ક્યારેક સીમા મુંબઈ મળવા તેને ચોક્કસ આવશે. આજે તેની આશા ફળીભૂત થઈ હતી!

* * *

બરોબર સાંજે સાત વાગે હોટલ ઑબેરોયમાં ડાયરેક્ટર ધવન સાહેબ સાથે મિટિંગ પતાવીને રાજદીપ તાજ રેસ્ટોરન્ટમાં પ્રવેશ્યો. રેસ્ટોરન્ટમાં ઘણી પાંખી હાજરી હતી. રાજદીપે નજર દોડાવી તો છેલ્લા ટેબલ ઉપર ગુલાબી સલવાર કમીઝમાં એક ગોળ ચહેરાવાળી યુવતી બેઠી હતી. રાજદીપ ઝડપથી દશ ડગલાં ચાલીને તે ટેબલ નજીક પહોંચી ગયો. બંનેની નજરો મળી અને બંને હસી પડ્યાં. રાજદીપે સીમા સાથે શેઇક-હેન્ડ કર્યું. સામેની ખુરશી ખેંચીને રાજદીપ બેસી ગયો. રાજદીપે જોયું કે સીમાનો નાનપણનો અણસાર એ જ હતો. ડાબા ગાલે તલનું નિશાન પણ એવું જ હતું.

વાતચીતની શરૂઆત કરતાં સીમાએ પૂછ્યું, "શું જુએ છે?"

"હું જોઉં છું કે કિશોરાવસ્થામાં તું જેટલી સુંદર લાગતી હતી તેના કરતાં અત્યારે વધારે સુંદર લાગે છે!"

"ફ્લર્ટિંગ કરવાનું રહેવા દે, રાજ." સીમાએ રાજદીપને બોલતો જ અટકાવી દીધો.

"તો તું જ કંઈક તારી વાત કર, સીમા." રાજે ઇશારાથી વેઇટરને બોલાવ્યો. ઑર્ડર આપવાની વિધિ પતાવીને રાજે સીમા સામે જોયું.

સીમાએ ટૂંકમાં વાત કરીઃ

આસામ ગયા પછી માત્ર ત્રણ વર્ષ પછી પિતાનું અવસાન થયું. પડોશમાં એક માત્ર રમણકાકાનો ગુજરાતી પરિવાર રહેતો હતો તેમણે ઘણો ટેકો આપ્યો, સહકાર આપ્યો વગેરે વાત કરતાં કરતાં સીમાની આંખમાં આંસુ આવી ગયાં.

બંનેએ ભોજન પતાવ્યું પછી સીમા બોલી, "રાજ, મારી તો ઘણી વાત થઈ ગઈ. હવે તારું કંઈક સંભળાવ."

"મારું જીવન તો ખુલ્લી કિતાબ જેવું છે. હિન્દી ફિલ્મોનો સુપર સ્ટાર છું તેથી મારા વિશેની નાનામાં નાની વાતો પ્રેસવાળા છાપતા રહે છે. મેં પહેલેથી જ જીવનમાં દંભને પ્રવેશવા નથી દીધો. સત્યનો ક્યારેય સાથ નથી છોડ્યો... એટલી હદ સુધી કે મારી ફિલ્મોમાં પણ મેં દંભી કે નૅગેટિવ રોલ નથી કર્યા."

"તારી ઘણી ફિલ્મો મેં જોઈ છે અને ખાસ કરીને..."

સીમાને આગળ બોલતી અટકાવીને રાજે કહ્યું, "સીમા, આપણે અહીં મારી ફિલ્મોની ચર્ચા કરવા ભેગા નથી થયાં."

આઇસ્ક્રીમની ચમચી મોઢામાં મૂકતાં-મૂકતાં રાજદીપે વાત આગળ ધપાવી, "યાદ છે સીમા, મેં તને એક પત્ર લખ્યો હતો... મારા જીવનનો પ્રથમ પ્રેમપત્ર... તારા તરફથી મને કોઈ રિસ્પોન્સ મળ્યો નહોતો. હજુ પણ તારા જવાબનો મને ઇંતઝાર છે."

"જે વ્યક્તિ પાછળ દેશની લાખો છોકરીઓ પાગલ હોય તે વ્યક્તિ આટલી ટૂંકી નોટિસમાં મને મળે અને મૅરેજ માટે પ્રપોઝ કરે તે મારા માનવામાં નથી આવતું, રાજ."

"સીમા, એક વાતની સ્પષ્ટતા કરી લેવા માગું છું. આપણે લગભગ બાર વર્ષ પછી આજે મળ્યાં છીએ. જો તારા જીવનમાં કોઈ પુરુષ હોય તો મારી પ્રપોઝલનો કોઈ મતલબ જ રહેતો નથી."

સીમાએ ગંભીરતાથી કહ્યું, "હા. એક પુરુષ મારા જીવનમાં આવી ચૂક્યો છે. અત્યારે પણ છે. તેનું નામ છે પ્રતીક."

પ્રકરણ-4

રાજદીપના ગંભીર થઈ ગયેલા ચહેરાની સામે જોઈને સીમા ફરીથી બોલી: "તે પુરુષનું નામ છે પ્રતીક."

"કોણ પ્રતીક?" રાજદીપે પૂછ્યું.

"જે ગુજરાતી પરિવારે મને અને મારી મમ્મીને પપ્પાના અવસાન પછી સાથ આપ્યો હતો તેમનો એકનો એક પુત્ર પ્રતીક."

રાજદીપની આંખમાં ગ્લિસરીન વગરના આંસુ આવી જવાની તૈયારીમાં હતા. તે જોઈને સીમાએ હસતાં હસતાં કહ્યું, "પ્રતીક મારો ધરમનો માનેલો ભાઈ છે. દર રક્ષાબંધને તેને રાખડી બાંધુ છું. કૉલેજમાં અમે ચાર વર્ષ સાથે જ ભણ્યાં છીએ."

હવે રાજદીપને હાશ થઈ અને સીમાની મજાક તેને સમજાઈ ગઈ.

કોઈપણ જાતની પ્રસ્તાવના વગર સીમા બોલી, "હું તારી સાથે લગ્ન કરવા તૈયાર છું."

હવે રાજદીપ ગંભીર થઈ ગયો. "મારી એક શરત કહેવાનું તને ભૂલી ગયો."

"પ્રેમમાં શરત નથી હોતી, રાજ." સીમા બોલી.

"એ બધું પુસ્તકોમાં જ શોભે. પ્રેમ અને લગ્ન બંનેમાં શરત હોઈ શકે છે, સીમા."

"કઈ શરત?" સીમાએ પૂછ્યું.

"જો સીમા, હું રહ્યો ફિલ્મનો એક્ટર. મારે અલગ-અલગ હીરોઇનો સાથે કામ કરવાનું હોય છે, તેથી તારે મારા ઉપર સંપૂર્ણ વિશ્વાસ રાખવાનો રહેશે. વહેમ અને પ્રેમ બંને એક સાથે ક્યારેય નથી રહી શકતાં. ચારિત્ર્ય બાબતનો કોઈ આક્ષેપ હું સાંખી નહીં શકું."

સીમાએ જવાબમાં એટલી જ ગંભીરતાથી કહ્યું, "એ તો બંનેને અરસ-પરસ લાગુ પડે છે."

"ના... સીમા તારા પર તો વહેમ કરવાનો સવાલ જ ઊભો નહીં થાય, કારણકે તું કોઈ ફિલ્મની કે નાટકની અભિનેત્રી નથી. તારા ઉપર તો મને મારી જાત કરતાં પણ વધારે વિશ્વાસ છે." એટલું બોલતાં રાજદીપે પોતાના બંને હાથ વડે સીમાનો જમણો હાથ પકડી લીધો.

હોટલમાં મધુર સંગીત રેલાઈ રહ્યું હતું અને બંને એક-બીજાની આંખોમાં જોઈને ક્યાંય સુધી બેસી રહ્યાં... જાણે કે એકબીજા સાથે જન્મોજન્મ સુધી જીવવાના કૉલ અપાઈ રહ્યા હતા.

* * *

હરિમામાએ રાજદીપની પસંદગીની વાત જાણી અને તેમની ખુશીની કોઈ સીમા ન રહી. માત્ર પંદર દિવસમાં તો ઘડિયાં લગ્ન લેવાયાં. તદ્દન નાનો ઝાકમઝોળ વગરનો સત્કાર સમારંભ યોજાઈ ગયો. પ્રેસ ફોટોગ્રાફરોને છેલ્લે-છેલ્લે ખબર પડી ગઈ તેથી ફોટા પાડવા માટે દોડી આવ્યા. તેમનું માન રાખવા રાજદીપ અને સીમાએ તેમની પાસે પુષ્કળ ફોટા પડાવ્યા.

બીજા દિવસની મોટાભાગના અખબારની હેડલાઇન રાજદીપના સીમા સાથેનાં લગ્ન બાબતની હતી! પંદર દિવસ સુધી રાજદીપે તમામ શૂટિંગો રદ કર્યાં હતાં. સીમા સાથે પંદર દિવસનો સ્વિત્ઝર્લૅન્ડનો હનીમૂનનો પ્રોગ્રામ હતો. પંદર દિવસ ઝડપથી વીતી ગયા. મુંબઈ પરત આવ્યાં બાદ રાજદીપની શૂટિંગની દોડધામ રાબેતા મુજબ ચાલુ થઈ ગઈ.

રાજદીપે જોયું કે સીમા સાવ શુષ્ક અને કોઈપણ જાતના શોખ વગરની હતી. જે ઉમળકો લગ્ન પછી કોઈપણ સ્ત્રીને હોવો જોઈએ તે સીમાના ચહેરા ઉપર જોવા મળતો નહોતો!

રાજદીપને કાલે વહેલી સવારે મહાબળેશ્વર કારમાં આઉટડોર શૂટિંગ માટે બે દિવસ માટે જવાનું હતું.

રાત્રે રાજદીપે સીમાને પૂછ્યું, "તું મહાબળેશ્વર સાથે આવે તો સારું. ગાડીમાં હું અને ડ્રાઇવર રહીમચાચા બે જ હોઈશું."

"હજુ સ્વિત્ઝર્લૅન્ડનો થાક તો ઊતરવા દે, રાજ." આમ કહીને સીમાએ

વાત ઉપર પૂર્ણવિરામ જ મૂકી દીધું.

સવારે પાંચ વાગે નીકળતી વખતે રાજદીપે ભર ઊંઘમાં સૂતેલી સીમાને ઉઠાડી નહીં.

મુંબઈની બહાર નીકળ્યા અને તરત રહીમચાચા બોલ્યા, "સાહેબ, હું તો ભૂલી ગયો મેડમે મને કાગળ પોસ્ટ કરવાનું કહ્યું હતું. છેલ્લા પંદર દિવસમાં મેડમે તેમની મમ્મીને આ ચોથો પત્ર પોસ્ટ કરવા આપ્યો છે. એક પણ વાર હું ભૂલ્યો નથી. આ વખતે જ ભૂલી ગયો." રહીમચાચા અફસોસ કરતાં રહ્યા.

રાજદીપે કહ્યું, "તમે મને આપી રાખો. રસ્તામાં પોસ્ટનો કોઈ ડબ્બો આવશે તો હું ગાડી ઊભી રખાવીશ." રહીમચાચાએ ડ્રાઇવિંગ કરતાં-કરતાં જ ઉપલા ખિસ્સામાંથી એક કવર કાઢીને પાછળની સીટ ઉપર બેઠેલા રાજદીપને આપ્યું.

રાજદીપે કવર ઉપર એડ્રેસ જોયું તો પ્રતીક પટેલનું ગૌહાટી... આસામનું એડ્રેસ હતું. કવર ઉપર નામ વાંચીને રાજદીપ વિચારમાં પડી ગયો. સીમાએ રહીમચાચાને કેમ ખોટું કહ્યું હશે કે મમ્મીને પત્ર લખ્યો છે. શું આગલી ત્રણે વખતે પણ પ્રતીકને જ પત્રો લખ્યા હશે? રાજદીપના મનમાં વિચારો ઘુમરાવા લાગ્યા. પોતે જાણતો હતો કે રહીમચાચા અંગ્રેજી બિલકુલ વાંચી શકતા નહોતા તેથી એડ્રેસ બાબતે તેમની સાથે ચોખવટ કરવાનો કોઈ મતલબ નહોતો. કવર ખોલવું કે કેમ તેની વિમાસણમાં રાજદીપ પડી ગયો. આખરે મનનું સમાધાન કરવાના ઇરાદાથી કવર ખોલી નાંખ્યું. રહીમચાચા તેમની મસ્તીમાં ગાડી ચલાવી રહ્યા હતા. રાજદીપે પત્ર વાંચવાનો ચાલુ કર્યો.

પ્રિય વહાલા પ્રતીક,

તારી સલાહ પ્રમાણે રાજને હું પરણી ગઈ છું, પરંતુ તારા વિરહની આગમાં પણ ઝૂરી રહી છું. રાજદીપને હજુ આપણા સંબંધો વિશે કોઈ વહેમ પડ્યો નથી. તારો ઉલ્લેખ મેં ધર્મના ભાઈ તરીકે જ કર્યો છે. તું લગ્નમાં ન આવ્યો તે સારું જ થયું કારણકે તારી હાજરીમાં બીજા પુરુષ સાથે હું કેવી રીતે ફેરા ફરી શકત? રાજદીપ સાથેનાં લગ્નને લગભગ મહિનો પૂરો થવા આવ્યો છે. તેં મોકલાવેલું પોઇઝન મને મળી ગયું છે. દરરોજ રાત્રે રાજદીપ સૂતી વખતે દૂધ પીએ છે. તેમાં નાંખીને હું તેને કાયમ માટે સુવડાવી દઈશ. બિચ્ચારો રાજ... સ્કૂલમાં તે મને ચાહતો હતો પરંતુ મેં તેને ક્યારેય પસંદ કર્યો નહોતો તે વાત મેં તને અગાઉ પણ કરેલી જ છે. રાજદીપની કરોડો રૂપિયાની મિલ્કત કાયદેસર

મને મળી શકે તેવો તારો પ્લાન ખરેખર સુપર્બ છે! એક-બે માસ તકલીફ વેઠીને બાકીની જિંદગી એશઆરામથી ગુજારવાની તારી વાત ખરેખર હવે મને સાચી લાગી રહી છે!

આટલું વાંચતા વાંચતા રાજદીપને ચક્કર આવી ગયાં. સીમાને પરણવાની કેવડી મોટી ભૂલ તે કરી બેઠો હતો તે તેને સમજાઈ ચૂક્યું હતું. રાજદીપે આગળ વાંચવાનું ચાલુ કર્યું.

પ્રતીક, સુપરસ્ટારની પત્ની સીમા પ્રેમનો અભિનય કરવામાં સુપર પુરવાર થઈ છે. કદાચ તારી સાથેના પ્રેમની શક્તિના કારણે જ હું આટલો સશક્ત અભિનય કરી શકી છું. હવે આપણી જુદાઈના દિવસો ટૂંક સમયમાં જ પૂરા થઈ જશે. હા... રાજદીપની વિધવા પત્નીનો અભિનય મારે બે-ત્રણ માસ માટે કરવો પડશે, ત્યાં સુધીમાં તેની તમામ મિલ્કત તથા પાંચ કરોડ રૂપિયાની ઇન્શ્યોરન્સ પોલિસીની રકમની હું કાયદેસર માલિક બની ગઈ હોઈશ.

તારી અને માત્ર તારી જ સીમા

રાજદીપે પત્ર કોટના અંદરના ખિસ્સામાં વાળીને મૂકી દીધો અને રહીમચાચાને ગાડી પાછી ઘરે લેવા માટે જણાવ્યું.

પ્રકરણ-5

રહીમચાચાએ ગાડી વાળીને પાછી મુંબઈ તરફ ભગાવી. રાજદીપે રસ્તામાં રહીમચાચાને સીમા પત્ર બાબતે પૂછે તો તે પોસ્ટ થઈ ગયો છે અને વધારે કાંઈ પૂછે તો સાહેબ પત્ર બાબતે કશું જ જાણતા નથી તેમ કહેવાની પણ સૂચના આપી દીધી. રહીમચાચાને રાજદીપનું વર્તન સમજાયું નહીં, પરંતુ નમકહલાલી કરવાનો આ એક મોકો મળ્યો હતો તે તેઓ જવા દેવા માંગતા નહોતા. રાજદીપના માથામાં સણકા વાગી રહ્યા હતા. હૃદયના ધબકારાની ગતિ તેજ થઈ ગઈ હતી. છેલ્લા એક માસના સીમા સાથેના પ્રસંગોનો ફ્લૅશબેક તેને ઝડપથી દેખાઈ રહ્યો હતો. સીમાની પોતાની મિલ્કત તથા ઇન્શ્યોરન્સ બાબતની પૂછપરછ તેને યાદ આવી ગઈ. પોતે કેટલા મોટા વિશ્વાસઘાતનો ભોગ બની ચૂક્યો છે તે વાતનો આઘાત તેના મનમાંથી હટતો નહોતો. નાનપણમાં હરિમામા રામાયણની વાર્તા કહેતાં ત્યારે કૈકેયી દશરથરાજા પાસે વરદાન માંગે છે તે પ્રસંગ વખતે કાયમ બોલતાં કે "સ્ત્રીનું ચારિત્ર્ય અને પુરુષનું ભાગ્ય દુનિયામાં કોઈ જાણી શકતું નથી." આજે આ વિધાનનો અર્થ રાજદીપને સમજાઈ ચૂક્યો હતો!

લિફ્ટમાં ત્રીજા માળે પહોંચીને જોયું તો પોતાના લક્ઝુરિયસ ફ્લૅટનો દરવાજો અધખુલ્લો હતો. કદાચ હરિમામા મોર્નિંગ વૉકમાં નીકળ્યા હશે તેવું લાગ્યું. ધીમા પગલે રાજદીપ ડ્રોઇંગહૉલમાં થઈને પોતાના બૅડરૂમમાં આવ્યો. તિજોરીની પાછળ એક ચોરખાનું હતું તેમાં લાઇસન્સવાળી રિવૉલ્વર પડી હતી. તે હાથમાં લઈને બાજુમાં પડેલી લેધરબૅગમાંથી છ ગોળી રિવૉલ્વરમાં ગોઠવી દીધી. રિવૉલ્વર કોટના અંદરના ખિસ્સામાં મૂકીને રાજદીપ ધીમા પગલે બાજુના બૅડરૂમ તરફ ગયો. તેણે જોયું તો સીમા ધીમા અવાજે ફોન ઉપર વાત કરી રહી હતી. પગલાનો સહેજ પણ અવાજ ન થાય તેની સાવધાની રાખીને રાજદીપ સીમા કરતાં માત્ર ચાર ડગલાં દૂર ઊભો રહી ગયો. સીમાની પીઠ રાજદીપ તરફ હતી. સીમા બોલી રહી હતી.

"પ્રતીક, માત્ર બે દિવસનો જ સવાલ છે. આવતીકાલે રાત્રે મહાબળેશ્વરથી શૂટિંગ પતાવીને રાજદીપ આવી જવાનો છે. તારો ફુડ પોઇઝનિંગનો ડ્રામા ત્યાં સુધી હું બરોભર વિચારી લઈશ. હવે તું મને અહીં ફોન ન કરતો. પ્લીઝ, તને રાજદીપના મોતના સમાચાર અખબાર દ્વારા મળી જશે ને?" આટલું બોલીને સીમાએ રિસીવર ક્રેડલ ઉપર મૂક્યું અને પાછી ફરી. રાજદીપને સામે ઊભેલો જોઈને તેના ચહેરા ઉપરનું નૂર ઊડી ગયું.

"સીમા, આવતીકાલના અખબારની હેડલાઇન તારા મૃત્યુ અંગેની હશે." ક્રોધથી આટલું બોલીને રાજદીપે કોટના અંદરના ડાબી બાજુના ખિસ્સામાં રાખેલી રિવૉલ્વર જમણા હાથે કાઢી અને સીમા સામે તાકી.

"મને માફ કરી દે, રાજ." સીમા બોલી ઊઠી.

"તારા જેવી ચારિત્ર્યહીન સ્ત્રીને તો ભગવાન પણ માફ ન કરી શકે." તેટલું બોલીને રાજદીપે ટ્રિગર દબાવ્યું, મોટો ધડાકો થયો. સીમાને છાતીમાં જમણી બાજુ ગોળી વાગી ચૂકી હતી. તે જમીન ઉપર ઢળી પડી હતી. લોહીના ફુવારાથી ગાલીચાનો રંગ લાલ થઈ રહ્યો હતો. આવેશમાં આવેલા રાજદીપે બાકીની પણ બધી ગોળીઓ સીમાના શરીરમાં ધરબાવી દીધી. રાજદીપના બંને દાંત પીસાયેલા હતા. સીમાનો મૃતદેહ સામે જોવાની પણ તેને ઇચ્છા ન થઈ.

પાછળથી એકાએક હરિમામાએ રાજદીપના ખભા ઉપર હાથ મૂક્યો. રાજદીપનો ચહેરો જોઈને આ કેમ કર્યું તે તેમણે પૂછવાની હિંમત ન કરી. તેઓ હાંફળાફાંફળા બોલ્યા, "બેટા, તું જલ્દી બાથરૂમમાં જઈને હાથ ધોઈ નાખ અને કપડાં બદલી લે. આ ખૂનનો આરોપ હું મારા ઉપર લઈ લઉં છું. આમેય મારે હવે ક્યાં વધારે જીવવાનું છે?"

જવાબમાં રાજદીપે કહ્યું, “ના મામા, તમારા મારા ઉપર ઘણાં ઉપકાર છે. વળી દુનિયાને મારે દેખાડવું છે કે ચારિત્ર્યહીન સ્ત્રીનો અંત આવો જ હોઈ શકે.”

“બેટા, આમાં તો તને જન્મટીપ પણ થઈ શકે.” હરિમામાએ રડમસ અવાજે કહ્યું.

“મામા, મેં બહુ શાંતિથી વિચારીને જ આ પગલું ભર્યું છે. એક ચારિત્ર્યહીન સ્ત્રી સાથે સમાધાન કરીને જીવવું પડે તો તે પણ મારા માટે તો જન્મટીપ જ છે. કાયદેસર તેનાથી છૂટા પડીને જીવવું પડે તો પણ મારા માટે તો જન્મટીપ જ છે! કારણકે મેં તેને દિલોજાનથી પ્રેમ કર્યો છે અને તેની બેવફાઈ હું કેવી રીતે સહન કરી શકું?” કોઈ અજાણ્યા માણસે મારી સાથે દગો કર્યો હોત તો કદાચ મને આટલો બધો આઘાત ન લાગત!

રાજદીપ સોફા ઉપર બેસી પડ્યો. થોડીવાર શાંત રહ્યા પછી આંખમાં આવેલા આંસુને તેણે દૂર કર્યાં અને ખિસ્સામાંથી મોબાઇલ કાઢીને નજીકના પોલીસ સ્ટેશને ફોન ઉપર પત્ની સીમાના ખૂનની માહિતી આપી. ફોરેન્સિક સાયન્સ લૅબોરેટરીના ટૅક્નિશિયનો સાથે પોલીસ આવી પહોંચી. ફોટા પાડીને લાશને પોસ્ટમૉર્ટમ માટે મોકલી આપવામાં આવી. રાજદીપે ગુનો કબૂલી લીધો હતો તેથી તેને પોલીસ સ્ટેશને લઈ જવામાં આવ્યો. પોલીસ સ્ટેશનમાં લેખિતમાં રાજદીપે પત્નીના ખૂનનો એકરાર કરી લીધો હતો. પોલીસે વારંવાર ખૂન કરવાનું કારણ પૂછ્યું પણ રાજદીપને પત્નીના ખરાબ ચારિત્ર્યનો ઉલ્લેખ કરવાનું વાજબી ન લાગ્યું, કારણકે રાજદીપનું ચારિત્ર્ય ઘણું ઊંચું હતું! ગ્લેમરવાળી ફિલ્મ લાઇનમાં સોમાંથી નવ્વાણું માણસે ચારિત્ર્યનાં શિથિલ હોય છે. તેમાં રાજદીપ ખરેખર અપવાદ ગણાતો હતો તે વાત આજે સાબિત થઈ રહી હતી. કદાચ તેથી જ તેની સહનશક્તિ ઘણી ઓછી હતી!

બીજા દિવસે દરેક અખબારની હેડલાઇન રાજદીપે પત્ની સીમાના કરેલા ખૂન બાબતની હતી, પરંતુ આમ તેણે કેમ કર્યું તેની માત્ર અટકળો જ હતી. આજે કોર્ટમાં રાજદીપ જે નિવેદન કરે તેના ઉપરથી જ સમગ્ર ઘટના કેમ બની તેનો પર્દાફાશ થવાનો હતો. પરિણામે કોર્ટની બહાર પણ હજારો માણસોની ભીડ એકત્ર થઈ હતી.

લોલકવાળી ઘડિયાળનો ટીક-ટીક અવાજ ચાલુ હતો. એક માણસે રાજદીપનો હાથ ગીતા ઉપર રખાવીને સાચું બોલવાનું જણાવ્યું ત્યારે સત્યપ્રિય રાજદીપની આંખમાં આંસુ આવી ગયા. તેણે સઘળી હકીકતનું તદ્દન સાચું બયાન કર્યું અને પત્નીએ કરેલા દગાની વાત તથા ચિઠ્ઠી પણ કોર્ટ સમક્ષ રજૂ

કરી. રાજદીપનું નિવેદન પૂરું થયું ત્યારે જજ સાહેબની સાથે સાથે કોર્ટમાં બેઠેલા તમામની આંખોમાં આંસુ આવી ગયાં હતાં! જજ સાહેબે આસામમાં બેઠેલા પ્રતીકની ધરપકડ કરીને કોર્ટ સમક્ષ હાજર કરવાનો આદેશ આપ્યો તથા પોતાની ફરજના ભાગરૂપે કાનૂન અનુસાર રાજદીપને જન્મટીપની સજાનો ચુકાદો આપ્યો.

કોર્ટમાં બેઠેલા માણસોની વચ્ચે રાજદીપની ભાવવિહીન આંખોએ હરિમામાને શોધી કાઢ્યા અને બંનેની આંખો એક થઈ. રાજદીપને ફરીથી બાળપણમાં હરિમામાની રામાયણ વાંચતી વખતે કરેલી વાત "સ્ત્રીનું ચારિત્ર્ય અને પુરુષનું ભાગ્ય દુનિયામાં કોઈ જાણી શકતું નથી." યાદ આવી જાય છે! તે હરિમામા સામે તાકી રહે છે. સંવાદની કોઈ જરૂર નહોતી. હા કેટલીક વાર મૌન એક હજાર સંવાદ કરતાં વધારે કામ કરી જતું હોય છે!

∙∙

કહાની में ट્વિસ્ટ